கடலோடி

நரசய்யா

புதிய இலக்கு   புதிய தடம்

நிவேதிதா பதிப்பகம்
ப.எண்.1, பு.எண்.2, F3 முதல் தளம்,
தத்தாத்ரேயா பிளாட்ஸ்,
ஸ்வர்ணாம்பிகை நகர் மெயின் ரோடு,
விருகம்பாக்கம், சென்னை 600 092.
செல்: 89393 87296 / 89393 87295
Email : nivethithapathippagam1999@gmail.com
website: www.NIVETHITHAPATHIPPAGAM.com

நூல் தலைப்பு	: கடலோடி
ஆசிரியர்	: நரசய்யா
பொருள்	: பயணக் கட்டுரை

வாசகர் வட்ட முதற் பதிப்பு : 1972
அலர்மேல் மங்கை முதற் பதிப்பு : 2004
நிவேதிதாவின் முதற் பதிப்பு : 2013
இரண்டாம் பதிப்பு : 2016
மூன்றாம் பதிப்பு : 2020
நான்காம் பதிப்பு : 2023
ஐந்தாம் பதிப்பு : 2024

அளவு	: டெம்மி
வெளியீடு	: நிவேதிதா பதிப்பகம் ப.எண்.1, பு.எண்.2, F3 முதல் தளம், தத்தாத்ரேயா பிளாட்ஸ், ஸ்வர்ணாம்பிகை நகர் மெயின் ரோடு, விருகம்பாக்கம், சென்னை - 600 092. கைபேசி: 89393 87296 / 95
ஒளியச்சு	: வி.தனலட்சுமி
அட்டைப் படம்	: சக்தி கிரியேட்டர்ஸ்
அச்சாக்கம்	: மீரா ஆப்செட், சென்னை5.
பக்கங்கள்	: 176
விலை	: ரூ. 160
ISBN	: 978-81-939351-5-6

முதலில்....

எண்ண அலை ஓடையாக ஓடி, நினைவுக் கூட்டில் கலந்து விடுவதுபோல உய்யக் கொண்டான் கால்வாய் நதியில் கலந்து விடுகிறது. திருச்சி கோர்ட் வழியாக, ஆனைகட்டி மைதானத்தில் இருந்த நாங்கள் உய்யக் கொண்டானில் குளிக்கச் செல்வோம். அன்று ஏதோ ஒரு விசேஷம் - பாட்டியுடன் நானும் எனது அண்ணாவும் அங்கு சென்றிருந்தோம். கால்வாயின் சக்தி அன்று சற்று அதிகமாகவே இருந்தது.

பாட்டி கரையோரத்தில் குளிக்க, நானும் அண்ணாவும் மார்பளவு நீரில் இறங்கினோம்.

ஒருவிதமான எச்சரிக்கையும் இல்லாது, எனது இரண்டு கால்களும் எனது வலிமையையும் மீறி மேலே தள்ளப்பட்டன. ஒரு சாமர்சால்ட்! பிறகு உய்யக்கொண்டானின் அரவணைப்பில் வெகு வேகமாக இழுத்துச் செல்லப்பட்டேன். ஒரு விநாடிக்குள் எனது மனம் நடக்கும் செயல்களை விவரமாக நினைவு கூட்டியது.

நான் நீருடன் செல்கிறேன் - எனக்கு நீச்சல் தெரியாது - என்னைச் சுற்றிலும் நீர் - எங்கோ சென்று கொண்டிருக்கிறேன் - என்னால் ஒன்றுமே செய்ய இயலாது - திடீரென்று பயம் - பயம் என்றால் சாதாரண பயமல்ல - சாவின் வாயிலில் நுழைந்துவிட்டோம் என்ற பயம் - வீட்டில் அழுவார்கள்! பள்ளிக்கூடத்தில் சில நாட்கள் ஒரு பையன் ஆற்றில் முழுகிவிட்டதாகப்

பேசிக்கொள்வார்கள். எனக்கு நீந்தத் தெரியாது - ஆனால் கையும் காலும் உதறிக்கொள்கின்றன - என் தாய் தந்தையரை இனி காணவே முடியாது - வாழ்வின் முடிவு - பயம் பீதியாக மாறி அழுகையும் வந்து விட்டது. அழ ஆரம்பித்தால் வாயில் நீர் செல்லுகிறது - 'முருகா முருகா' என்று ஜபிக்கின்றேன்-

ஞாபகம் வருகிறது - நிலக்கோட்டையில் ஒரு ஜோசியக் கிழவி வருவாள் - உனக்கு நீர்க்கண்டம் என்று சொல்லுவாள் - அவளுக்கு எப்படித் தெரியும் -

பயத்தின் முடிவிற்கு வந்துவிட்டேன் - விவேகம் பிறந்து விட்டது - இனி வெளிவர வழியில்லை - நீர் என்னை ஏமாற்றி விட்டது -

ஒரு திடமானபிடி - இடது கையைப் பிடித்து இழுப்பு திடீரென்று வெளிச்சம். அப்பா! நீரினின்று வெளி வந்தவுடன் சூரிய வெளிச்சம் எத்தனை மடங்கு அதிமாகத் தெரிகிறது! என்னை ஒரு கையால் தூக்கிக்கொண்டு, நான் அனுபவித்த பல வருடங்கள் ஓரிரு நிமிஷங்களே என்று காட்டிக்கொண்டு, நான் நீரினுள் சென்ற பல மைல்கள் சொற்ப கணங்களே என்று சுட்டிக்காட்டி ஒரு நீரிறைக்கும் மனிதர் என்னைக் கரையிலேற்றினார் -

''எவ்வளவு அழகாக நீந்தினாய்!'' பாட்டிக்கு இன்னும் புரியவில்லை.

''போகவேண்டிய பையன். நல்லவேளை பிழைத்து விட்டான்!''... மற்றொருவர்.

ஏற்கெனவே தண்ணீர் என்னைத் தன்னிடம் ஈர்த்துக் கொள்ள முனைந்துவிட்டது!

கடலோடி

1. பிரிவில் நினைவு

1963-ம் வருடம் ஆகஸ்டு மாதம் பதினைந்தாம் தேதி இரவு பம்பாய் வி.டி. ரயில் நிலையத்தில் பம்பாய் சென்னை மெயிலில் பல நண்பர்கள் நடுவில் நான் நின்று கொண்டிருந்தேன். என்னையறியாமல் அன்று கடற்படைக் காக என் கண்களில் நீர் மல்கியது. அன்றுதான் கடற்படையில் எனது கடைசி நாள். பதினைந்து வருடங்களுக்குப் பிறகு வெறுப்புக்கும் அன்புக்கும் மாறி மாறி இலக்கான கடற்படை என் வாழ்க்கையிலிருந்து அறுபட்ட நாள். ஒரு புறத்தில் விடுதலை பெற்ற கைதி போன்ற நினைவு அந்த கணங்களில் அதிர்ஷ்டக்காரன், இனி நீ கடற்படையிலில்லை என்று கூறும் ஒரு நண்பனின் நோக்கமும், கடற்படையை நினைத்து நீ சில சமயங்களில் வருந்த நேரிடும் என்று கூறும் மற்ற ஒரு நண்பனின் சிந்தனையும் சேர்ந்து குழப்பம் விளைவிக்கும் நேரத்தில்,

எனது மனம் பின்னோக்கிப் பாய்ந்தது. பதினான்கு வருடங்களில் நேரிட்ட எத்தனையோ சம்பவங்கள், ஒன்றுமாறி ஒன்றாக, காலப்போக்கின் வரையறையின்றி, தான்தோன்றி களாய்த் தோன்றி மறைகின்றன.

சுதந்திர இந்தியாவின் எல்லைகளைக் காக்கவேண்டிய ஒரு பொறுப்பான பதவியொன்றை நீ வகிக்கப் போகிறாய். இந்தியாவின் சுதந்திரமும், இந்நாட்டின் கொடியின் கௌரவமும் உன் போன்றவர்களின் கைகளில்தான் இருக்கின்றன. நாம் சுதந்திரம் பெற்று இன்னும் இரண்டு வருடங்கள் கூட ஆகவில்லை. உன்னை இப்பொறுப்பான படையொன்றில் பங்கேற்றுக்கொள்ள அனுப்புவதில் நான் பெருமையடை கிறேன். பெங்களூர் ரெக்ரூடிங் ஆபிசில், வீட்டு நினைவால் வருந்திக் கொண்டிருந்த என்க்கு எனது தந்தையாரின் கடிதம் ஆறுதல் அளித்தது. 1949ம் வருடம் சரி என்று சொல்லி முடிக்கு முன்னே, என்னையுமறியாமல், சம்பவங்கள் வெகு வேகமாக நடந்தேறின. திருச்சி. பெங்களூர் லோனவாலா.

லோனவாலா: தஷிண ராணியான பூனாவின் பக்கத்திலுள்ள ஒரு அருமையான சிறிய ஊர். அங்குதான் நான் நான்கு வருடங்கள் பயிற்சி பெற வேண்டியது அழகான மலைத்தொடரின் நடுவில் டைகர்ஸ் லீப் (Tiger's Leap) என்ற ஒரு படு பள்ளத்திற்கும், ட்யூக்ஸ் நோஸ் (Duke's Nose) என்ற ஒரு சிறு குன்றுக்கும் நடுவில் ஐ.என்.எஸ். சிவாஜி அமைந்துள்ளது. பயிற்சிக்கென்றே ஆங்கிலேயர்களால் தேர்ந்தெடுக்கப்பட்ட இடம். முதல் தடவையாக எனது வாழ்க்கையில் அவ்வளவு தூரப் பயணத்தை நான் ஏற்றுக் கொண்டபோது, என்னுள் தோன்றிய பயம், ஒவ்வொரு வினாடியும் அதிகமாகிக் கொண்டே வந்து, லோனவாலா ஸ்டேஷனில் இறங்கிய வுடன் அழுகையாக மாறிவிட ஓடிச்சென்று ஒரு ஒதுக்குப்புறமான இடமொன்றில், கண்ணீரைச் சட்டையில் துடைத்துக் கொண்டேன்.

பம்பாய் மெயில் லோனவாலா அடையும் வரை, நான் தூங்கவில்லை. நண்பர்களுக்கு விடை கூறிவிட்டுத் தனியாக எனக்குக் கிடைத்திருக்கும் முதல் வகுப்பில் படுக்கையை விரித்துவிட்டு, நண்பர்கள் கொடுத்திருந்த பல புத்தகங்களைப்

பிரித்துப் பார்க்கிறேன். கண்கள்தாம் அப்பக்கங்களில் செல்கின்றனவே தவிர, மனம் எங்கெல்லாமோ ஓடுகிறது.

இரவு லோனவாலா ஸ்டேஷன் கதவைத் திறந்து கொண்டு பார்க்கிறேன். அமைதியாக ஒருவருமின்றி கிடக்கும் பிளாட்பாரத்தில் இரு கடற்படை போலீஸ் (Naval Police) நபர்கள் ஒரே மாதிரியாக முறையாக நடந்து செல்வதைக் காண்கிறேன். ஒழுங்குமுறை, சட்டம் இவைகளை வெறுக்கிறேனோ அல்லது அனுபவிக்கிறேனோ என்று தெரியாது. அந்த மங்கலான வெளிச்சத்தில் இதே போன்று உடையணிந்த மாலுமிகளைக் கண்ட போது நான், நடுங்கிய காட்சி என் முன் வந்து மறைகிறது.

தனது வேலையை முடித்துவிட்ட மெயில், திடீரென லோனவாலாவை விட்டுக் கிளம்பியது. ரயில்கள் அவற்றைப் பார்க்கும்போது என்னுள் எழும் வீட்டு நினைவு கதவை மூடிவிட்டு வந்து என் படுக்கையில் அமர்கிறேன் திரும்பவும் நிகழ்ச்சிகள் ஒவ்வொன்றாக வந்து மறைகின்றன.

லெப்டினன்ட் கமாண்டர் ஹார்டன், கமாண்டர் பியர்ஸ் இருவரும் ஆங்கிலேயர்கள். சிவாஜியில் எங்களுக்குப் பயிற்சி அளிக்க வேண்டி தங்கியிருப்பவர்கள். அவர்கள் முன்னிலையில் முதல் நாள்-

ஏன் கடற்படையில் சேர விரும்புகிறாய்?

நாட்டுக்கு உழைக்க வேண்டி ஆரம்பித்த பிறகு தான் எனக்கே புரிந்தது. இதை முன்னேற்பாடாகத் தயாரித்து வைத்துக் கொண்டிருக்கிறான் என்று அவர்கள் நினைத்து விடுவார்கள் என்று.

ஓ இல்லை கடற்படையையும் கடலையும் பற்றி

ஏன் தயங்குகிறாய்? ஹார்டன் புரியாத ஆங்கிலத்தில் மூன்று முறை திரும்பத் திரும்பக் கேட்டார்.

“சினிமாக்களில் பார்த்திருக்கிறேன். கடலில் கப்பல் செல்வதைக் காண்பதில் இன்பம் கண்டேன்” இதைச் சொல்லி முடிக்குமுன் வியர்த்துவிட்டது.

கப்பல்களை சினிமாவில் பார்த்திருக்கிறாயா?

ஆமாம்

நேரில் பியர்ஸ் நிறுத்தி விளங்குமாறு கேட்டார்

இல்லை

ஆங்கிலப் படங்கள் பார்ப்பதுண்டா?

சில பார்த்திருக்கிறேன்.

கடைசியாக நீ பார்த்த ஆங்கிலப் படம் எது?

திருச்சி ரீகல் சினிமாவில் எனது மாமாவுடன் சென்று பார்த்த படம் நல்லவேளையாக ஞாபகம் வந்தது.

நார்த்வெஸ்ட் மவுண்ட் போலீஸ்

அதில் யார் நடித்திருக்கிறார்கள்? சிரித்துக் கொண்டே ஹார்டன் கேட்டார். முதல் முறையாக வியர்ப்பது நின்று தன்னம்பிக்கை எழுந்தது.

கேரி கூப்பர்

ஒன்டர்ஃபுல்

இன்டர்வியூ போன போக்கே விசித்திரமாக இருந்தது. நான் நினைத்ததுபோல் அவர்கள் புத்தகங்களிலிருந்து கேள்விகளே கேட்கவில்லை. உலகத்தின் பல பாகங்களையும் சுற்றிப் பார்த்திருக்கும் அவர்கள் ஒரு சிறிய பையனை புதிதாகக் கண்டெடுத்த ஓர் பொருள் போன்று, ஆச்சரியத்துடன் அவன் அறிந்திருந்த பல விஷயங்களைப் பற்றித் தெரிந்து கொண்டார்கள்.

நான் சேர்ந்தபோது மழைக்காலம். லோனவாலா, சிரபுஞ்சிக்கு அடுத்தபடியாக மழையைப் பெறுகிறது. இரண்டே நாட்களில் நான் கொண்டு வந்திருந்த அத்தனை துணிமணிகளும் நனைந்து என்றும் காயாத நிலையில் இருந்தன. எனக்கு அப்போது எதைக் கண்டாலும் பயம். வீட்டு நினைவோ மிக அதிகம். ஒருநாள் யாருக்கும் தெரியாமல் வீட்டுக்கு ஓடிவிடலாமா என்றுகூட நினைத்து விட்டேன்.

சேர்ந்த சில நாட்களில் சுதந்திர தின விழா நடந்தது. சிவாஜியில் அதை விமரிசையாக நடத்தினார்கள். அதில் மனம் சிறிதே மகிழ்வுற்றது. இந்தியா சுதந்திரம் பெற்ற இரண்டாவது வருடத்திலேயே எல்லைக் காவலுக்காக நானும் பணிபுரிய வந்துவிட்டேன். நான் பள்ளியில் படிக்கும்போதே எனக்குக் கடற்படையிலாவது, விமானப் படையிலாவது சேர வேண்டுமென்ற அவா அதிகமாக இருந்தது. அது இன்று

உண்மையாகி விட்டதென்ற உணர்வு சற்றே, வீட்டு நினைவை அகற்றி எனக்கு மன வலிமையை அளித்தது. அதைத் தவிர தந்தையாரின் நல்ல கடிதங்கள் எனக்கு மிகவும் ஆறுதலை ஊட்டின.

சிவாஜியில் எனக்கு முன் சேர்ந்த அப்ரென்டிஸ்களுடன் அன்று இரவு அமர்ந்து பேசிக் கொண்டிருந்தேன். அங்கு தமிழ்நாட்டிலிருந்து வந்திருந்த பலர் இருந்தனர். அவர்களெல்லாம் எனக்கு சீனியர்கள்.

நீ என்ன தெலுங்கா? முதல் கேள்வி.

ஆமாம். பதில் சொல்லி முடிக்குமுன், அதிக தெலுங்கர்களில்லாத சிவாஜியில் வாழ நேர்ந்துவிட்ட ஒருவர் தனது முகம் மலர, சுத்தத் தெலுங்கில் படபட வென்று பேச ஆரம்பித்து விட்டார்.

மன்னிக்க வேண்டும். என் தெலுங்கு மோசமானது. எனக்குச் சரியான தெலுங்கு பேச வராது. உங்கள் தெலுங்கு எனக்குப் புரியவில்லை.

சொல்லி முடிக்குமுன் மலர்ந்த அவர் முகம் வாட, தாய்மொழி தெரியாததற்காக, என்றுமே மன்னிக்க முடியாத நிலைமையில் நான் இருப்பதை முகத்தில் காட்டி விட்டு, எல்லாவற்றிக்கும் மேலாக, தான் நினைத்தவாறு, பேசுவதற்கு ஒரு தெலுங்கர் கிடைக்கவில்லை என்ற ஏமாற்றம் மேலிட எழுந்து சென்றுவிட்டார்.

தமிழ் தெரியுமா? ஒருவர் மெதுவாக ஆங்கிலத்தில் கேட்டார்.

ஓ தெரியுமே படித்ததே தமிழில்தானே!

"ஆஹா" இன்னொரு தமிழர் பாரதி சங்கத்திற்கு மாதத்திற்கு மூன்று ரூபாய். என்னைப் பேசவே விடாமல் ஒருவர் அவர்கள் நடத்திவரும் சங்கத்தின் அங்கத்தினராக என்னைச் சேர்த்துவிட்டார். எல்லாத் தமிழ் பத்திரி கைகளையும் வரவழைக்கிறோம். அவ்வப்போது தமிழ் ரிக்கார்டுகள் வாங்கி, இங்கு போட்டுக்கேட்கிறோம். இப்போது பதினைந்து அங்கத்தினர்கள் இருக்கிறார்கள். நீங்களும் சேர்ந்துவிடுங்கள்.

"உங்கள் உடையிலேயே நாங்கள் ஒரு போட்டோ எடுக்கப் போகிறேம். இது டிரெயினிங் முடித்த பிறகு Compare

செய்து பார்ப்பதற்கு, இந்த போட்டோகிராப் முடிந்தவுடன் நீங்கள் உடைகள் இஷ்யூ செய்யும் இடத்திற்குச் செல்லலாம் எல்லாம் அங்கு தரப்படும்". லெப் கமாண்டர் ஹார்ட்ன் தனது புரியாத ஆங்கிலத்தில் திரும்பத் திரும்பச் சொன்னார்.

அவர் சொன்ன வார்த்தைகளின் அர்த்தம், எனக்குப் பல நாட்கள் கழிந்துதான் புரிந்தது. அவருக்கு முன்னால் நாங்கள் ஒரு எக்ஸிபிஷன் மாதிரி இருந்திருப்போம். இப்போது நினைத்துப் பார்த்தால் சிரிப்புத்தான் வருகிறது. என் உடை ஒரு காகி டிராயர், வெளியில் தொங்கவிடப்பட்ட அரைக் கை சட்டை, காலில் செருப்புக்கள் என் போன்று இன்னும் நாற்பது பையன்கள். எல்லாம் தினுசு தினுசாக உடையணிந்திருந்தார்கள். ஒரு மலையாளப் பையன் சிக்கென்று பிடித்த சட்டை வேஷ்டியை மடித்துக் கட்டியிருந்தான். லெப்டினென்ட் கமாண்டர் ஹார்டன் அந்த உடையைக் கண்டு அனுபவித்துக் கொண்டிருந்தார். இன்னும் பல ரகங்கள் தமிழ்நாட்டிலிருந்து நான் ஒருவன்தான். இரு வங்காளிகள் போஸ் என்ற ஒருவன், வயதுக்கு மீறி வளர்ந்துவிட்டவன், சர்க்கார் என்ற மற்றொருவன் ஆரம்பத்திலேயே எல்லோரிடமும் நற்பெயர் சம்பாதித்து விட்டான்.

கடுக்கனைக் கழட்டிவிட வேண்டும். தலைமயிர் இவ்வளவு நீளம் வளர்த்துக் கொள்ளக்கூடாது. எப்பொழுதும் ஷூஸ் ஸ்டாக்கிங்ஸ் அணிய வேண்டும். இப்போது கொடுக்கப்படும் உடையைச் சரியாக வைத்துக் கொண்டு சுத்தமாக அணிய வேண்டும். எல்லோரும் வரிசையாக நில்லுங்கள்.

ஒருவிதமான நோக்கமுமின்றி வரிசையாக நாங்கள் நிற்க முயன்றது, சாய்ந்த பலகையில் கடுகைக் கொட்டியது போலத்தான் இருந்தது. எல்லோரும் வரிசையை உண்டாக்க முயன்றார்கள். ஒருவராவது வரிசையில் வரவில்லை.

சீஃப் லெப்டினென்ட் கமாண்டர் ஹார்டன் கூப்பிட்டார்.

முதல் தடவையாக என் வயிற்றில் ஏதோ செய்தது அந்த (Chief Petty Officer) சீஃப் பெட்டி ஆபிசரைப் பார்த்தவுடன் முகத்தில் ஒருவித சந்தோஷமில்லாது, உலகத்தையே ஒரு வெறுப்புடன் நோக்கும் அந்த நாற்பது வயதுக்கும் மேற்பட்ட ஜீவனின் ஒரே குறிக்கோள் Instil fear

பயத்தை உண்டாக்கிப் பணிய வைப்பது என்பது எல்லா படைகளிலும் கையாளும் உத்திதான். நாங்கள் என்ஜினியரிங் படிக்கத்தான் வந்திருக்கிறோம். லெப்ட் ரைட் கற்றுக் கொள்ளவல்ல என்று நினைத்தது மகா தவறு என்று எனக்குப் பிறகு புரிந்தது.

இந்த சீஃப்தான் உங்களுக்கு டிவிஷனல் சீஃப். இவரிடம் உங்களது கேள்விகளைக் கேட்டுக் கொள்ளலாம். இனி இவர்தான் உங்களுக்கும் எனக்கும் உள்ள லிங்க். நான் உங்கள் டிவிஷனல் ஆபீஸர். எந்தக் கவலையையும் என்னிடம் கூறிக்கொள்ளலாம். விஷ் யூ ஆல் த பெஸ்ட் டு க்ளோத்திங் ஸ்டோர்.

லெப்டினென்ட் கமாண்டர் ஹார்டன் திடீரென்று மறைந்துவிட்டார். அவர் வருவதும் செல்வதும் தோன்று வதும் மறைவதுமாகவே இருந்தது. அவரது நடை, உடை பாவனைகள் எல்லாமே எனக்கு மிகவும் பிடித்திருந்தது.

ஸ்குவாட் திடீரென்று ஒரு கத்தல். நாங்கள் எல்லோருமே அதிர்ச்சியடைந்து விட்டோம்.

பிஸ்மார்ட் நான் ஸ்குவாட் என்று அழைத்ததும், நீங்கள் எல்லோரும் என்னைப் பார்க்க வேண்டும். அடுத்தாற்போல், எக்ஸியூடிவ் கமாண்ட் வரும் அதைப் பணியவேண்டும்.

ஒரு மணி நேரத்திற்குள் எங்கள் பாதி உயிரை வாங்கிவிட்டார் அந்த சீஃப். அது அவரது தனித்திறமை யாகவே காட்சியளித்தது. அவருக்கு ஆங்கிலம் சரியாகத் தெரியவில்லை. ஆனால் சற்றும் தயங்காது தப்பும் தவறுமாக ஆங்கிலத்திலேயே பேசினார்.

எல்லோருக்கும் வரிசையாக நிற்க வைத்து, துணிகள் தரப்பட்டன. நாங்கள் அன்றிலிருந்து யூனிபாரம் அணிய வேண்டும் என்ற உத்திரவிடப்பட்டது. எத்தனையோ சமாசாரங்கள் ஸர்ஜ்கோட்டு, உல்லன் அண்டர்வேர் போன்றவைகளும், ஸ்டிஃப்காலர், ஸாஃப்ட் காலர் போன்றவைகளும் தரப்பட்டன. எனது பதினான்கு வருட அனுபவத்தில் அவற்றில் பலவற்றை நான் அணிந்ததேயில்லை.

இரண்டு மணிநேரத்தில் எத்தனையோ இடங்களில் கையொப்பமிடச் சொல்லி, எத்தனையோ காகிதங்களை

வாங்கிக்கொண்டார்கள். கடைசியாக படுக்கை தரப்பட்டது. அத்துடன் ஒரு கொசுவலை. எல்லாவற்றையும் வைத்துக்கொள்ள ஒரு கிட்பேக். கடைசியாக ஒருமுறை எல்லோரையும் முறைத்துப் பார்த்துவிட்டு, ஒரு பரிதாபத்துடன் அந்த குமாஸ்தா “க்ளோத்திங் கம்பிளீட்” என்று சப்தமிட்டார். தொடர்ந்து ஸ்குவாட் என்று தொனி கேட்டதுதான், எங்கள் டிவிஷனல் சீஃப் அதுவரை அங்கிருந்தது தெரிந்தது.

“திஸ் இஸ் யுவர் அஸிஸ்டென்ட் டிவிஷனல் ஆபீஸர். ஹி வில் டேக் கேர் ஆஃப் யூ லெப்”. கமாண்டர் ஹார்டன் மற்றொரு ஆங்கிலேயரை எங்களுக்கு அறிமுகப்படுத்தினார்.

“ஐ ஆம் மிஸ்டர் ஸ்ப்ரேக்ஸ்”

“மிஸ்டர் ஸ்ப்ரேக்ஸ்?”

“யெஸ்”

மிஸ்டர் என்றுகூட ஒரு ரேங்க் உண்டா?

அப்துல் என்னுடன் சேர்ந்தவன். தைரியமாகப் பேசுவான். அவன்தான் இக்கேள்வியைக் கேட்டான். ஒரு சீஃப் பெட்டி ஆபீஸர் பல நாட்கள் கழித்து ஆபீசராகும் போது இந்த ரேங்க் தரப்படுகிறது. இதற்கு வாரண்ட் என்று பெயர். நான் ராயல் நேவியில் சீஃப். இங்கு இந்தியாவிற்கு வர சம்மதித்ததால், ஆபீசராகியிருக்கிறேன். நான் இங்கு குடும்பத்துடன் இருக்கிறேன். உங்களில் யாருக்காவது வீட்டு ஞாபகம் அதிகமாகிவிட்டால், ஞாயிற்றுக்கிழமைகளில் என் வீட்டிற்கு வந்து பொழுதைக் கழிக்கலாம்.

அவர் பேச்சிலேயே அன்பு தொனித்தது. அதே நேரத்தில் அவர் கடுமையான பேர்வழி என்பதும் தெரிந்தது.

அவர் சுமார் இரண்டு மணிநேரம் எங்களுடன் கழித்தார். பல விஷயங்கள் பற்றிக் கூறினார். முக்கியமாக, ஒழுங்கு முறையைப் பற்றியும், பொழுதுபோக்கு கிளப்பைப் பற்றியும் அதிகம் பேசினார்.

கடைசியாக எங்களுக்கு நம்பர் தரப்பட்டது. இந்த நம்பர் என் பெயருடன் எப்போதும் இருக்கும்.

"50093. . . . . . ." சப்தம் கேட்ட சில வினாடிகளுக்குப் பிறகுதான் என் நம்பர் அது என்று எனக்குப் புரிந்தது.

இன்று கடற்படையை விட்டுப் பிரிந்து செல்லும் எனக்கு எத்தனையோ நினைவுகள். அதில் முக்கியமாக என் மனக்கண்ணில் தோன்றுவது அன்று, 50093 என்று நாமகரணமிடப்பட்டு, சரியாகச் சேராது, முற்றிலும் பெரிய புதிய துணிகளில் நான் பரிதாபமாக நின்று கொண்டிருந்தது தான். ஆனால், அந்தப் பரிதாபத்திலும், முகப்புக் குல்லாய் (Peaked Cap) தலையில் வைத்தவுடன் ஒரு சந்தோஷம் அன்றிலிருந்து பல வருடங்களுக்குப் பிறகு, இன்றும் அந்தத் தொப்பியின் மீது ஒரு அன்பு, அது அன்று எனது சிறு வயதில் ஒரு அதிகாரத்தைத் தோற்றுவித்தது. இன்று, மனதோடு ஒட்டிவிட்ட பல நினைவுகளில் சின்னமாக விளங்குகிறது.

2. சிவாஜி நாட்கள்

"இதுவரை நான் துடைப்பத்தை வைத்து ஒரு பெரிய ஹாலைப் பெருக்கியதில்லை. . ."

"எல்லோரும் எதுவும் செய்வதில் முதல் தடவை என்று ஒன்றுண்டு. அது இதுவாக இருக்கட்டுமே! தவிரவும் நீ நன்றாகப் பெருக்காவிட்டால், நாங்கள் விட்டுவிடப் போவதில்லை; உனது இருப்பிடத்தைச் சுத்தமாக வைத்துக் கொள்ளுதல் உன் பொறுப்பு; உன் பொறுப்பை நீ சரிவர கவனிக்கிறாயா என்று பார்ப்பது எங்கள் வேலை. நீ இந்த ஹாலைப் பெருக்கி சுத்தம் செய்வதால், தாழ்ந்துவிட மாட்டாய். இது வாழ்க்கையின் படிப்பினை. 'சிவாஜி'யில் நாங்கள் கற்றுத்தருவது பள்ளிப்பாடம் மட்டுமல்ல; நான்கு வருடங்களுக்குப் பிறகு நீ வெளியில் சென்றவுடன், சிவாஜியில் பயிற்சி பெற்றவன் என்று நாங்கள் பெருமைப்பட நீ நடந்துகொள்ள

வேண்டும். நீ படிக்கப்போவது என்ஜினியரிங் என்பது உண்மை. அதனுடன் சமூக ஒருமைப்பாடு, வாழ்வின் முன்னேற்றம் முதலியவையும் ஆகும். இங்கு உன்னுடன் வந்திருப்பவர்கள் நாட்டின் பல மூலைகளிலிருந்தும் வந்துள்ளனர். அவர்கள் எல்லாம் உன்னைப் புரிந்து கொள்ள வேண்டும். நீ அவர்களைப் புரிந்து கொள்ள வேண்டும். நாட்டின் எல்லைகளைக் காக்கும் புனித வேலையில் இந்த ஒற்றுமை மிக அவசியம். தவிரவும் நீ பயிற்சி முடிந்தவுடன் கப்பல்களில் வேலை பார்க்கச் சென்றுவிடுவாய். அங்கு பலதரப்பட்ட மாலுமிகளையும் அதிகாரிகளையும் பார்ப்பாய். அவர்களுடன் ஒத்துவாழாவிடின் உனது வாழ்க்கைதான் சங்கடம் மிகுந்ததாக மாறிவிடும். கப்பல் என்பது ஒரு வீடு ஒரு குடும்பம் போன்றது. சுற்றிலும் ஆழ்கடல். நடுவில் மிதந்து கொண்டிருக்கும் உனது கப்பலில் வேற்றுமைகள் இருப்பின் மிதப்பதே கடினமாகிவிடும். கப்பல் மிதக்க வேண்டும். மிதக்க, கப்பல் கூட்டின் ஒற்றுமை அவசியம். மிதந்தால்தான் நகரும். நகர்ந்தால்தான் போர் புரிய முடியும். அதுதான் எல்லைக் காவலின் அடிப்படை ஊம் இப்போது பெருக்கு, பார்க்கலாம். . ."

அவ்வளவு பெரிய பேச்சு பேசிய பிறகும் ஸ்ப்ரேக்ஸ் சொன்ன தத்துவம் எனக்குக் கோபத்தைத்தான் தந்தது. நான் இந்த தத்துவத்தைப் புரிந்துகொள்வதில் கையிலிருந்த துடைப்பம் சற்றே தடை புரிந்தது. இருப்பினும், "தெரியாது" என்று சொல்வதில் தோல்வி தொனிப்பதால், எங்கள் ஹாலைப் பெருக்க ஆரம்பித்தேன். நான் வீசிய வீச்சிலிருந்தே ஸ்ப்ரேக்ஸ் எனது கோபத்தைப் புரிந்து கொண்டு மெதுவாக நகர்ந்துவிட்டார்.

மறுகோடியிலிருந்து ஒரு 'சீனியர்' 'விசில்' அடித்துக் கொண்டே, சந்தோஷத்துடன் பெருக்கிக் கொண்டு வந்தது, எனக்கு ஆச்சரியத்தை அளித்தது. அங்கிருந்து கண்ணைச் சிமிட்டி அழைத்தான் அந்த சீனியர்.

"வீசி வீசிப் பெருக்குவதால் கைதான் நோகும். செய்ய வேண்டியதை மன திருப்தியுடன் செய்து விடு; அதில் துன்பம் காணமாட்டாய். தவிரவும், நாமிருக்கும் இடத்தைத் தானே நாம் பெருக்குகிறோம். அதில் சிறுமை ஒன்றுமில்லையே..."

மிகச் சாதாரணமாக ஒரு பெரிய தத்துவத்தை விளக்கி விட்ட அந்த 'சீனியர்' அன்றிலிருந்து எனது 'குரு' வாகிவிட்டான்.

"பாலிஷ் போடுவது என்பது ஒரு 'ஆர்ட்'. பார் நான் சொல்வதை...."

அதே 'சீனியர்' சில நாட்களுக்குப் பிறகு காலணிகளைப் பாலிஷ் செய்யும் முறையைக் கற்றுத் தந்தான். "சிறிது பாலிஷ் போட்டு, நன்கு தேய்த்துவிட்டு சிறிது தண்ணீரையோ அல்லது எச்சிலோ அதன் மீதிட்டு நன்கு தேய்த்துப் பார்..."

இரண்டு வாரங்களில் உடை அணிவது எவ்வாறு என்பதை நன்கு கற்றுத் தந்துவிட்டான் அந்த சீனியர்.

அந்த இரண்டு வாரங்களில் நான் கற்றது பல விஷயங்கள். முதலாவது 'பெரேட் கிரவுண்ட்' (Parade Ground) டில் சிரிப்பது எவ்வளவு முட்டாள் தனம் என்பது. உங்களுக்கு உடைகள் தரப்பட்ட இரண்டாவது நாள் காலையில், எங்கள் டிவிஷனல் சீஃப் எங்களுக்கு அணிவகுப்பு பயிற்சி ஆரம்பித்துவிட்டார்.

"ஃபாலின்!" (Fall in) ஒரே ஒரு சப்தம் தொடர்ந்து பல கீச்சு மூச்சு குரல்கள்...

"சைலன்ஸ்!" ஒரே நிசப்தம்.

"யூ, கம் ஹியர் இந்த ஸ்பாட்டில் நீ நில். நீதான் மார்க்கர். உனது இடது பக்கத்தில் வரிசை உண்டாக்கப்படும்; வரும் ஒவ்வொருவரும் வலது கையைத் தோள் மட்டத்திற்கு உயர்த்தி உன்னை 'லீடர்' ஆக வைத்துக் கொண்டு அணி வகுப்பார்கள். எங்கே பார்க்கலாம்..."

மறுபடியும் ஒரே குழப்பம் தொடர்ந்து நிசப்தம். என்னை அறியாமல் நான் சிரித்துவிட்டேன்.

"யூ யங்பெல்லோ. இங்கே வா, உன் பெயர்?"

"நரசய்யா..." நான் நடுங்கிவிட்டேன்.

"வெரி குட், நரசய்யா, இந்த பெரேட் கிரவுண்டைச் சுற்றி மூன்று தரம் ஓடு. . ."

பார்ப்பதற்குச் சிறிதாகக் காட்சி அளித்தாலும் மூன்று தடவை ஓடின பிறகுதான், அந்த மைதானத்தின் எல்லை எனக்குப் புரிந்தது. சிரிப்பது எவ்வளவு தவறு என்பதும் புரிந்தது.

மற்றொரு நாள்; சாதாரணமாக அணிவகுப்புக்கு 'பூட்ஸ்' அணிந்து செல்ல வேண்டும்; நான் அன்று ஷூஸ் அணிந்திருந்தேன். என் காலைப் பார்த்துவிட்டார் அந்த சீஃப்.

"ஏன் ஷூஸ் அணிந்திருக்கிறாய்?"

ஷூஸ் பூட்ஸைவிட விலையுயர்ந்தது என்றுதான் என் மேல் அனுதாபத்துடன் கேட்கிறார் என்று நான் நினைத்து விட்டேன். சந்தோஷத்துடன் பதிலளித்தேன். "பரவாயில்லை."

"வாட்! பரவாயில்லையா, உனக்கா, எனக்கா? சொல்வதையும் சொல்லிட்டுச் சிரிக்கிறாயா?"

மூன்றாவது தடவையாக பெரேட் கிரவுண்டைச் சுற்றி ஓடிவரும்பொழுது, 'இனி சாகும் வரையில் அணிவகுப்பில் ஷூஸ் அணிய மாட்டேன்' என்று சொல்லிக் கொண்டே தான் வந்தேன்.

அந்தந்த நிமிடங்களில் இவை வெறுப்பைத் தோற்றுவிப்பினும், பிறகு அவற்றை நினைத்துப் பார்க்குங்கால், ஒரு விதமான நிறைவையே தோற்றுவிக் கின்றன. 'சிவாஜி' ஒரு போர்டிங் ஸ்கூல் போலத்தான் எனக்குத் தோன்றியது. ஒவ்வொரு நிமிடத்திலும் வாழ்க்கையின் பல சிக்கல்களில் ஏதாவது ஒன்று தோன்றி அதற்கு ஒரு பரிகாரத்தையும் தந்தது.

இல்லாவிட்டால், எனது, மழைக்கால, பெரிய காலணிகளுள் காலை விட்டவுடன் 'ஜில்'லென்று காலில்பட்ட தவளையை நினைத்துத் திணற ஆரம்பிக்கு முன், போட்டவர்கள் பார்த்தால் சிரிப்பார்களே என்ற எண்ணத்தில், ஒன்றும் நேராதது போல், சர்வ சாதாரணமாக அந்த தவளையை, என்றும் செய்யும் வேலையைப் போலக் கீழே எடுத்து விட்டு விட்டு, காலணிகளை அணியும் தைரியம் எங்கிருந்து வரும்? அணிந்துவிட்டபின் மிகவும் சாதாரணமாக, "தவளை தானே, பாம்பென்று ஒரு கணம் திகைத்துவிட்டேன்" என்று சொல்லும் சமயோசித புத்திதான் எங்கிருந்துவரும்? இந்த அனுபவம் சிவாஜியில் சேரும் எல்லோருக்கும் என்றாவது ஒரு நாள் ஏற்பட்டே தீரும்!

காலை ஆறரை மணியிலிருந்து ஏழு மணி வரை உடற்பயிற்சி. ஒரு வகுப்பு என்றால், குறும்புக்காரன் ஒருவனாவது இல்லாமல் போகமாட்டான். அவனுக்காக

வகுப்பே தண்டனையை அனுபவிப்பது அடிக்கடி நேர்வதுண்டு. அவ்வாறு நேரும்போதுதான் என்னையறியாமல் எனக்கு மிகவும் கோபம் வரும். உடற்பயிற்சியில் ஏதாவது ஒரு கஷ்டமான பயிற்சி தந்து, அதல் நாங்கள் படும் அவஸ்தையை ஆனந்தமாக அனுபவிக்கும் பி.டி.ஐ. டிரில் மாஸ்டரை நினைக்கும்போது, மார்க்விஸ் டி சேடின் (Marquis de Sade) ஞாபகம் வருகிறது. அந்த அரை மணி நேரத்தில் உயிரை வாங்குவது போலத்தோன்றினும், பிறகு அப்பயிற்சிதான். உடலில் நோயும், களைப்பும் வராமல் காத்திருந்தது என்பது உண்மைதானே!

ஏழு மணியிலிருந்து ஏழரை மணிவரை காலைச் சாப்பாடு. காலையில் புசிப்பதென்பது அங்குதான் பூரணமாகக் கண்டேன். வரிசையாக மேஜைகள் அமைத்து, அவற்றின் இருமருங்கிலும் நாங்கள் உட்கார்ந்திருப்போம். ஒவ்வொரு மேஜைக்கும் ஒவ்வொரு நாள் எங்களில் ஒருவன் எல்லோருடைய உணவையும் கொண்டு தரவேண்டும். உணவு முடிந்தவுடன், டேபிளை சுத்தம் செய்து, டேபிள் கிளாத்தை மடித்து வைக்க வேண்டும். இந்த வேலையை முதலில் நான் வெறுத்தாலும், நாளாக ஆக அதுவும் சாதாரணமாகிவிட்டது. அதிலும் ஒருவருக்கொருவர் போட்டி போட்டுக்கொண்டு தங்களது மேஜைகளை சுத்தமாக வைக்க முயல்வது, வீட்டை சுத்தமாக வைத்துக் கொள்ளும் எண்ணத்தையே தந்தது. காலையில் அந்த ஐரோப்பிய அதிகாரிகள் வந்து, "ஹௌ ஆர் யூ சன்?" என்று சொந்தத்துடன் விசாரிக்கையில் அவர்கள் அன்பும், வேலையில் நோக்கும் எனது மனத்தைக் குளிரச் செய்தது. இதே அதிகாரிகள் சுதந்திரத்திற்கு முன்னால் இந்தியர்களுடன் பழகின விதமும், இப்போது பழகும் விதமும் பற்றி சீனியர்கள் சொல்லக் கேட்டிருக்கிறேன். 'நாம் சுதந்திரம் பெற்றவர்கள்; இவர்களை நாம் கற்றுத் தரவேண்டி அமர்த்தியிருக்கிறோம்' என்ற எண்ணம்; 'இந்தியாவும் ஒரு தனி நாடு. அதில் நாம் முக்கியமான மனிதர்கள்' என்ற மனித எண்ணத்தைப் பன்மடங்கு அதிகமாக்கிற்று.

ஏழேமுக்கால் மணிக்கு 'பெரேட்' (Parade) ஆரம்பம். எட்டு மணிக்குச் சரியாக, கால நிர்ணயம். ரேடியோ மூலம் அறிந்து, 'எயிட் பெல்ஸ்சார்' என்று குரல் கொடுத்தவுடன்

ஏற்றப்படும் கொடி; அதற்கு மரியாதை தெரிவிக்கும் முறையில், 'அட்டென்ஷ'னில் நிற்கும் நாங்கள் தொடர்ந்து அணிவகுப்பு. ஐந்து நிமிடங்களுக்குள் வகுப்புக்கள் நான்கு வருடங்களாகத் தொடர்ந்து இதையே செய்துவரினும், ஆரம்பத்தில் அடிமைத்தனம் போலத் தோன்றினாலும், செல்லச் செல்ல, அதுவும் வாழ்க்கையின் ஒரு பகுதியாகத் தோன்றிவிட்டது. ஒழுங்குமுறை என்பதை இன்னொருவர் சொல்லிச் செய்வதாக நினைத்து விட்டால்தான் அடிமைத்தனம் தோன்றுகிறது. அதையே நாமாக நிர்ணயித்துக் கொண்டது என்று நினைத்துக் கொண்டுவிட்டால், அது எவ்வளவு சுலபமாகி விடுகிறது. தவிரவும், அதில் ஓர் மன நிறைவும் ஏற்பட்டுவிடுகிறது.

எங்களுக்கு அணிவகுப்புப் பயிற்சி அதிகம் கிடையாது. இருந்தபோதிலும் அவ்வப்போது, அணிவகுப்பு நடத்தச் செல்ல வேண்டும். ஏனென்றால் 'முதலாவதாக கடற்படை மாலுமி, பிறகுதான் வேறு பிரிவுகள்' என்ற தத்துவத்தின் வழியில் எல்லோருக்கும் ஓரளவாவது அணிவகுப்பு தெரிந்திருக்க வேண்டும். அதே போல மற்ற பிரிவில் உள்ளவர்களுக்கும், என்ஜினிரிங்கைப் பற்றி குறைந்த அளவாவது சொல்லிக் கொடுக்கிறார்கள். இதன்மூலம் ஒரு கப்பலை ஓட்ட எல்லோருடைய ஒத்துழைப்பும் அவசியம் என்பது தெரிந்து கொள்ளப்படுகிறது. ஆனால் அணிவகுப்புப் பயிற்சி தருபவர்கள் சாதாரணமாகத் தங்கள் பிரிவில் இல்லாதவர்களைச் சற்றே சோதனை செய்வது, (பெரேட் கிரவுண்டில்தான்) மனோதத்துவம் என்றே எனக்குப்படுகிறது. சில இன்ஸ்டிரக்டர்கள், எங்களைப் பலவிதத்தில் பெரேட் கிரவுண்டில் துன்புறுத்த (துன்புறுத்த என்ற வார்த்தையைவிட, சோதிக்க, என்ற வார்த்தை சரியெனப் படுகிறது. ஆனால் அதுவும் முழு அர்த்தத்தையும் கொடுப்பதாகத் தெரியவில்லை) முயன்றிருக்கிறார்கள்.

அந்த வகையைச் சேர்ந்த ஒருவர் எங்களைப் பகலில், சரியான வெயிலில் 'உயிரை வாங்கும்'போது நடந்த ஒரு சம்பவம் நினைவுக்கு வருகிறது. இத்தகைய சம்பவத்தை எல்லா வகுப்புகளும் ஏதாவதொரு போதில் அனுபவித்திருக்கும். ஆனால் எங்கள் வகுப்பிற்கு சற்று அதிகமாகவே கிடைத்துவிட்டது.

தொந்தரவு தாங்காத நண்பன் ஒருவன், அந்த ஜி.ஐ.யைப் போலவே குரல் கொடுக்க, அந்த சந்தோஷத்தில் ஒரு சிலர் அதில் கலந்துகொள்ள, அது ஒரு கேலியாக மாறிவிட்டது. தாளாது, அந்த ஆசிரியர் எங்கள் வகுப்பு முழுமையையும் 'ரிப்போர்ட்' செய்துவிட்டார். எங்களது டிவிஷனல் ஆபீஸர் மிஸ்டர் ஸ்ப்ரேக்ஸ், எங்களுக்குத் தண்டனை அளித்தார். அதன்படி பகல் உணவு வேளை ஒரு மணியிலிருந்து அரை மணியாக ஆக்கப்பட்டது. பகல் 12லிருந்து 12 1/2 வரை வெயிலில் பெரேட் கிரவுண்டில் ஓட்டம் முழு உடையுடன். முதல் நாள் கலாட்டா அதிகமாகிவிட்டது. பொறுக்க முடியாத ஆசிரியர் திரும்பவும் ரிப்போர்ட் செய்ய, கமாண்டர் பியர்ஸ், எங்களைப் பார்க்க வந்தார். அவர் பேசியது மிகக் கச்சிதமாக இருந்தது. முதல் தடவையாக பயத்தையும் உண்டு பண்ணிற்று.

"இந்த தண்டனை தொடரும். அரை மணியிலிருந்து முக்கால் மணியாக உயர்த்தியிருக்கின்றேன். மாலையில் ஒரு மணி நேரமும் கூட்டியிருக்கிறேன். மிஸ்டர் ஸ்ப்ரேக்ஸ் திருப்தியடையும் வரை தண்டனை தொடரும். நான்கு வருடங்களும் தொடர வேண்டியிருப்பினும் கூட..."

கமாண்டர் பியர்ஸ் சென்ற பிறகுதான் எங்களுக்குப் புரிந்தது. ஒரு ஜி.ஐ எவ்வளவு தூரம் எடுத்துச் சொல்லலாம் என்று. கலாட்டா குறைய ஆரம்பித்தது. பத்து நாட்களில் தண்டனை முடிந்தது. அந்நாட்களை இப்போது நினைத்துப் பார்த்தாலும் பயமுண்டாகிறது. அது தேவைதானா, என்ற ஒரு ஆராய்ச்சி எங்களுக்குள் நடந்தது. அது தேவையல்ல என்று நாங்களாக நிச்சயித்துக் கொண்டோம்! ஆனால் பல நாட்களுக்குப்பிறகு அதைப்பற்றி நினைத்துப் பார்க்கையில், தண்டனை யைவிட, தண்டனையின் நோக்கம் பளிச்சென்று தெரிகிறது. அவ்வதிகாரிகளும் வயதில் மூத்தவர்கள் தானே என்றும் எண்ணத் தோன்றுகிறது. 'Fear of Consequence' என்ற முறையில் டிஸிப்பிளின் புகுத்தப்படுவது, காவற்படைகளில் இன்றியமையாதது.

ஆங்கிலேய அதிகாரிகளின் சிறந்த செய்கைகளை நினைக்காமல் இப்போது இருக்க முடியவில்லை. எத்தனையோ விதத்தில் அவர்கள் எங்கள் அன்பைச் சம்பாதித்துக் கொண்டார்கள். அவர்களில் சிவாஜியில் மிகவும்

நேசிக்கப்பட்டவர்கள் லெப்டினன்ட் கமாண்டர் ஸ்டேபிள் போர்டும், மிஸ்டர் ஸ்ப்ரேக்ஸூம்தான். ஸ்டேபிள் போர்ட் எங்களுக்கு என்ஜினியரிங் வகுப்புகள் எடுத்தார். அவர் சொல்லிக் கொடுக்கும் முறையே அலாதி. குட்டையாகப் பருமனாக இருக்கும் அவர், ஓடி, குதித்து, சிரித்து வகுப்பையே ஆனந்தத்தில் ஆழ்த்துவார். ஒவ்வொரு இடத்திலும் நிறுத்தி எங்களைக் கேள்விகள் கேட்பார். தனது பாஷை புரிந்ததா என்று அடிக்கடி கேட்டுக் கொள்வார். சிறிய பாகத்தைக்கூட நிறுத்தி, நன்கு புரிய வைப்பார். மாலை வேளைகளில், 'ஜிம்னேசியம்' வந்து எங்களுக்கு 'பாக்ஸிங்' சொல்லிக் கொடுப்பார். எங்களில் சிறந்த பையனுடன் சிறிது நேரம் குத்துச் சண்டை போடுவார்.

அவர் இந்தியாவை விட்டுச் செல்ல நேர்ந்தபோது, அவருக்கு நாங்கள் இந்தியா படம் வரைந்த ஒரு தங்க மோதிரத்தைப் பரிசளித்தோம். அந்த நாள் எத்தனை பேர் கண்களில் நீர் துளிர்த்தது!

ஸ்ப்ரேக்ஸ் ஒரு அதிசயப் பேர்வழி. திடீரென்று கோபம் வரும். கோபம் அன்பாக மாறும். ஆனால் அவர் ஒருவருக்குத்தான் ஒவ்வொரு அப்ரென்டிஸின் பெயரும் சரியாகத் தெரியும்.

நான் சேர்ந்த சில நாட்கள் முன்புதான் அவரும் 'சிவாஜி' வந்தார். ஆகையால் அப்போது அவருக்கு இந்தியாவைப் பற்றி அதிகம் தெரியாது. சாதாரண ஆங்கிலேயனின் புத்தக அறிவைத்தான் அவரும் பெற்றிருந்தார். ஒரு நாள் என்னையழைத்து, தனது மனைவி வண்ணானுக்குத் துணி போடுவதாகவும், அவனுடன் பேச ஹிந்தி தெரியாதாகையால் நான் சென்று தனது மனைவிக்கு உதவி செய்ய வேண்டுமென்றும் கேட்டார். நான் எனக்கும் ஹிந்தி தெரியாதென்றவுடன் அவர் மலைத்து விட்டார்.

பிறகு சில நாட்களிலேயே அவர் இந்தியாவைப் பற்றித் தெரிந்துகொள்ள ஆரம்பித்துவிட்டார். தனது இரு குழந்தைகளுக்கும் ஹிந்தி கற்றுக் கொடுத்தார். தானும் சில வார்த்தைகளைப் பேச ஆரம்பித்து விட்டார். என்னை ஹிந்தி தெரியாத இந்தியன் என்று கலாட்டா செய்யவும்

ஆரம்பித்துவிட்டார். அவர் முக்கியமாகச் செய்த வேலைகளில் ஒன்று 'ஹாபீஸ் கிளப்' ஒன்று உண்டாக்கியது. இங்கு பலர் சேர்ந்தனர். வேலை நேரம் போக மற்ற நேரத்தில் இரவு 9 மணி வரை அங்கேயே இருப்பார் மிஸ்டர் ஸ்ப்ரேக்ஸ். நான் படம் போட அங்கு செல்வேன். ஒரு தடவை பெரிதாக ராஜாஜியின் படமொன்று போட்டிருந்தேன். அது நன்றாக வந்திருந்தது. அதைப் பார்த்துவிட்டு ஸ்ப்ரேக்ஸ் மகிழ்ந்த விதமே அலாதி. என்னை ஒரேயடியாகக் கட்டி அணைத்துக் கொண்டு, "ஒண்டர்ஃபுல்" என்று கூறி, "நான் இவருடன் கை குலுக்கியிருக்கிறேன் தெரியுமா?" என்று எல்லோருக்கும் கூறி, அப்படத்தைத் தானே எடுத்துக் கொண்டுவிட்டார். ராஜாஜி அப்போது கவர்னர் ஜெனரலாக இருந்த சமயம், ஆகையால் ஒரே நாளில் என்னைப் பெரிய 'ஆர்ட்டிஸ்ட்' ஆக்கிவிட்டார் ஸ்ப்ரேக்ஸ்.

மறுநாள், காலை ஒர்க்ஷாப்பில் மிஸ்டர் ஸ்ப்ரேக்ஸைப் பார்த்து, முந்தின நாளின் நினைவில், சிரித்துக்கொண்டே காலை வணக்கம் தெரிவித்தேன். ஒரே வினாடியில் ஸ்ப்ரேக்ஸ் மாறிவிட்டார் "Wipe That Grin off Your Face" என்று சத்தமிட்டவுடன் நடுங்கிவிட்டேன். கிறுக்கு என்று கூட நினைத்துவிட்டேன். பிறகுதான் புரிந்தது off and on Parade என்ற ஐரோப்பியர்களின் தத்துவம். வேலை நேரத்தில் ஒழுங்கு முறையை நன்கு காக்கின்றார்கள். ஓய்வு நேரத்தில் தங்கள் பதவிகளை மறந்து எல்லோருடனும் நன்கு பழகுகிறார்கள். இது படைகளில் மட்டுமின்றி மற்ற அரசாங்க ஊழியர்களிடமும் காணப்படுகிறது. இந்தியாவில் இது ஒரு முக்கியமான விஷயமாகக் கருதப்படவேண்டும் என்றே நினைக்கிறேன்.

'ஹாபீஸ் கிளப்'பில் சேர்ந்து நான் படங்கள் வரைய ஆரம்பித்தேன். இது எனது ஓய்வு நேரத்தை நன்கு பயன்படுத்த உதவிற்று. சில நாட்களில் எங்காவது ஏதாவது பெயிண்டிங் எழுத வேண்டுமென்றால், ஸ்ப்ரேக்ஸ் என்னைக் கூப்பிட்டனுப்புவார். படைகளில் ஒவ்வொருவருடைய திறமையும், நன்கு வெளிக் கொணரப்படுகிறது. ஒவ்வொருவருடைய திறமைக்கும் ஊக்கமளிக்கப் படுவதால், அவரவர்கள் தங்கள் திறமையை நன்கு வெளிப்படுத்து

கின்றார்கள். தங்களது திறமைகளைத் தெரிவிக்க வழி தெரிந்த ஒவ்வொருவராலும் தனது வேலையிலும் முழுக் கவனம் செலுத்த முடிகிறது. எந்தப் பதவியிலிருந்தாலும், படைகளில் பலர் தங்கள் வேலையில் திறனைக் காட்டுவது இதனால்தான் என்றும் நினைக்கிறேன்.

ஹாபீஸ் கிளப்பில் பலர் சேர்ந்திருந்தனர். ஒரு பையன் ஒரு எஞ்சின் செய்திருந்தான். சிறியதாக இருந்தாலும் ஒரு முழு என்ஜினுக்கு வேண்டிய எல்லா பாகங்களையும் மிகவும் சிரமத்துடன் செய்திருந்தான். ஒரு பாய்லர்தான் தேவையாயிருந்தது. ஒவ்வொரு நாளும் ஸ்ப்ரேக்ஸ், அந்த என்ஜினின் அமைப்பை நன்கு ஆராய்ந்து சில யோசனைகளும் கூறுவார். அவர் சொல்லியிருக்கிறார். "நீ பாய்லர் மட்டும் செய்யாதே, அதை நான் கவனித்துக் கொள்கிறேன்."

அந்தப் பையனுக்குப் பொறுக்கவில்லை. ஸ்ப்ரேக்ஸூக்குத் தெரியாமல் ஒருநாள், பித்தளை பாலிஷ் டின் ஒன்றை பாய்லராகச் செய்து அதில் நீர் நிரப்பி மூன்று ஜ்வாலைகளின் உதவியால், சூடுபடுத்த ஆரம்பித்தான்.

"ஸ்ப்ரேக்ஸ் ஆச்சரியப்படுவார்!"

சொல்லி முடிக்கவில்லை, 'டமார்' என்று ஒரு சத்தம். அந்த டின் வெடித்து உருவமே இல்லாது ஒரு மூலையில் கிடந்தது. நல்ல வேளையாக யாருக்கும் காயமேற்படவில்லை.

மறுநாள் ஸ்ப்ரேக்ஸ் எங்களுக்கு 'கஸாபியாங்கா' கதையைச் சொன்னார். முழுப் பணிவு 'Absolute Obedience' என்பதைப் பற்றி விளக்கினார். படைகளில் இதன் முக்கியத்துவத்தைப் பற்றி ஒரு மணி நேரம் தெளிவுபடுத்தினார்.

படைகளில் இருக்கும் ஒவ்வொரு மனிதனும் ஒவ்வொரு வினாடியிலும் ஏதாவதொன்றைப் புதிதாகக் கற்றுக் கொள்கிறான் என்ற எண்ணத்தை ஊர்ஜிதப்படுத்திக் கொண்டார். ஒரு நல்ல பாய்லர் செய்து அவர் நீராவியின் அழுத்தத்தால், அந்த என்ஜினை ஓடவைத்தார். சில நாட்களில் நாங்கள் பல விஷயங்களைக் கற்றுக் கொண்ட தன் காரணம் ஸ்ப்ரேக்ஸ்தான்.

*1961*ம் வருடம் ஜூன் மாதம் என்று நினைக்கிறேன். நான் 'விக்ராந்தி'ல் இருந்தபோது, நாங்கள் 'போர்ட்ஸ்மத்' சென்றிருந்தோம். அங்கு ஒரு கிழவனார் வந்திருப்பதாகவும், 'சிவாஜீ'யில் *49,50,51*ல் இருந்தவர் யாராவது இக்கப்பலில் இருக்கிறார்களா?' என்று கேட்பதாகவும் கேள்விப்பட்டேன். அவசரமின்றி சென்று பார்த்தபோது, வயதில் மிகவும் அதிகரித்துவிட்ட ஸ்ப்ரேக்ஸ் அங்கு நின்று கொண்டிருந்தார். பார்த்தவுடன் அப்படியே அணைத்துக் கொண்டுவிட்டார். என் கண்களில் நீர் துளிர்த்தது. அன்பும், பாசமும், இன மத வேறுபாடுகளின்றி வளர்ந்து, நமக்குத் தெரியாமலேயே நமக்குள் எத்தகைய உருவில் அமைந்துவிடுகின்றன என்று வியந்தேன்.

3. பயிற்சி தொடர்கிறது

முதல் வருடம் ஒருவாறாக முடிந்தது. ஜூன் 24ந்தேதி, 1950ம் வருடம். முதல் விடுமுறையில் எங்கள் வகுப்பு செல்லவிருக்கிறது. செல்லும் ஒவ்வொரு கணமும் வீட்டைப்பற்றி நினைவு என்றால், எவ்வாறு ஒரு வருடம் வீட்டைவிட்டுத் தனித்து இருக்க முடிந்தது? இதுதான் அங்கு ஒவ்வொரு பையனின் கேள்வியும், 25 நாட்கள் தான் விடுமுறை. பிறகு திரும்பி எவ்வாறு வருவது? வீட்டின் ஆனந்தத்தில் 25 நாட்கள் 25 வினாடிகளாகச் சென்றுவிடுமே திரும்புவது எவ்வாறு? நினைத்த எனக்கு அழுகை என்னையும் மீறி வந்துவிட்டது. ஏனிந்த கப்பற் படையில் சேர்ந்தோம். மற்றவர்கள் போல நாமும் வீட்டிலிருந்து படிக்கக்கூடாதா? தந்தையாரின் அரவணைப்பு ஏன் எனக்கு இவ்வயதிலேயே முடிந்துவிட

வேண்டும்? எனது தங்கை தம்பிகள் சிறுவர்கள் அவர்கள் விளையாட்டு அவர்கள் வளர்ச்சி, இவற்றில் நான் பங்குகொள்ள வேண்டாமா? அவர்கள் அன்பை நான் பகிர்ந்துகொள்ள வேண்டாமா? விடுமுறையைப் பற்றி நினைக்குமுன், அதன் பிறகு திரும்பி வரவேண்டிய எண்ணம்தான் தலைதூக்கி நின்றது. நான் மட்டுமல்ல, அங்கிருந்த எல்லோருடைய உணர்ச்சியும் அது போலத்தான் என்பதைத் தெரிந்து கொண்டேன். என்னில், எவ்வளவு வித்தியாசத்தை என் தாயார் காண்பார் ஒரு வருடத்தில், நான் இன்னும் வளர்ந்து சற்று பெரியவனாகி விட்டதைத் தந்தையார் காண்பார். என்னைக் காண அவர்களும் எவ்வளவு துடித்துக் கொண்டிருப்பார்கள். இவற்றை எண்ணி என் மனம் ஒரு நிலையிலின்றி தவித்தது.

விடுமுறை ஆரம்பம், ரயில் பயணம். சென்னை சென்ட்ரலில் என்னை அழைத்துப்போக வந்திருந்த எனது மாமாவைக் கண்டதும் நான் பேச முடியாது, கண்களில் நிறைந்திருந்த நீரைத் துடைத்துக் கொண்டிருந்தேன்.

சொல்லமுடியாத வேகத்தில் நேரம் சென்றது. மூன்றாவது நாள் வீட்டையடைந்தேன். தாயார் என்னை அணைத்துக் கொண்டார். அந்த வினாடியில், இந்தியாவின் வெவ்வேறு மூலைகளில் எத்தனை தாயார்கள் சிவாஜியினின்று வந்துள்ள தமது பையன்களை அணைத்துக் கொண்டிருப்பார்கள் என்று என் மனம் எண்ணியது. செல்லும் ஒவ்வொரு நாளும், விடுமுறை கழிவதையே நினைவுபடுத்தி என்னைச் சோகத்தில் ஆழ்த்தியது. முதல் விடுமுறையில் இரவுகளில் யாருக்கும் தெரியாமல் அழுதிருக்கிறேன். அதிலும் நமது இந்த உணர்ச்சிகள் மற்றவர்களுக்குக் கூடாது என்ற ஒரு எண்ணம்!

விடுமுறை கழிந்தது. புறப்படும் நாள் எனது மனம் பட்ட வேதனையை எழுத இயலாது. அன்று மழை வேறு. துணியெல்லாம் நனைந்திருக்க, எனது தம்பி தனது சட்டையைப் பிழிந்து கையில் வைத்திருக்க, புகை வண்டி நகர்ந்தபோது. . . . . .?

என் வாழ்க்கையில், புகை வண்டிகள் ஒரு தனி இடத்தைப் பிடித்திருக்கின்றன இன்பம், துன்பம், மன நிறைவு, பயம்

இவற்றையெல்லாம் இவ்வண்டிகள் வெவ்வேறு சமயங்களில் எனக்களித்திருக்கின்றன.

இதை என் சொந்த உணர்வு என்று நினைத்திருந்தேன். ஆனால் படைகளில் பலர் இவ்வுணர்வைக் கொண்டவர்களாகவே இருக்கின்றார்கள் என்று பிறகு தெரிந்து கொண்டேன்.

ஒரே ரீதியில் சுழலும் சக்கரம்போல எங்கள் இரண்டாவது வருடம் ஆரம்பமாயிற்று. இப்போது எனக்கு ஜூனியர்கள் இருந்தார்கள். ஆகையால் நான் சிறிதே அதிகாரம் பெற்றவனாக இருந்தேன். ஜூனியர்களுக்குச் சில விஷயங்களைக் கற்றுக் கொடுப்பதில் பெருமைப்பட்டேன்.

இரண்டாவது வருடத்தில்தான் நாங்கள் சத்ரபதி சிவாஜியின் பல கோட்டைகளைச் சென்று கண்டோம். பிரதாப் காட், கோரிகாட், நாராயணகாட், லோஹா காட் இங்குதான் எனக்கு நாட்டுப்பற்று மனதில் வேரூன்ற ஆரம்பித்தது. ஒவ்வொரு கோட்டையிலும் அமர்ந்து ஓய்வெடுக்கையில், சத்ரபதி சிவாஜியின் வீரச் செயல்களும் இம்மலைகளில் அவர் புரிந்த சாகசமும் எங்கள் வகுப்புக்கள் டிவிஷன்களாகப் பிரிக்கப்பட்டு, சிவாஜியின் கோட்டைகளின் பெயரால் அழைக்கப்பட்டன. இக்கோட்டைகளுக்குச் செல்கையில், எங்களுக்கு துப்பாக்கியால் சுடும் பயிற்சியும் தரப்படும். முதல் தடவையாக நான் ஒரு சிகரெட் டின்னைச் சரியாகக் குறி பார்த்து சுட்டேன். அது எனக்கு அளவில்லா பெருமையை அளித்தது. ஒரு வீரச் செயல் செய்துவிட்ட நிறைவு ஏற்பட்டது. அதேபோல சில நாட்களுக்குப் பிறகு வேறோர் இடத்தில் ஒரு கழுதைப் புலியை விரட்டிச் சென்று, சுட்டு வீழ்த்திய கூட்டமொன்றில், நானும் பங்கெடுத்துக் கொண்டபோது, அந்நிறைவு குறைந்தது! ஒரு உயிரின் முடிவு என்று ஏற்படும்போது, அது என்றும் நிறைவை அளிப்பதில்லையே!

சிவாஜியின் பல நிகழ்ச்சிகளில் பங்கெடுத்துக் கொள்ள ஆரம்பித்துவிட்ட எனக்கு, இரண்டாவது வருடம் முதல் வருடத்தைவிட வேகமாகச் சென்றது தெரிந்தது. இவ்விரண்டாவது வருடத்தில் என்னைப் பொறுத்தமட்டில் ஒரு சுவாரசியமான சம்பவம் நடந்தது.

அப்போது அட்மிரல் பாரி, இந்திய கப்பற்படையில் தளபதியாயிருந்தார். கேப்டன் தயாசங்கர் (இப்போது ரிடயர்ட் ரியர் அட்மிரல்) சிவாஜியின் கமாண்டிங் ஆபீஸராயிருந்தார்.

அப்ரெண்டிஸ்களாகச் சேர்ந்து சிரமதான் செய்து, ஒரு கேண்டீன் சிவாஜியில் கட்டப்பட்டது. அதைத் திறக்க அட்மிரல் பாரி வந்திருந்தார். அவர் ஆறடிக்குமேல் உயரமானவர். கேப்டன் தயாசங்கர் ஐந்தடிக்குமேல் சொற்ப அங்குலங்களே உயரமானவர். இருவரும் நின்று பேசிக்கொண்டிருந்தது எனக்குச் சிரிப்பை வரவழைத்தது.

நிகழ்ச்சி முடிந்து 'டார்மிடரி' சென்றவுடன் படிப்பறைக்குச் சென்று ஒரு படம் வரைந்தேன். மிகக் குட்டையாக தயாசங்கரையும், மிக நெட்டையாக பாரியையும் வரைந்து, அதன்கீழ் 'Unbalanced Diet' என்று இந்தியன் இங்கில் முடித்தேன்.

மறுநாள் விடுமுறை. விளையாட்டு மைதானத்தில் கிரிக்கெட் மாட்ச் நடந்து கொண்டிருந்தது.

கேப்டன் தயாசங்கர் உட்கார்ந்து பார்த்துக் கொண்டிருந்தார். நான் வரைந்த படத்தை சுருட்டிக் கையில் வைத்துக் கொண்டு, மெதுவாக பயமும், சொல்லத் தெரியாத தைரியமும் அமைந்திருக்க, அவர் நாற்காலியின் பின் சென்று சுமார் மூன்றடி தூரத்தில் நின்றேன்.

ஆட்டத்தில் கவனம் செலுத்தியிருந்த தயாசங்கர் என்னைக் கவனிக்கவில்லை. பக்கத்தில் அமர்ந்திருந்த அதிகாரி ஒருவர், திரும்பி என்னை நோக்கினார் அதைக் கண்ட கேப்டனும் திரும்பினார்.

"யெஸ், அப்பல நரசய்யா?"

கேப்ன் தயாசங்கரின் ஞாபக சக்தியை யானைக்கு ஒப்பிடலாம். ஒவ்வொரு அப்ரெண்டிசின் பெயரும் தெரிந்து வைத்திருந்த அவர், அதை மெதுவாக கரகரத்த குரலில் வாயிலிருக்கும் சிகரெட்டை எடுக்காமலேயே, அழுத்தம் திருத்தமாகக் கூறுவதில் பெருமைப்படுபவர்.

"குட்மார்னிங் சார், திஸ் ஸ்கெட்ச் ஐ ட்ரூ" சொல்லு

முன் வியர்த்துவிட்டேன். சுருட்டியவாறே இருந்த அந்தப் படத்தை அவர் கையில் கொடுத்துவிட்டு நகர்ந்தேன்.

மறுநாளிலிருந்து என்னைப் பார்க்கும்போதெல்லாம் நான் படம் வரைகின்றேனோ என்று கேட்க ஆரம்பித்துவிட்டார், கேப்டன் தயாசங்கர். தவிர, மற்ற அதிகாரிகளும் நண்பர்களும் தங்களுக்கு ஏதாவது படம் வேண்டுமெனில் என்னைக் கேட்கவும் ஆரம்பித்து விட்டனர். அது எனக்கு மன நிறைவைமட்டும் அளித்ததோடல்லாமல், படங்களிலும், சைத்ரிகர்களிலும் ஒரு ஈடு பாட்டை அளித்தது.

இவ்வருடத்தில்தான் சிவாஜியின் சுற்றுப்புறத்தைப் பற்றி அதிகம் அறிந்து கொள்ளவும் ஆரம்பித்தேன். ஞாயிற்றுக்கிழமைகளில், 'சாண்ட்விச்'கள் செய்து கையில் எடுத்துக்கொண்டு, 'ஹைகிங்' சென்றோம்.

இயற்கையின் எழிலை ரசிக்க, ரசிக்க அவ்வெறி அதிகரித்துக் கொண்டேதான் செல்கிறது என்பதைப் பூரணமாக உணர்ந்தேன். ஒரு பக்கத்தில் நல்ல சாய் மட்டமாக அமைந்து, மறுபக்கத்தில் திடீரென்று படுபாதாளத்திற்குச் சரிந்துவிடும். 'ட்யூக்ஸ்நோஸ்'. ஒரு பிரபுவின் மூக்கு; சரியான பெயர். ஆங்கிலேயர்கள் பெயரிடுவதில் சிறந்தவர்கள் அக்குன்றில் எத்தனை தடவை ஏறியிருக்கிறேன். ஒவ்வொரு தடவையும் மன நிறைவை அளிக்கும் இயற்கையன்னையின் ஆயிரக் கணக்கான பொருள்களில் ஒன்றுதான், அது. பசுமையும் ஈரமும் நிறைந்த அந்தச் சரிவில் ஏறும்போது ஏற்படும் உடல் வலி, உள்ள நிறைவால் சரியாக்கப்பட்டுவிடுகிறது. உச்சியில் சென்று அமர்ந்து, மூடுபனியில் மறைந்து ஆங்காங்கே மட்டும் தெரியும் சிவாஜியின் கட்டிடங்களைக் காணும் போதும், மிக தூரத்தில் அடர்ந்த காடுகளைக் கொண்ட வெள்ளை பசுமை கருமை வர்ணங்கள் கலந்த ஒரு நிறத்தில் கம்பீரமாகத் தெரியும் மேற்கு மலைத்தொடர் கண்களில் தெரியும்போதும், அக்காடு களில் நடுவில், வெள்ளைக் கோடுகளாகக் காட்சியளிக்கும் நீர்வீழ்ச்சிகள் தமது வேகத்தை தூரத்திலும் காட்டிக் கொள்ளவேண்டி, கீழே விழும் நீரை, மேகமண்டலமாக எழுப்பி வரும் காட்சியைக் காணும் போதும், அக்குன்றைவிட்டு அகலவே மனம் வராது. அந்த ஈரமில்லாத 'சாண்ட்விச்'களைச் சாப்பிட்டுவிட்டு, பிளாஸ்க்கிலிருந்த நீரைக்

குடித்துக் கொண்டிருக்கும்போது ஏற்படும் பூரண நிறைவு, எந்த விருந்திலும் எனக்கு ஏற்பட்டதில்லை. பார்த்துக் கொண்டிருக்கும்போதே திடீரென வெகுவேகமாக, மேல்திசையில் கீழ்நோக்கிச் சென்று கொண்டிருக்கும் கதிரவனின் வீரம் பயனற்றது என்று கூறிகொண்டே, சூழ்ந்துவரும் இருளை நினைத்து, அப்போதுதான் நேரமாகிவிட்டதென்பதில் கருத்தை உணர்ந்து, அச்சரிவின் ஈரத்தைப் பயன்படுத்திக்கொண்டு சரிந்து கொண்டே வரும்போது, திடீரென சோகம் மனதில் தோன்றும். எதற்கும் முடிவு, எதற்கும் ஒரு அளவு, எதற்கும் அதன் மேலும் ஒரு சக்தி என்ற எண்ணங்கள் தோன்றிவிடும் அதை மறைக்க பாடிக்கொண்டும், சிரித்துக் கொண்டும், ஒளிந்து விளையாடிக்கொண்டும் களைப்புடன் சிவாஜி திரும்புவோம்.

எதிர்த்திசையில் 'டைகர்ஸ் லீப்'. இது ஒரு படுபாதாளம். இதைக் குறித்து எத்தனையோ கதைகள். அதைக் காணும்போது, ஒருபயம். ஆனால் ஒரு ஆனந்தம் அதன் அடியைக் காண்பது மிகவும் கடினம். ஆனால் குப்புறப்படுத்துக் கொண்டு தலையை மட்டும் வரம்பிலிருந்து ஓர் அடி உள் நீட்டிப் பார்த்தால், எறியப்படும் கற்கள் சென்று மறைவது தெரியும். அதற்குச் செல்ல பல வழிகள். ஆனால் நாங்கள் செல்வது ஒரு மரங்கள் நிறைந்த காட்டின் மூலந்தான். அம்மரங்களின் நடுவில் செல்லும்போது அவ்வடர்த்தியில் இரவா, பகலா என்றே தெரியாது. ஒவ்வொரு அடி எடுத்து வைக்கையிலும், சலசலக்கும் உலர்ந்த இலைகளின் கீழே ஈர இலைகள் மெத்தையின்மீது நடக்கும் உணர்ச்சியைத் தரும். எவ்வளவு நேரம் நடந்தாலும் களைப்பையே தராது. பூதேவி தாங்கிக்கொள்வாள். காலைவேளையில் திடீரென்று சலசலப்புகேட்டு பல திசைகளில் பறக்கும் பல பறவைகள், அச்சலசலப்பு அது, அந்த ஒலி ஒரு பாட்டு, அதன் சுவை அனுபவிக்க அனுபவிக்க ஆனந்தத்தை அதிகரிப்பது.

நடுநடுவில், வாழ்க்கை முழுவதும் ஆனந்தமல்ல என்று காட்டுவதுபோல் சீறும் பாம்புகள்; அதற்காகவே நாங்கள் அணிந்திருக்கும் 'பூட்ஸ்'கள். ஒவ்வொரு தடவை அக்காட்டின் மூலம் நடப்பதும் ஒரு அனுபவம் அதற்குச் சிகரம் போல் கடைசியில் 'டைகர்ஸ் லீப்'. அங்கு பொழுதுபோக்க

வந்திருக்கும் பல குடும்பங்கள் எல்லாம் செல்வந்தர்கள். ஏனென்றால் அவ்விடத்திற்குப் பூனாவிலிருந்தோ, வேறு பக்கத்தூரிலிருந்தோ வருவது என்பதே கடினம். சாதாரண போக்குவரத்து கிடையாது. சில சமயங்களில் சினிமா யூனிட்கள், சினிமா எடுத்துக் கொண்டிருப்பதைக் காணலாம். எங்களில் சிலர் அந்தப் படுபாதாளத்தில் இறங்க முயற்சித்திருக்கிறார்கள். எனது இரண்டாவது வருட இறுதியில் நான்கு 'அப்ரென்டிஸ்'கள் சேர்ந்து கீழ்வரைக்கும் சென்றுவிட்டு வந்தனர்.

இந்த டைகர்ஸ் லீப் எத்தனையோ உயிர்களை தன்னுள் அடக்கம் செய்துகொண்டிருக்கிறது. வாழ்வில் தோல்வியுற்ற, அத்தோல்வியைத் தாங்கமுடியாது, அன்னையின் மடியில் குதிக்கும் குழந்தையைப்போல், இதனுள் விழுந்தவர். கற்பு என்பதே தெரிந்திராதிருந்தும், சூழ்நிலையில் கெடுதல் என்பதை வயிற்றில் சிசு என்று மட்டுமே தெரிந்துவைத்துக் கொண்டிருந்த மணமாகாத கிராமப் பெண்டிர். இவைகளில் எத்தனை உண்மை என்று தெரியாது. ஆனால் ஒவ்வொரு கதையையும் கேட்கும் போதும், அப்பாதாளத்தின் மீது வெறுப்பு இன்றி, ஒருவித பயம் கலந்த பக்தியே உண்டாயிற்று. அப்பாதாளத்தின் சக்தி மனிதனின் அறிவுப்பரிமாணத்திற்கு அப்பாலும் உயர்ந்து, எங்குமே வியாபித்திருப்பது போலவே, எனக்குத் தோன்றிற்று. ஒரு குன்றின் மீதிருந்து ஊரைப் பார்க்கும் தன்மையை தலைகீழாக்கி, ஊரிலிருந்து திரும்பிய குன்று போல் இருக்கும் அப்பள்ளத்தைப் பார்க்கையில், இயற்கையின் சக்திகள் எனக்கு அதிசயத்தை உண்டாக்கும்.

சில விடுமுறை நாட்களில் வாடகை சைக்கிள்களை எடுத்துக்கொண்டு, 'கர்லா' குகைக்குச் செல்வோம். ஒரு சிறு மலைச்சரிவில் அமைந்துள்ள இக்கோவில் குடையப்பட்டது. பௌத்த மதம் பரப்புவதில் ஏற்பட்டது என்று நினைக்கின்றேன். அங்கு காணும் அமைதி எழுதப்பட முடியாதது. அந்தக் குகையைச் சுற்றி மலையில் ஏறுவதும் சரிந்துகொண்டே கீழே வருவதும் எங்கள் விளையாட்டு. திடீரென்று இரண்டாவது வருடமுடிவு வந்துவிட்டது. திரும்பவும் விடுமுறை. மறுபடியும் அதே துயரம் நிறைந்த இன்ப நினைவுகள். சென்னை, மதுரை, நாட்கள்

வினாடிகளாகச் சென்றன. வீட்டின் பூரண இன்பத்தை அனுபவிக்க முடியாத நிலையிலும், இவ்விடுமுறை நாட்கள் கழியும்போது, அனுபவித்த நாட்களைப்பற்றி எண்ணி, எண்ணி ஏங்கி, அச்சில நாட்களுள் நம்மையறியாது செய்த தவறுகளை நினைத்து வருந்தி, பல நாட்கள் உள்ளத்தை வாட்டிக் கொண்டிருக்கிறேன். சிறு சம்பவங்கள் வீட்டிலிருக்கும் போது முக்கியத்துவம் பெறாதவை, திரும்ப நினைக்கையில் முக்கியத்துவம் பெற்று, மனதை மகிழ்விக்கவோ, வாட்டவோ செய்கின்றன. மொத்தத்தில் ஒவ்வொரு விடுமுறைக்குப் பிறகும், ஒரு மாத காலமாவது உள்ளத்தில் வருந்தி, இரவுகளில் கண்ணீர் சொரிந்திருக்கிறேன். ஹோம் சிக்னஸ். இதற்கு மருந்தே கிடையாது.

மூன்றாவது வருடமும், நான்காவது வருடமும் எனது பயிற்சி வருடங்களில் நல்லவைகள். அவற்றில்தான் எனது அச்சம் குறைந்து பல முக்கிய சம்பவங்களில் பங்கெடுத்துக் கொண்டேன். முக்கியமாக எல்லா அப்ரென்டிஸ்களுமே முதல் வருடத்தை ஒருவித பயத்திலும் நம்பிக்கையின்மையிலும் கழிக்கிறார்கள். இரண்டாவது வருடத்தில் தங்கள் இயற்கைக் குணாதிசயங்களை முன்னெழவிடுகிறார்கள். மூன்றாவது நான்காவது வருடங்களில் தன்னம்பிக்கை பெற்று தங்கள் வாழ்க்கையைப் பற்றி நினைக்க ஆரம்பிக்கிறார்கள்.

மூன்றாவது வருட ஆரம்பத்தில் வீட்டு நினைவு சற்றே குறைய ஆரம்பித்த நாட்களில், நான் எனது வருங்காலத்தைப் பற்றி நினைக்கவாரம்பித்தேன். அது எனக்கு இன்பத்தை அளிக்கவில்லை. ஏனென்றால், ஒப்பந்தத்தின்படி பயிற்சி முடிந்து பத்து வருடங்கள் கடற்படையில் உழைக்க வேண்டும். இந்த பத்து வருடங்களில் எத்தனை மாறுதல்கள் ஏற்படலாம் அதன் முடிவு வரை அதையே நினைத்துக் கொண்டு வாழ்வதா? அந்தப் பத்து வருடங்களும் எனது வாழ்க்கையில் முக்கியமான பகுதி என்றே எனக்குத் தோன்றவில்லை. அப்பகுதியை எவ்வாறாயினும் கழித்து விட்டு, வீடு திரும்பவேண்டும் என்றே தோன்றியது. அந்த பத்து வருடங்களில் வீட்டில் ஒருவித மாறுதலும் ஏற்படாது இருக்க வேண்டும் என்றும் நினைத்துக் கொள்வேன்.

மூன்றாவது வருடத்தில் எனது வகுப்பு மாணவர்கள் அனைவரும் ஒவ்வொரு விதத்தில் உயர்ந்து விளங்கினார்கள். நாற்பத்திரெண்டு பேராக சேர்ந்த நாங்கள் பதினொன்றாகக் குறைந்தோம். ஒரே வகுப்பில் இரண்டு தடவை தேர்வு பெறாவிட்டால், அப்ரென்டிஸ்கள் வீட்டுக்கு அனுப்பப்பட்டு விடுகிறார்கள். இதைத் தவிர, சிலர் தங்களது போலி வீரத்தினாலும், கட்டுப்பாட்டின் எல்லையைக் கடந்து விட்டதனாலும் சிவாஜியிலிருந்து வெளியேற்றப்பட்டு விடுகிறார்கள்.

எனது வகுப்பில் மூவர், போலி வீரத்தில் சிறந்து விளங்கினார்கள். எப்போதுமே கொலை, கொள்ளை முதலியவற்றை பற்றியே படித்து அதனால் மனம் உந்தப்பட்டு, சிவாஜியின் கேன்டீனில் ஒரு சிறந்த 'கொள்ளை' அடித்தார்கள். ஒரு வாரத்திற்குள் கண்டுபிடிக்கப்படாமல் இருந்துவிடவே, தங்கள் வீரத்தை மெச்சிக்கொண்டு, தம் வாயால் கெட்டார்கள். மேற்கு அமெரிக்க நாவல்களில் வரும் சிறந்த கொள்ளைக் கூட்டத்தலைவராக நினைத்துக் கொண்ட ஒரு பையன், மற்ற இருவரையும் அழைத்துக் கொண்டு, நடு இரவில் கேன்டீனைக் காத்துக்கொண்டிருந்த 'சென்ட்ரி'யை ஏமாற்றிவிட்டு பூட்டை உடைத்து உள்ளே நுழைந்ததும், உண்மையிலேயே ஒரு சாகசம்தான். எல்லோராலும் செய்துவிட முடியாத காரியம்.

மூன்று வருடங்கள் பயிற்சி பெற்றுவிட்ட பின்னர் யெரவாடா ஜெயிலுக்கு அனுப்பப்பட்ட அவர்களைப் பற்றி நினைக்கையில் என் மனம் ஏங்குகிறது.

நான் மூன்றாவது வருட இறுதியில் வெல்ஃபேர் கமிட்டியின் மெம்பராகத் தேர்ந்தெடுக்கப்பட்டேன். ஒவ்வொரு கட்டத்திலும் அப்ரென்டிஸ்களுக்கு ஏதாவது ஒரு புதிய வசதி செய்து கொடுக்குமாறு கமாண்டரைக் கேட்பதில் ஒரு உற்சாகம். அந்த நாட்களில் எனது ஊக்கம் வரையறையின்றி இருந்தது. நல்லமொழி தெரிந்து கொள்ள வேண்டும் என்ற அவா இருந்ததால், சிவாஜி நூலகத்தில் உள்ள பெரிய பெரிய புத்தகங்களை எடுத்துப் படிப்பேன். ஆங்கிலத்தில் எழுதிப் பழகுவதுண்டு. தவிர தமிழில் செய்யுள்களும் எழுத முயற்சித்தேன்.

ஒரு தடவை நானாக ஒரு செய்யுள் எழுதிவிட்டு அதைப்படித்து பயந்துவிட்டேன்.

"செல்லும் கணமெல்லாம் செல்லரித்துச் செல்லு மிந்த நில்லாத உலகத்தை, நிலையில்லா வாழ்வதனை..."

நாட்கள் செல்லவேண்டும்; அவை விரைவில் செல்ல வேண்டும்; வீடு திரும்ப வேண்டும் என்ற குறிக்கோளைக் கொண்டிருந்த எனக்கு, இவ்வரிகள் பயத்தையளித்ததில் வியப்பொன்றுமில்லையே! மூன்றாவது வருடத்தில் எங்களுக்களிக்கப்பட்ட பொறுப்புக்கள், எங்களை எம் வயதிற்கு மீறிய பெரியவர்களாக வாழச்செய்தன. நாங்கள் எல்லோருமே நல்ல புத்தகங்கள் படிக்கவாரம்பித்தோம். மகாத்மாவின் சுய சரிதையையும், நேருவின் கடிதங்களையும் படித்து மகிழ்வதில் பலர் ஊக்கம் காட்டினார்கள். நல்ல பத்திரிகைகள் வரவழைப்பது, நல்ல புத்தகங்கள் பெயர் தருவது எல்லாம் எங்கள் பொறுப்புகளாக்கப்பட்டன. எனது நூலக ஆசையைக் கண்ட அதிகாரி என்னை லைப்ரேரியன் ஆக ஆக்கியிருந்தார். அது எனக்கு இன்னும் அதிக ஊக்கத்தை அளித்தது.

விளையாட்டுக்களிலும் சிவாஜி சிறந்து விளங்கிற்று. எல்லோருமே விளையாட்டுக்களில் பங்கெடுத்துக் கொண்டனர். குளிர்காலத்தில், குளிர் எவ்வளவு அதிகமாக இருப்பினும், மாலை ஆறரை மணிவரை விளையாடுவோம். நல்ல நீச்சல் குளம் ஒன்று அங்குள்ளது. அதில் வாட்டர் போலோ முதலியன விளையாடுவதுண்டு. ஆனால் நான் கடைசிவரை நீந்துவதில் அதிக விருப்பம் காட்டவில்லை. சுமாராக நீந்த மட்டும் தெரிந்து கொண்டேன்.

ஹோலிப் பண்டிகையை வடக்கிலிருந்து வந்திருந்த அப்ரெண்டிஸ்கள் நன்கு கொண்டாடுவார்கள். நாங்களெல்லாம் கலந்து ஒருவர்மீது ஒருவராகக் கேலி செய்து கொண்டு நேரத்தைக் கழிப்போம். பல வண்ண நீர் கலவைகளை மற்றவர்மீது தெளிப்பது ஒரு விளையாட்டு. எல்லோர் சட்டை துணிமணிகளும் வானவில்லின் வண்ணஜாலத்தை நினைவூட்டும்.

ஒரு தடவை கும்பலாக நாங்கள் சிலர் மிஸ்டர் ஸ்ப்ரேக்ஸ் வீட்டிற்குச் சென்றோம். சிறு வண்ணக் கலவைகள் கொண்ட

தகரங்களைக் கையில் வைத்திருந்தோம். அப்போது மிஸ்டர் ஸ்ப்ரேக்ஸ் இல்லை. அவரது மனைவி எங்களை உட்காரச் சொல்லிவிட்டு உள்ளே சென்றார்.நாங்கள் தேனீர் கொண்டு வருவதற்காக சென்றிருக்கிறார் என நினைத்தோம். திடீரென்று மேலே கொட்டப்பட்ட குளிர்ந்த நீர் எங்களை இவ்வுலகத்திற்குக் கொணர்ந்தது. மிஸஸ் ஸ்ப்ரேக்ஸூம் அவரது பையனும் இரண்டு காலி வாளிகளுடன் எங்கள் பின்னால் நின்றுகொண்டு வாய் விட்டுச் சிரித்துக் கொண்டிருந்தனர். எங்கள் வெட்கம் எங்களைத் தலைகுனிய வைத்தது. ஏமாற்றமடைந்த நாங்கள் எங்கள் வண்ணக் கலவைகளை உபயோகிக்கவில்லை.

சிவாஜியில் வாழ்க்கை சிறப்புற அமைந்திருந்தது மூன்றாவது வருடத்தில். ஆகையால்தான் விடுமுறையில் சென்றுவிட்டு வந்தபோது, வருத்தம் சிறிது குறைந்திருந்தது. ஆனாலும் பழைய தேதிகளைப் பார்ப்பது, அந்நாட்களில் வீட்டில் நடந்த சம்பவங்களை நினைப்பது முதலியன தொடர்ந்தன.

எங்கள் பயிற்சியின் உச்சக்கட்டம் நான்காவது வருடத்தில் அமைந்திருந்ததால், நான்காவது வருடத்தில் நாங்கள் அதிக நேரம் வகுப்புகளிலும், பாடங்களிலும் கழிக்கவேண்டி வந்தது. நான்காவது வருடம் வெகு வேகமாக ஓடி மறைந்தது. அத்துடன் எனது வாழ்வின் ஒரு முக்கிய கட்டமான பயிற்சி முடிந்தது. நான் சிவாஜியை விட்டுப் பிரிந்தபோது, என்னுள் எழுந்த உணர்ச்சி வேகம், அத்தனை நாட்களில் சிவாஜி எவ்வாறு வாழ்விலேயே ஒரு முக்கியத்துவமும் அன்பும் பெற்று விட்டது என்பதைக் காட்டிற்று. அன்று எங்கள் கமாண்டிங் ஆபீசர் சொன்ன சொற்கள் இன்னமும் என் காதுகளில் ஒலிக்கின்றன.

"...உங்கள் பயிற்சியை முடித்துவிட்டீர்கள். ஆனால் வாழ்க்கையில் கற்றுக்கொள்ளுதல் என்பது சாகும் கணம்வரை முடிவதில்லை. ஒவ்வொரு நிமிடத்திலும் மனிதன் புதிதாக ஏதாவதொன்றைக் கற்றுக்கொள்கிறான். வாழ்க்கையின் ஓட்டத்தில் எதிர்படும் சலனங்களைக் கண்டு, பயமின்றி முன்னேறுங்கள்; கற்றுக்கொள்ளுங்கள். ..."

4. கடலும் நானும்

1953-ம் வருடம் ஆகஸ்டில் சிவாஜியை விட்ட நான், முதலில் இரண்டு மாத விடுமுறையில் வீடு சென்றிருந்தேன். கடற்படையில் சேர்ந்து நான்கு வருட காலமாகியும், அன்றுவரை நான் கப்பல்கள் ஏறினதே கிடையாது. ஆகையால், ஊரில் பலர் கேட்கும்போது, நாணத்துடன் "கடற்படையில் இருக்கிறேன்" எனப் பதிலளிப்பேன். எப்போது கப்பலில் செல்வோம் என்ற எண்ணம் அப்போது தலைதூக்கியிருந்தது. ஆகையால் ஐ.என்.எஸ். 'ராணா' என்ற நாசகாரிக் கப்பலில் என்னை "டிராப்ட்" (Draft) செய்திருப்பதாக வந்த செய்தி எனக்கு மிகப் பெருமையை அளித்தது. அப்போது தமிழ்நாட்டில் பலருக்கு 'ராணா' வைப் பற்றித் தெரியும். ஏனென்றால் 1953 ஜூன்

மாதத்தில் ஒரு பெரிய புயலில் சிக்கிக்கொண்டுவிட்ட பல மீனவர்களை புயலும், மழையும் பாராது இரவு பகலாகத் தேடி, ஒரு ஆகாய விமானத்தின் உதவியால் கண்டுபிடித்து, சுமையை ஆண்டவன் மீது தந்து, தம் மனைவி மக்களின் நினைவு தம்மை வாட்ட, கடலின் கொடும் போக்கால் வருந்தித் தவித்து, மிதந்து கொண்டிருந்த அவர்களைக் காப்பாற்றி சென்னைத் துறைமுறைமுகத்தில் கொண்டு சேர்த்து, வாழ வைத்தது அந்த 'நாசகாரீக் கப்பல்.

புதிய ஊக்கம் என்னை உந்த, எல்லோரிடமும் மிகப் பெருமையாக நான் சேரப்போகும் கப்பலைப்பற்றிச் சொல்லிக்கொண்டிருந்தேன். எத்தனை தேசங்கள் காண்பேன், என்னவெல்லாம் பார்ப்பேன் என்றே என் யோசனைகள் சென்றுகொண்டிருந்தன. என் தந்தை என்னைவிட அதிக ஊக்கம் காட்டினார். பத்திரிகைகளில் ஏதாவது கப்பல் படமோ, அல்லது கடற்படைச் செய்தியோ வந்தால், என்னைக் கூட்டிவைத்துக் கொண்டு ஆனந்தத்துடன் விவரிப்பார். கடல் வாழ்க்கையையும், அதன் இன்னல்களையும், அதன் குணாதிசயங்களையும் எடுத்துச் சொல்வார்.

பம்பாய் வி.டி. நிலையம் வரும்வரை எனது எதிர்காலத்தைப் பற்றியே நினைத்துக் கொண்டிருந்த எனக்கு, பம்பாய் வந்தவுடன் சிறிதாக பயம் தோன்ற ஆரம்பித்தது. புது இடத்திற்கு செல்கிறோம். அவர்கள் எவ்வாறு பழகுவார்கள், நாம் ஏதாவது தவறு செய்துவிடக்கூடாதே என்ற எண்ணங்கள். இந்த பயம் புகை வண்டியிலிருந்து இறங்கியவுடன் அதிகமாயிற்று. எனது சாமான்களுடன் நான் 'சிங்க வாசலை' (Lion gate) அடைந்தேன். லயன்கேட் என்று அழைக்கப்படும் இக்ககதவுகளின் வழியாகத்தான் கப்பல் இருக்குமிடத்திற்குச் செல்லவேண்டும். அங்கு எனது சாமான்களைப் பரிசோதித்துவிட்டு, எனது டிராஃப்டிங் ஆர்டர்ஸைப் பார்த்துவிட்ட பின்னர், என்னை உள்ளே அனுமதித்தனர்.

'ராணா' கம்பீரமாக, இந்தியத் தலைவாயிலுக்கு முன்னால் ஒருமைல் தூரத்தில் ஆழ்கடலில் நங்கூரம் பாய்ச்சி நின்றிருந்தது. நான் நிற்கும் கரையிலிருந்து கடலுள் இரண்டு மைல் தூரம் இருக்கும். என் வயிற்றில் புளியைக் கரைத்தது போல் இருந்தது. என் பயம் என் முகத்தில்

தெரிந்திருக்கவேண்டும். அங்கு நின்று கொண்டிருந்த ஒரு வயதில் முதிர்ந்த மாலுமி ஒருவர் என்னை சைகை செய்து கூப்பிட்டு, கச்சிதமான வார்த்தைகளில் “புதிதா?” என்றார். தலையை மட்டும் ஆட்டினேன். “கப்பல்?”... “ராணா”. ‘இப்போது படகு வரும்; அதில் ஏறிக்கொண்டு செல்லலாம்.”

படகில் ஏறி சிறிது தூரம் சென்ற பிறகுதான் கடலில் சிறுபடகில் செல்வதென்பதின் பூரண அர்த்தம் புரிந்தது. எப்பொழுதும் முழுகிவிடலாம் என்றே நினைத்திருந்தேன். “கடவுளே, சிவாஜியில் சரியாக நீந்தக் கற்றுக் கொள்ளாததற்கு மன்னித்துவிடு..” என்று வேண்டிக் கொண்டேன். தூக்கி எறியப்படும் அப்படகின் நிலைமையைக் குறித்தோ, தம் வாழ்க்கையைக் குறித்தோ சற்றும் கவலைப்படாதது போல் அமர்ந்திருந்த மற்ற மாலுமிகளின் தைரியம் எனக்கு அதிசயத்தை அளித்தது. பின்பு தான் தெரிந்துகொண்டேன். இது தினமும் நடக்கும் சம்பவம். ஆகையால், இதில் அனுபவம் நிறைந்த இவர்கள் படகு சாமானியத்தில் முழுகிவிடாது என்று தெரிந்து வைத்துக் கொண்டிருந்தார்கள்.

கப்பலில் நுழைந்தவுடன் ‘சல்யூட்’ செய்துவிட்டு அங்கு நின்றிருந்த அதிகாரியிடம் ‘ரிப்போர்ட்’ செய்தேன். அவர் எனது இருப்பிடம் (ஈ.ஆர்.எஸ்.மெஸ்) குறித்து விவரித்துச் சொன்னார். இரண்டு படிகளின் வழி இறங்கிய பின்னர், ஒரு மூலையில் அவ்விருப்பிடத்தைக் கண்டேன்.

கடற்படையின் கப்பலில் இடம் மிகவும் குறைவு. அதை அனுசரித்து மாலுமிகளுக்கு இடவசதி தரப்படுகிறது. அவரவர் ‘ரேங்க்’குக்குத் தக்க இருப்பிட வசதி. அதிகாரிகளுக்குத் தனி அறைகள் கொடுக்கப் படுகின்றன.

அதிகாரிகளுக்கும், சாதாரண மாலுமிகளுக்கும் இடையிலிருக்கும், ‘பெட்டி ஆஃபீசர்’, ‘சீஃப் பெட்டி ஆஃபீசர்’, இவர்களுக்கு அவரவர் வேலையையொட்டி, இருப்பிடங்கள் தரப்படுகின்றன. இந்த விவரங்களைத் தெரிந்து கொள்ளுமுன்னர் கடற்படையின் நிர்வாகத்தையும், ஒரு கப்பலின் நிர்வாகத்தையும் மேலெழுந்த வாரியாகத் தெரிந்து கொள்ளுதல் அவசியம்.

இந்தியாவின் தலைநகரில் உள்ள கடற்படைத் தலைமைக்

காரியாலயத்தின் உத்திரவுப்படி, எல்லா கப்பல்களும் தளங்களும் வேலை செய்கின்றன. கடற்படைப்பயிற்சி நிலையங்கள் உள்நாட்டிலேயே அமைந்திருப்பினும், அவைகள் கப்பல்கள் பெயர் போலவே அமைக்கப்படுகின்றன. தலைமைக் காரியாலயம் ஐ.என்.எஸ். இந்தியா என்றும், பொறியியல், மின்னியல், போர் நுணுக்கம், பயிற்சி நிலையங்கள் முறையே ஐ.என்.எஸ். சிவாஜி, ஐ.என்.எஸ் வல்சூரா, ஐ.என்.எஸ் வெந்துருத்தி என்றும் அழைக்கப்படுகின்றன. வல்சூரா சௌராஷ்டிரத்திலும், வெந்துருத்தி கொச்சியிலும் அமைந்துள்ளன. ஐ.என்.எஸ். சர்க்கார்ஸ் என்று அழைக்கப்படும் சிறுவர் பயிற்சி நிலையம் விசாகையில் அமைந்துள்ளது. மற்றும் சில பயிற்சி நிலையங்கள் உள்ளன. இவற்றில் முக்கியமானவை ஐ.என்.எஸ். 'கருடா'வும் 'ஹன்ஸா'வும் ஆகும். இவை கடல் விமானப்படைப் பயிற்சி அளிப்பவை.

எல்லாக் கப்பல்களும் சாதாரணமாக ஒரு அட்மிரலின் கீழ் நிர்வகிக்கப்படுகின்றன. கப்பல் தளபதியான அவர் ஐ.என்.எஸ். மைசூர் அல்லது விக்ராந்தில் இருப்பார்.

முதன் முதலாக, ஐ.என்.எஸ். டெல்லி, இந்தியாவின் சுதந்திரத்திற்குப் பின்னால், இந்தியாவால் எடுத்துக் கொள்ளப்பட்டது. இது இரண்டாவது உலகப் போரின் முற்பகுதியில், தென் அமெரிக்காவின் 'மாண்டிவிடோ' என்ற இடத்தில் பிளேட் நதிப்போரில் (Battle of the river Plate) மூழ்கடிக்கப்பட்ட, ஜெர்மானியக் கப்பலுடன் போரிட்ட ஆங்கிலக் கப்பல்களில் ஒன்று. அஜாக்ஸ், எக்ஸடர், அச்சிலஸ் என்ற மூன்றில் இது அச்சிலஸ் ஆகும்.

தொடர்ந்து மூன்று நாகசாரிக்கப்பல்கள், இந்திய கடற்படையால் ஏற்றுக்கொள்ளப்பட்டன. அவை மூன்று Rclass டெஸ்டிராயர்ஸ். இவை மூன்றும் இரண்டாவது உலகப்போரில் பங்கேற்றுக் கொண்டவை.

நான் சேர்ந்தபொழுது புதிதாக இந்தியா வந்து சேர்ந்தவை 'கங்கா', 'கோமதி', 'கோதாவரி' என்ற மூன்று சிறிய நாசகாரிக் கப்பல்கள்.

இவையெல்லாம் அப்போது ஐ.என்.எஸ்.

டெல்லியிலிருந்து ‘கமோடோர்’ (Commodore) ஒருவரால் நிர்வகிக்கப்பட்டு வந்தன.

ராணா, ரஞ்சித், ராஜ்புத் மூன்றும் ‘நாசகாரிக் குழு’ (Destroyer Squadron) வைச்சேர்ந்தவை. இவற்றில் மூத்தது ராஜ்புத் ஆகும்.

ஈ.ஆர்.ஏ (Engine Room Artificer) என்று அழைக்கப்பட்ட நாங்கள், கப்பல்களின் பொறியியல் நுணுக்கங்களைக் கவனித்துக் கொள்வதுடன், என்ஜின்கள் ஓட்டவும் செய்வோம். படைகளில் ஒவ்வொரு பகுதியிலும் பயிற்சி நன்கு தரப்படுகின்றது. நாசகாரிக் கப்பல்களிலிருக்கும் ‘டார்பிடோ’ வைக் கவனித்துக் கொள்ளவும். அதைச் சுடுதல் முதலிய பொறுப்பை ஏற்றுக்கொள்ளவும், சிலர் தனியாக இருந்தனர். மற்றபடி பீரங்கிகளைப் பார்த்துக்கொள்ள வேறு சிலர் இருந்தனர். எல்லாக் குழுக்களுக்கும் ஒவ்வொரு அதிகாரி அமைக்கப்பட்டிந்தார்.

ராணாவில் நாங்கள் ஏழு ஈ.ஆர்.ஏக்கள் இருந்தோம். நான்தான் எல்லோரையும்விட வயதிலும் பொறுப்பிலும் கடைசி. அங்கு ஈ.ஆர்.எஸ். மெஸ்ஸில் படுப்பதற்கு ஆறு (Bunks) தட்டுகளே இருந்தன. எனக்குப் படுக்கை ஒரு பாதி பெஞ்சுதான். சென்ற புதிதில் எனக்கு அந்த இடம் சற்றும் பிடிக்கவில்லை. ஏதோ ஒரு சிறிய அறையில் அடைபட்டுவிட்டாற் போன்ற எண்ணம். ஆனால் வேலை மிகவும் பிடித்திருந்தது. 40 ஆயிரம் குதிரை சக்தி கொண்ட அந்த எஞ்சின்களைப் பார்க்கும்போதே எழும் பெருமையும், மன நிறைவும் அவற்றில் வேலை செய்யும் போது பூரணமாகி விடும். வேலை சற்றுக் கடினம்தான். நீராவியின் உஷ்ணத்தால் வேலை செய்யும் இடமெல்லாம் சூடு நிறைந்ததாக இருக்கும்.

நான் சேர்ந்த சில நாட்களில் கப்பல் கொச்சியை நோக்கிப் புறப்பட்டது. முதல் தடவையாக ஆழ் கடலில் கப்பலில் செல்கின்றோம் என்ற உணர்வு எனது மற்ற உணர்ச்சிகளை அடக்கி விட்டது. மாலையில் மேல்தளத்தில் நின்று பார்த்துக்கொண்டிருந்த எனக்கு சுற்றிலும் கடலே தென்பட்டது. தெய்வசக்தியால், கப்பல் ஒருவித சலனமுமின்றி அமைதியாக, தெற்கு நோக்கிச் சென்று கொண்டிருந்தது. நட்சத்திரங்களும், சூரியனும் இருக்கும் இடங்களினாலும், திசை காட்டு

கருவியினாலும் கடலில் பாய்மரக் கப்பல்கள் செல்கின்றன என்று கேள்விப்பட்டும், படித்துமிருந்த எனக்கு, உண்மையாகவே கடலில் வேறு உதவிகளின்றி கப்பல் செலுத்தப்படுவது ஆச்சரியத்தை அளித்தது. ஆனால் இப்போதைய திசை காட்டும் கருவிகளும், மிக முன்னேறிவிட்ட ராடார் முதலிய கருவிகளும் கப்பலோட்டுபவரை மிக சுலபமாக்கிவிட்டன என்றாலும், இன்றும் எனக்கு கப்பலில் செல்வது நிரந்தரமான ஒரு ஆச்சரியமாகவே அமைந்துவிட்டது.

இந்த இடத்தை எழுதிக்கொண்டிருக்கையில் நான் வடக்கு அட்லாண்டிக் கடலைக் கடந்து கொண்டிருக்கிறேன். ஒரு பெரிய வணிகக் கப்பலில் ஐரோப்பாவிலிருந்து அமெரிக்கா சென்று கொண்டிருக்கும் எனக்கு, இத்தனை வருடங்களுக்குப் பிறகு இன்றும் எனது முதல் கடற்பயணம், ஒரு பக்தி கலந்த ஆனந்தத்தை உண்டு பண்ணுகிறது. ஆயிரமாயிரம் மைல்களைக் கடலில் கடந்துகொண்டிருக்கும் எனக்கு, அன்றைய சில நூறு மைல்கள் ஒரு பெரிய அனுபவத்தை மூன்று நாட்களுள் அளித்துவிட்டன.

"நீ அதிர்ஷ்டக்காரன். கடல் உனது முதல் பயணத்தில் கலங்காமலிருக்கிற..." நண்பன் சொன்ன கூற்று பொய்யாகுமாறு மறுநாள் விடிந்தது. சுமாரான மழையும் காற்றும், வரப்போகும் கொந்தளிக்கும் கடலின் முன்னோடிகளாக விளங்கின. எல்லா மாலுமிகளும் தங்கள் பொருள்களையும், கப்பலின் மற்ற சாமான்களையும் கட்டி வைப்பது கண்டு முதலில் ஆச்சரியமடைந்தேன். எனது சீனியர் ஈ.ஆர்.ஏ. என்னையழைத்து, கப்பல் தளத்தில் செல்லும் போது மிகவும் கவனமாக இருக்கவேண்டும் என்று கூறினார். எனக்கு சற்றே சிரிப்பை வரவழைத்தது அவர்கள் செய்கை.

சற்றுநேரத்தில், கப்பல் மேலே தூக்கப்படுவதை உணர்ந்தேன். சிறிது உயரம் சென்ற பிறகு கப்பல் கீழே மறுபடி செல்வதையும் உணர்ந்தேன். வயிற்றில் ஒருவித கிளர்ச்சி ஏற்படுவதும் தெரிந்தது. ஆனால் வெளியே காட்டிக் கொள்ளவில்லை. கப்பல் ஒரு ஊஞ்சல் பலகையைப் போல ஆட ஆரம்பித்தது. எனது தலை சற்றே சுற்றவும் ஆரம்பித்தது. ஆயினும் என்னையே நான் அடக்கிக் கொண்டேன். திடீரென கப்பல் சுமார் பத்தடி உயரம் சென்று, அதைவிட வேகமாகக்

கீழே இறங்கவாரம்பித்தது. அப்போதுதான் முதல் தடவையாக பயம் தோன்றியது எனக்கு.

'போர்ட்ஹோல்' (Porthole) வழியே வெளியே நோக்கினேன். ஒரே நீர். இன்னும் கப்பல் கீழே சென்றுகொண்டிருக்கிறது போலவே தோன்றியது. கெட்டியாக நான் உட்கார்ந்திருந்த நாற்காலியைப் பிடித்துக்கொண்டேன். 'போர்ட்ஹோல்' சரியாக மூடப்படாததால், அதன் வழியே நீர் கசிந்து நாங்கள் இருக்கும் இடத்தில் ஓர் அங்குலநீரைத் தேக்கிற்று.

"கமான் டோண்ட் சிட் டவுன் கெட் தட் போர்ட் ஹோல் டைடன்ட் அப்..."

என்னையும் மீறி ஏதோ ஒரு சக்தி என்னை உந்த, எழுந்திருந்து அந்த 'போர்ட்ஹோலை' முடுக்கினேன். எங்கேயோ ஆகாய மார்க்கமாகச் சென்று கொண்டிருக்கிறாற் போன்ற ஒரு உணர்ச்சி. எனது வயிற்றிலிருந்து கொடுக்கப்பட்ட உத்திரவின்படி, தொண்டையில் ஏதோ செய்ய, நாக்கின் அடியில் ஒரு சிறிய கட்டை குறுக்கும் நெடுக்குமாகக் கிடந்திருக்கின்றது போலத் தோன்ற, நான் வாஷ்பேசினை நோக்கி ஓடினேன். வாஷ்பேசின் வரை செல்ல முடியவில்லை. இயற்கையின் சக்தி என்னையும் மிறி விட நான், என்னை அறியாது வாந்தி எடுத்து விட்டேன்.

"பரவாயில்லை. அடக்கிக்கொள் மெதுவாக இந்த இடத்தைச் சுத்தம் செய்துவிடு". வெட்கம்மேலிட யாரும் பார்க்காத வண்ணம், அவ்விடத்தைச் சுத்தம் செய்து விட்டுத் திரும்பவும் வாஷ்பேசினுக்குச் சென்றேன்.

அன்று முழுவதும் நான் வாந்தி எடுத்துக் கொண்டேயிருந்தேன். தலைசுற்றலும், ஒருவிதமான பயமும் சேர்ந்து என்னை ஒரு வேலையும் செய்யவிடாமல் தடுத்தன. தவிரவும் நீராவியும் எண்ணெயும் கலந்த நாற்றம் எனது நிலையை இன்னும் மோசமாக்கிற்று. மாலையில் கடல் கொந்தளிப்பு அதிகமாயிற்று.

அலைகள் மிக உயரமாக செல்லும்போது, கப்பலைத் தங்கள் சிரத்தில் எடுத்துக்கொண்டு மேலே நோக்கிச்

செல்கின்றன. அடுத்த கணத்தில், இரண்டு அலைகளின் நடுவில் உள்ள பள்ளத்திற்கு தலைகீழாகக் கப்பல் செல்லும்போது, அதற்கு ஒருவித தாங்குதலும் இருப்பதில்லை. நீரின் சக்தியும் கப்பலின் சக்தியும் திடீரென சமம் அடையும்போது தரையில் திடீரென விழுந்தாற்போன்ற உணர்ச்சி; பிறகு மெதுவாக ஆரம்பித்து, வேகமாக, மேல்நோக்கிச் செல்லுதல் அலையின்போக்கு, கப்பலைத் தொட்டில் ஆடுவது போன்று வலது இடது பக்கங்களில் 20 டிகிரி 50 டிகிரி வரை சாயச் செய்கிறது. இதைத்தான் 'ரோலிங்' (Rolling) என்கிறார்கள். அலையின் போக்கு முன்னிருந்து பின்னோக்கி இருப்பின், கப்பலின் முன்பாகம் மேலெழ, பின்பாகம் கீழே செல்கின்றது. அலை செல்லச் செல்ல, கப்பலின் முன்பாகம் தாழ்ந்து, பின்பாகம் மேலெழுகிறது. இது 'பிட்சிங்' (Pitching) எனப்படுகிறது. இதில்தான் சீ சிக்னஸ் அதிகமாகிறது. 'பிட்சிங்'கும், 'ரோலிங்கும் சேர்ந்து நேர்கையில், 'Corksrew Motion' கிடைக்கிறது. இந்தக் கடல் நோயை சரிவரப் புரிந்துகொள்ள, கடலில் சென்று வந்தால் தான் முடியும்.

வயிற்றுப்புரட்டலாலும், வாந்தியும், பசியின்மையும், உணவைக் கண்டால் வெறுப்பும் அதிகமாக ஒருவித பயமும் கலந்துகொள்கிறது. நான் அன்று மிகவும் துன்பப்பட்டேன். ஏன் கடலுக்கு வந்தோம் என்று, என்னையே நொந்து கொள்ளவும் ஆரம்பித்தேன். இருபத்தி நான்கு மணி நேரத்தில் ஒன்றும் சாப்பிட முடியவில்லை. மறுநாள் காலை, சற்று தெளிந்த கடலைக்கண்டு மிகவும் ஆனந்தமடைந்தேன்.

இந்த நினைவில் எனக்கு மற்றுமொரு நினைவு குறுக்கிடுகிறது. சுமார் நான்காண்டுகளுக்குப் பின்னால், கல்கத்தாவில் விமானப்படையினர் அளித்த விருந்தொன்றில் கலந்துகொண்டேன். விருந்து முடிந்தவுடன் நாங்கள் டகோடா விமானத்தில் கல்கத்தாவை ஆகாயத்திலிருந்து சுற்றிப்பார்க்கச் சென்றோம். ஆகாயத்திலும், கடல் போன்று இந்த நோய் வருவதுண்டு. ஆனால் அது கடலிற் சென்றவர்களை அதிகம் அணுகுவதில்லை. ஏனெனில், ஆகாயவிமான ஆட்டம் சிறிது நேரம்தான் கப்பலிலோ!

எங்களை எடுத்துச்சென்ற விமானி, எப்படியும் எங்களுக்கு

ஆகாய நோயை ஏற்படுத்திவிடுவதாகக் கூறி, உயரச்சென்று திடீரென கீழிறங்கினார். ஏதேதோ செய்து பார்த்த அவருக்கு எங்கள் சிரிப்பு ஆச்சரியத்தைத்தான் அளித்தது.

நான்காவது நாள் காலையில் கப்பல் கொச்சியை அடைந்தது. கொச்சியும், எர்ணாகுளமும் சென்று பார்த்து விட்டு வந்த எனக்கு, இரவில் எனது சீனியர், மிகவும் நல்ல செய்தி ஒன்றைத் தெரிவித்தார்.

"ராணி எலிசபெத்தும், எடின்பரோ கோமகனும், கொழும்பிலிருந்து ஏடன் வரை ஒரு கப்பலில் செல்கிறார்கள். அவர்கள் கப்பலைக்காத்து, உடன் செல்ல, நான்கு கப்பல்கள் தேர்ந்தெடுக்கப்பட்டுள்ளன. எச்.எம்.எஸ். நியூ பவுன்டலான்ட், எச்.எம்.பி.எஸ். திப்புசுல்தான், ஐ.என்.எஸ்.ராணா. ஐ.என்.எஸ். ராஜ்புத் நல்ல பயணம். ஏடனில் நிறைய சாமான்கள் வாங்கலாம். ராணியை சிறிது தூரத்தினின்று பார்க்கலாம். "கம்பெனியில் செல்வதால், ஜாக்கிரதையாக என்ஜின்களைப் பார்த்துக் கொள்ள வேண்டும் ஒருவிதமான பழுதுமின்றி செல்ல வேண்டும்..."

இந்த செய்தியைக் கேட்டவுடன் வீட்டிற்கு எழுதினேன். ராணியுடன் செல்வது என்பது ஒரு பெருமைப்படத்தக்க விஷயம். அதுவும் ஒரு 'ராயல் நேவி'யின் கப்பலும், ஒரு பாகிஸ்தானியக்கப்பலும் சேர, இரு இந்தியக் கப்பல்கள் செல்லும்பொழுது ஒருவரை யொருவர் மீற முயற்சி செய்துகொண்டு, தம் திறமையைக் காட்டிக்கொள்ள முயல்வார்கள். ஆதலால் கப்பலின் கடைசி மாலுமி வரை எல்லோரும் முயற்சியில் பங்கேற்றுக் கொள்வார்கள். எல்லோரும் பெருமைப்படத் தக்கவாறு அமைந்து வருமாதலால், எனது கடற்பயம் முதலியன மறைந்துவிட்டன.

கொழும்பு. எனது முதல் அந்நிய நாடு இலங்கை அதன் தலைநகரத்தைச் சுற்றிப்பார்த்துவிட்டுத் திரும்பும்போது, போதிய தபால் தலைகள் வாங்கிக்கொண்டு திரும்பினேன். அங்கு நான் கண்டவற்றை விவரமாக வீட்டிற்கு எழுதினேன். இந்த ஒரு அனுபவம், அதாவது முதன் முறையாக, அயல் நாட்டிலிருந்து அந்நாட்டுத் தபாலில், அந்நாட்டைப்பற்றி எழுதுவது, ஒரு சிறந்த அனுபவமாகும். அங்கு நான் கண்ட தமிழ் போர்டுகள், எனக்கு ஆச்சரியத்தை அளித்தன. 'இங்கே கடவுக' என்று

பாதசாரிகள் கடக்குமிடத்தில் குறிப்பிடப்பட்டதிலிருந்து, 'கொழும்பு புகையிராத கேந்திரம்' என்றவை வரை எல்லாம் பார்க்க விருந்தாயமைந்தன.

துறைமுகத்திலிருந்து கொழும்பு ஒரு நல்ல காட்சியை அளிக்கிறது. எதிரில் தெரியும் தூர மலைகள், பக்கத்தில் நிற்கும் குன்று, அதன் மேல் ஐரோப்பிய பாணியில் அமைந்திருந்த கட்டிடங்கள். பசுமையான பின்னணியில் அந்த வெள்ளைக் கட்டிடங்கள் ஒரு நல்ல சித்திரத்தை நினைவூட்டின. நான் சென்றபோது, கொழும்பு துறைமுகத்தைப் பெரிதாக்க வேண்டிய பணிகள் ஆரம்பித்திருந்தன. அதிகமான வெயிலில், களைப்பு மிக சீக்கிரமேவந்துவிடுவதால், வாழ்க்கையைச் சுலபமாக எடுத்துக்கொள்ளும் மனிதர்களின் நடுவில் சுதந்திர நாடு என்ற பெருமையுடன் தலைநிமிர்ந்து நிற்க, தொழில் முன்னேற்றம் அவசியம் என்பதைக் கண்டு, அதற்காக வேண்டி ஆரம்பிக்கப்பட்டிருந்த பல புது வேலைகள், இந்தியாவையே நினைவூட்டின. சிறிது நேரத்தில் அந்நியநாடு என்ற எண்ணமே மறந்து விட்டது.

"சிங்களத் தீவினுக்கோர் பாலமமைப்போம்,

சேதுவை மேடுறுத்தி வீதி சமைப்போம்" என்ற பாரதியின் பண் நினைவிலிருந்து அகல மறுத்தது.

பிறகு பல வருடங்களில், பல தடவை திரிகோண மலை சென்றுள்ளேன். இலங்கை, கடற்படை வாழ்வில் ஒரு பகுதியாகவே இருந்தது. நான்கு கப்பல்களும் போட்டியிட்டனபோல தங்களைச் சுத்தமாக வைத்திருந்தன. ராணியின் கப்பலில் ராணியின் கொடி ஏற்றப்பட்டதும், பீரங்கிகள் இருபத்தோரு தடவை முழங்கின. ஓரே சமயத்தில் எல்லாக் கப்பல்களிலும் பலவித வணக்கக் கொடிகள் ஏற்றப்பட்டன. நியூ பவுன்ட்லாந்துதான் 'சீனியர்'; அதன் உத்தரவில் எல்லாக் கப்பல்களும் தமது நங்கூரங்களை உயர்த்தின. அத்துடன் துறைமுகத்தில் அணிவகுத்திருந்த ராயல் சிலோனீஸ் படைகளின் மரியாதைகளும், பீரங்கி முழக்கமும் ஒரு பெரிய யாத்திரையின் ஆரம்பம் போலத் தெரிந்தன. என் மனதுள் இவற்றையெல்லாம் கடித மூலம் வீட்டிற்குத் தெரியப்படுத்த நிச்சயித்துக் கொண்டேன்.

இயற்கை இந்த தடவை மிக்க சாதகமாக அமைந்தது.

கடல் மிக அமைதியாக இருந்ததால், கடற்பயணம் மிகவும் சுலபமாகிவிட்டது. மாலைவேளை களில் ராணி, தனது கப்பலின் மேல் தளத்தில், மாலை விளையாட்டுக்களில் பங்கெடுத்துக்கொள்வதை தூரதரிசினி மூலம் பார்த்து மகிழ்வோம். நடுவில் ராணியின் கப்பலும், அக்கப்பலின் வலதுபக்கம் சற்று முன்பாக நியூபவுன்ட்லாந்தும், இடது பக்கம் அதே தூரத்தில் ராஜ்புத்தும், பின்னால் வலதுபக்கம் திப்பு சுல்தானும், இடதுபக்கம் அதே தூரத்தில் ராணாவுமாக, சற்றும் தூரம் மாறாமல் கடலில் சென்று கொண்டிருந்த காட்சி ஆகாயத்திலிருந்து பார்த்தால், எவ்வளவு அழகாக இருக்கும் என்று நினைத்துக்கொள்வேன். கடலைக் கிழித்துக் கொண்டு, இக்கப்பல்கள் செல்கையில், நீலத்திரையில் வெண்திவலைகள் சித்திரம் வரைந்தாற் போலவே இருந்திருக்கும். அதுவும் எல்லாக் கப்பல்களும் வண்ணக் கொடிகளைப் பறக்கவிட்டுக் கொண்டு செல்லும்போது...!

நல்ல கனவு கண்டு, ஆழ்ந்த தூக்கம் மறைய எழுந்தது போல, திடீரென ஏடன் வந்துவிட்டது. வந்த பாணியிலேயே, எல்லாக் கப்பல்களும் நங்கூரத்தைப் பாய்ச்சின, ஏடனின் துறைமுகக் கரைகளில் கூட்டம் குழுமியிருந்தது, இங்கும் பீரங்கி முழக்கங்களும் அணிவகுப்பு மரியாதைகளும் என்னை மெய்சிலிர்க்க வைத்தன.

ராணி தனது கப்பலினின்றும் இறங்கி, ஒரு பெரிய விசைப்படகில் எல்லாக் கப்பல்களையும் சமீபமாகக் கடந்து செல்ல, கப்பல்களின் மேல்தளங்களில் மாலுமிகள் அணிவகுப்பும், மரியாதை செலுத்தலும் தொடர்ந்தன. அப்போதுதான் முதல் தடவையாக, ராணியையும், எடின்பரோ கோமகனையும் மிகச் சமீபத்திலிருந்து பார்த்தேன்.

அந்த வியப்பிலும், இளவயதின் ஊக்கத்திலும், ராணியைப் பார்த்துவிட்ட பெருமையிலும்கூட, என்னுள்ளத்தினுள் குறும்புச் சிரிப்பு ஒன்று தொனித்து, ஆங்கிலப் பாட்டொன்றை நினைவூட்டியது.

"Pussycat, pussycat, where have you been?
I have been to London to see the queen"!

ஏடன் ஒரு பெரிய சந்தைக்கடையையே எனக்கு

நினைவூட்டியது; மலைகளின் நடுவிலே அமைக்கப் பட்டிருக்கும் அழகான ஒரு வழியாக 'கிரேடா'என்னுமிடத்தை அடைந்து, மாலுமிகள் வாங்கும் சாமான்கள், ரேடியோவிலிருந்து சைக்கிள் விளக்குவரையிருந்தன. வாட்சுகள் வாங்குவது சாதாரணமாகப்பட்டது. பாகிஸ்தானிய மாலுமிகள் துணிகள் வாங்குவதில் தமது திறமையைக் காட்டிக்கொண்டிருந்தார்கள். பலவித வண்ணங்களில் ஒருவிதமான கலையின் போக்குமின்றி, கண்ணை உறுத்தும் வண்ணங்களில் பஞ்சாபியர் வெல்வெட்டுத் துணிகள் வாங்குகையில், அவர்களது வாழ்வின் உணர்ச்சிகளைத் தெரியப்படுத்திக் கொண்டார்கள். பாரதப் போரினின்று பாகிஸ்தானப் பிரிவினைவரை பல துன்பங்களுக்கு ஈடான அவர்களது உணர்ச்சிகள், அவர்கள் தேர்ந்தெடுக்கும் வண்ண ஜாலங்களில் தொனித்தன. வாழ்வின் பல போக்குகளை முதன் முறையாக நேரில் அங்கு கண்டேன். பணத்தைத் தவிர வேறு ஒன்றுக்குமே முக்கியத்துவம் அளிக்காத மாலுமிகளிலிருந்து, பணத்தையெல்லாம் குடிகளிலும், விலைமாதர்களிலும் செலவழித்துவிட்டு, பேரின்பத்தை எய்திவிட்டாற்போன்று வரும் மாலுமிகள் வரை, அவரவர் தம்தம் மனநிறைவை வெவ்வேறு வழிகளில் பெற்று விடுவதைக் கண்டதும், மனநிறைவு, ஒன்றென்றும், அதைப் பெறும் வழிகள்தாம் வேறுபட்டன என்றும் தெரிந்துகொண்டேன். தவிர, இந்த மன நிறைவு ஒன்றைப் பொருத்ததே என்றும் கற்றுக்கொண்டேன்.

என்னைப் பொருத்தவரையில், ஒரு துறைமுகத்தை அடையுமுன்னர். அன்றும் இன்றும், ஒரே எண்ணம்தான் தலைதூக்கிற்று; தூக்குகிறது. அது துறைமுகத்தில் கிடைக்கப்போகும் கடிதங்கள்.

எனது முதல் கடற்பயணத்திற்குப் பிறகு என் தந்தையின் கடிதம் எனக்கு மிகப் பெருமையை அளித்தது.

"பலர் பூமி உருண்டையானது என்று கேள்விப்பட்டார்கள். ஆனால், மெகலென்தான் முதலில் அதைச் செய்து காட்டினான். உண்மையாக உலகத்தைச் சுற்றிவந்து, ஒன்றுமே இல்லாதிருந்த அப்பெரியவன், அன்றைய ஸ்பானிய மன்னரிடமிருந்து சில கப்பல்களையும், பொருள்களையும் பரிசாகப் பெற்றுக் கொண்டு, வட அமெரிக்காவின் கிழக்குக் கரையை

அடைந்தான். அங்கிருந்து தென் அமெரிக்காவின் 'கேப் ஹார்ன்'ஐ சுற்றிக்கொண்டு விசாலமான பசிபிக்கை அடைந்தான். கடல் கொந்தளிப்பின் நடுவில், கப்பலில் நீர் இல்லாமற்போக, தனது பாய் மரங்களை விரித்து மழை நீரைப் பிடித்து மாலுமிகளுக்கு அளித்தான் அவ்வீரன். சுற்றி வந்து கிழக்கிந்தியத் தீவுகளை அடைந்தபோது, சில கப்பல்களை இழந்துவிட்டாலும், அங்கிருந்த அவனது மாலுமிகள் திரும்ப ஸ்பெயினை வந்தடைந்தனர். அந்த உண்மையான அனுபவம் இல்லாதிருந்தால், பூகோளத்தின் விஞ்ஞானம் அன்றே வளர்ந்திருக்காது.

வீட்டில் நான்கு சுவர்களுக்கு இடையில் வாழ்வதில் நிறைவு பெற்றுவிடுபவர்கள் வாழும் வாழ்க்கை பெயருக்கேற்றதல்ல. தரைப்பகுதிகளில் தங்களைப் பூட்டிக்கொண்டு விட்ட எந்த ஒரு நாடோ, கூட்டமோ, சமூகமோ, தனிமனிதனோ வளர்ந்ததேயில்லை. கடல்தான் தனி மனிதனுக்கோ, சமூகத்திற்கோ அல்லது ஒரு நாட்டிற்கோ பெருமையும், செல்வமும் அளித்திருக்கிறது.

ஆரம்பத்தில் இவ்வாழ்வு ஊக்கமளிக்காமல் இருக்கலாம். ஏனென்றால், நம்மில் யாருமே கடலைப்பற்றி அதிகம் நினைத்ததில்லை. ஏன், நமக்கு சில நூற்றாண்டு களாகக் கடல் ஒரு மூடிவிட்ட புத்தகமாகிவிட்டது"

"நான் உனக்குக் கடல் வாழ்வைத் தேர்ந்தெடுக்கும்போது, இவற்றையெல்லாம் எண்ணித்தான் முடிவுக்கு வந்தேன். உன் முன் ஒரு பெரிய வாழ்வு உள்ளது. அதை ஏற்றுக்கொள்ளுதலும், பயன்படுத்திக் கொள்ளுதலும் உன்னையேதான் பொருத்துள்ளது."

இன்றும் அக்கடிதத்தைப் படித்துப் பார்ப்பதில் நான் பெருமை அடைகின்றேன்.

கடற்படை தனது கப்பல்களின் பயிற்சிக்காக வேண்டி முக்கியமாக, வருடத்தில் இரண்டு தடவை இந்துமகா சமுத்திரத்தில் ராயல் நேவியுடன் பயிற்சிப் போர்கள் நடத்தும். இலங்கையின் திரிகோணமலை கோடைப்பயிற்சியின் தலைமைக் காரியாலயமாக அமைகிறது. (சில வருடங்களாக இது நிறுத்தப் பட்டுவிட்டதாக அறிகிறேன்) இந்தப் பயிற்சிகளை

'ஜெட்' என்று அழைப்பார்கள். Joint Exercises at Trinco என்று அழைப்பார்கள். இதில் சாதாரணமாக ஆஸ்திரேலிய கடற்படையும், பாகிஸ்தானிய கடற்படையும் கலந்துகொள்ளும் திரிகோணமலை பயிற்சிக்கு முன்னரோ, பின்னரோ சில தூர நாடுகளுக்குக் கப்பல்கள் செல்வதுண்டு. வழியில் பயிற்சிகள் செய்து கொண்டே செல்லும்போது கோடைகாலத்தில் இப்பயிற்சி 'கோடைப்பயிற்சி' என்று அழைக்கப்படுகிறது.

1954-ம் வருட கோடைப்பயிற்சிக்கு ஜூன் மாதம் 8ம் தேதிக்குப் பிறகு நாங்கள் பம்பாயினின்று புறப்பட்டோம். இந்திய கடற்படையின் முக்கியமான எல்லாக் கப்பல்களுமே புறப்பட்டன. புறப்படுவதற்கு முதல் நாள் இரவில்தான் எனது முதல் விபத்து ஏற்பட்டது.

பம்பாய்த் துறைமுகம், நங்கூரம் பாய்ச்சி நிற்குமிடத்தில், விரிந்த கடலுக்குத்தான் ஒப்பாகும். கோடை மாதங்களில் சற்று அதிகமாகவே இருக்கும். மறுநாள் கப்பல் புறப்படுவதால் வெளியில் சென்றுவிட்டு வரவேண்டி நான் கப்பலினின்றும் படகு மூலம், வெளியில் செல்ல ஆயத்தமானேன். கப்பலிலிருந்து படகை அடைவதற்கு உபயோகப்படுத்தப்படும் ஏணி கேங்வே (Gangway) என்று அழைக்கப்படுகிறது. பெரிய அலைகள் மோதுவதால், படகால் சரியாக இவ்வேணியின் அருகில் வர இயலவில்லை. அது கிட்டத்தட்ட அருகில் வருகையில், அலையுடன் மேலெழும்போது உள்ளே ஒருவர்பின் ஒருவராகக் குதித்துக் கொண்டு வருகையில், என் முறையும் வந்தது. கப்பற்படை உடையுடன் நான் சரியாக அலையின்போக்கைத் தெரிந்துகொள்ளாமல், படகு வருகிறது என்று நினைத்து குதித்தபோது...

படகு மற்றொரு அலையால் தள்ளிவிடப்பட்டது. ஜில்லென்று நீர் உடலிற்பட்டவுடன்தான் எனது அபாயகரமான நிலையை உணர்ந்தேன். பம்பாய்க்கடலில் கோடையில், விழுந்தவர் வருவது என்பது சந்தேகம்தான். எனக்கே தெரியாத வேகத்தில் அவ்வேணியின் ஒரு கம்பியை எவ்வாறோ பிடித்துவிட்டேன். என் தலை மட்டும் நீரின் வெளியே தெரிந்தது. ஒரு கண்டத்தைத் தாண்டிவிட்ட நான், மற்றொரு பெரிய கண்டத்தையும் அடுத்த கணத்தில் தாண்டினேன். அதாவது, அப்படகு மற்றொரு அலையால் 'கேங்வே'யை நோக்கி வெகு

வேகமாகத் தள்ளப்பட்டது. படகிற்கும், கேங்வேக்கும் இடையில் இருந்தால், பொடியாகி விடுவோம் என்ற உணர்வு உந்த, ஒருகையால் ஏணியின் கம்பியைப் பிடித்துக் கொண்டு, அவ்வேணியின் கீழ், கடல் நீரில் என்னையே மறைத்துக் கொண்டேன். ஏமாந்துவிட்ட கோபமே போன்று ஏணியின் கடைசிப் படியில் திடீரென மோதிவிட்ட படகு அகன்றது. நானும் உயிர் தப்பினேன்.

எனது சீனியர்கள் எனது 'புனர் ஜன்ம'த்தைக் குறித்து என்னைப் பாராட்டினார்கள்.

கோடைப் பயிற்சியின் அட்டவணை எனக்கு மிகவும் பிடித்திருந்தது. அதன்படி கப்பல்கள் கொச்சி சென்று அங்கிருந்து சென்னை, பினாங்கு, வடபோர்னியோவிலிருக்கும் ஜெஸல்டன், ஹாங்காங், திரும்பவும் சிங்கப்பூர், திரிகோணமலை முதலிய இடங்களுக்குச் செல்லுமென்றும், இரண்டு வாரங்கள் திரிகோண மலையில் பயிற்சி தீவிரமாக நடக்கும் என்றும் தெரிந்துகொண்டேன்.

எல்லாக் கப்பல்களும் காலையில் புறப்பட்டன. சாதாரண பயிற்சிகளும், கோடைப் பயிற்சிக்கு வேண்டிய முன்னேற்பாடுகளும் நடந்துகொண்டிருந்தன. கடல் சற்றே கொந்தளிப்புடன் இருந்தது. ஆனால் அதனால் இத்தடவை நான் அதிகம் பாதிக்கப்படவில்லை. முக்கியமான காரணம் இப்போது என்னைவிட 'ஜூனியர்' ஒருவன் சேர்ந் திருந்தான். என்பதுதான். அவனெதிரில் நான் மிகவும் அனுபவப்பட்டவன் போலவே நடந்துகொண்டேன்.

கொச்சியிலிருந்து சென்னை வரை கப்பல், கடலால் வேதனைக்குள்ளாக்கப்பட்டது. இப்போது, கப்பலில் எல்லோருமே கடல் நோயால் வாடினார்கள். மூன்று நாட்களில் சாப்பிட்டவர் மிகச் சிலரே. எல்லோரும் சோர்வடைந்து காணப்பட்டனர். சென்னையில் ஐந்து நாட்கள் இருந்தோம். இதைப் பயன்படுத்திக் கொண்டு, இரண்டு நாள் விடுமுறையில் நான் மதுரை சென்றிருந்தேன். இரண்டு நாட்களும், நான் எனது முதல் கடற்பயணத்தைக் குறித்துக் கதை கதையாகச் சொல்லிக்கொண்டிருந்தேன்.

சென்னையிலிருந்து புறப்படுகையில் எல்லோருமே, கடல்நோய்க்குத் தங்களைச் சித்தமாக்கிக் கொண்டார்கள்.

அதற்கு முக்கியமான மருந்துகள், ஊறுகாய்களும், எலுமிச்சையும்தான். இவற்றையெல்லாம் நிறைய வாங்கி வைத்துக்கொண்டிருந்த எங்களுக்கு, கடலின் சாந்தம் ஏமாற்றத்தையே அளித்தது.

எங்களுக்கு பயற்சியின் முதல் பாகம் ஆரம்பமாயிற்று. முதல் வாரத்தில் இந்திய கடற்படை மட்டுமே இருந்தது. பயிற்சி ஆரம்பமான பிறகு, பயிற்சியில் பங்கெடுத்துக் கொள்வதைவிடப்போரில் பங்கெடுத்துக் கொள்வது சுலபமெனத் தெரிந்தது எனக்கு.

அதிகாலையில் "டான் எக்ஸர்சைஸ்" உடன் ஆரம்பிக்கும். பயிற்சி இரவு கூட நீடிக்கிறது. முக்கியமாக இப்பயிற்சிகளில் கப்பல்கள் இரு பிரிவுகளாகப் பிரிந்து, வெவ்வேறு திசைகளில் செல்வதும், அவைகள் ஒன்றையொன்று சரியான இடத்தில் கண்டுபிடிப்பதுமாகும். தவிர, கப்பல்கள் சேர்ந்து ஒரே வரிசையில் செல்வதும், மறுபடி ஒரே திசையில் மாறுவதும் 'இன்ஜின் ரூமில் எங்களுக்கு வேதனையாக இருக்கும். மாறி மாறி வரும் உத்தரவுகளின்படி, 'இன்ஜின்கள்' வேகத்தைக் குறைக்கவும், கூட்டவும் அதனால் ஏற்படும் பல மாற்றங்களால் எல்லாச் சிறு மிஷின்களையும், பாய்லர் களையும் பார்த்துக் கொள்ளுதலிலும் களைப்படைந்து விடுவோம். நான்குமணி நேரம் இவ்வாறு வேலை செய்துவிட்டு மேலே வருகையில் வேறு ஏதாவது பயிற்சி நடந்து கொண்டிருக்கும். அதன்படி, வேறுவேலை ஏதாவது ஏற்படும். எல்லாவற்றிற்கும் சிகரம் போல நீர்ப்பஞ்சம், நல்ல நீர் குளிப்பதற்கு நாளில் இரண்டு தடவையே விடப்படும். அந்த நேரத்திற்குள் குளித்து விடாவிட்டால் அன்றைய கதி அவ்வளவுதான்.

மாலையில் சில நாட்களில் Action Stations அறிவிக்கப்படும். அதாவது கப்பல் போரில் இருக்கிறது என்று பொருள். எல்லா பீரங்கிகளும் தயாராகவிருக்கும். டார்பிடோக்கள் சுடுவதற்குத் தயாராகிவிடும். யாருக்குமே அப்போது ஓய்வு என்று ஒன்றும் கிடையாது. எல்லா இரும்புக் கதவுகளும் மூடப்பட்டு விடுமாதலால், கப்பலில் எங்கும் வியர்வையும் அதைச் சார்ந்த நாற்றமும்தான் மிஞ்சும்.

ஒவ்வொருவருக்கும் ஒவ்வொரு வேலை அப்போது உண்டு. எனது வேலை, குண்டுகள் வைக்குமிடம்

தீப்பற்றிவிட்டால், அதை அணைக்கும் வால்வுகளை உடனே திறப்பது ஆகும். அவ்வால்வுகள் அமைந்திருக்கும் இடத்திலேயே சில தடவைகள் ஒருமணி நேரம்கூட நிற்க வேண்டிவரும்.

திடீரெனப் படகுகளை இறக்கி விட்டுவிடுவார்கள். எல்லாக் கப்பலின் படகுகளும் போட்டி போட்டுக்கொண்டு குறிப்பிட்ட இடம் வரை சென்றுவர வேண்டும்.

இரண்டு கப்பல்கள் ஒன்றுக்குப் பக்கத்தில் ஒன்றாக ஒரே வேகத்தில் செல்லும். ஒரு கப்பலிலிருந்து ஒரு கயிற்றைத் துப்பாக்கி மூலம் சுட்டு அனுப்புவார்கள். அக் கயிற்றின் முனை வந்ததும், அதன் வழியே பெரிய கயிறு ஒன்று அனுப்பப்படும். இப்பெரிய கயிற்றை இரண்டு கப்பல்களின் நடுவிலும் கட்டிவிட்டு, அதன் வழியாக, மனிதர்களையோ பொருட்களையோ அனுப்புவார்கள். இந்தப் பயிற்சிக்கு 'ஜேக் ஸ்டே' (Jack Stay) என்று பெயர். இரு கப்பல்களும் வேகமாகச் சென்று கொண்டிருக்கு மாதலால், இடைவெளி மிகவும் கொந்தளிப்புடன் இருக்கும். அக்கயிற்றின் வழியே வருபவர் கீழே பார்த்தால் அச்சம் அதிகமாகிவிடும். சாதாரணமாக அப்போதிருந்த ஆங்கிலக் கமோடோர் ஒருவர், சோதனைக்கு இவ்வாறே வருவார்.

எங்களுடன் வந்து கொண்டிருந்த ஒரு எண்ணெய்க் கப்பலினின்றும்எண்ணெய் எடுத்துக்கொள்ள இவ் வழியையே கையாள்வோம். சில சமயங்களில் அக்கப்பலின் இரு பக்கங்களிலும் இரு கப்பல்களும், பின் பக்கத்தினின்று ஒரு கப்பலுமாக, ஒரே நேரத்தில் மூன்று கப்பல்கள் எண்ணெய் எடுத்துக்கொள்ள, நான்கு கப்பல்களும் ஒரே வேகத்தில் சென்றுகொண்டிருக்கும். இப்பயிற்சி காண்பதற்கே மிகவும் நன்றாயிருக்கும். இப்பயிற்சியில் எங்கள் பங்கு மிக அதிகம். என்ஜின்களைச் சரியாக வேகத்தில் வைத்திருக்க வேண்டும்.

பயிற்சிகளின் பொழுது ஒன்று சரியாகப் புரிந்து கொண்டேன். (Team work) ஒரு குழுவின் வேலை இதில் ஒவ்வொரு மனிதனின் பங்கும் எவ்வளவு முக்கியமானதென்று முக்கியத்துவத்தில் யாரும் ஒருவரைவிட ஒருவர் குறைந்தவரில்லை. எந்த ஒரு தனி மனிதனின் இன்மையினால், அதே நேரத்தில், வேலை நின்றுவிடுவதும் இல்லை.

பயிற்சியின் பொழுது எல்லோரும் தொடர்ந்து பத்துமணி நேரம் அல்லது பனிரண்டு மணி நேரம் வேலை செய்வதிலிருந்து இன்னொரு முக்கியமான பொருளையும் புரிந்து கொண்டேன். ஓய்வு என்பது, அதிகம் கிடைக்கக் கிடைக்கத்தான் அதிகம் தேவைப்படுகிறது. வேலையை, வாழ்க்கையுடன் கலந்துவிட்டால், வேலை தொல்லையாகப்படுவதில்லை. வேலை இல்லாதிருந்தால், ஓய்வு அதிகம் தேவைப்படுகிறது. குறிப்பிட்ட அளவுவரை வேலைதான் ஓய்வையும் அளிக்கிறது. ஒருதடவை, இதை மையமாக வைத்துக்கொண்டு ஓய்வின் இன எண்ணைக் கண்டுபிடிக்கக்கூட முயற்சி செய்தேன். கிட்டத்தட்ட Parkinson Law போலவே தோன்றிற்று; ஓய்விற்கும், சோம்பேறித்தனத்திற்கும் வேற்றுமை, அதிகமாக இந்தியாவில் இல்லை என்பதே எனது முடிவு. ஓய்வு என்பது தான் செய்யும் ஒரே வேலையைவிட்டு, வேறு ஒரு வேலை செய்வதால் நிறைவு பெறுகிறது என்பதைக் கடற்படையில் பூரணமாகத் தெரிந்துகொண்டேன்.

சில நாட்கள் பயிற்சி செய்து முடிந்தவுடன் கப்பல் 'பினாங்'கை அடைந்தது. நான்கு நாட்கள் அந்த அழகான நகரத்தைச் சுற்றிப் பார்க்கும் வாய்ப்பு கிடைத்தது. தமிழ் மொழி சாதாரணமாகப் பேசப்படுவதும், தமிழ் சினிமாக்கள் ஓடுவதும் அவ்வயதில் எனக்கு மிகப் பெரிய ஆச்சரியத்தை உண்டாக்கின. மலையின்மீது செல்லும் Winch ல் செல்லும் போது அழகை நன்கு ரசிக்க முடிந்தது. பௌத்த மதச் சின்னங்கள் பலவற்றைக் கண்டேன். பாம்புக்கோவிலுக்குச் சென்று கண்விழிகள் வெளி வருமளவுக்கு உற்றுநோக்கினேன். நடுநடுவில், வெளிநாட்டில் இருக்கிறோம் என்ற உணர்ச்சி மேலே எழுந்து பெருமையை அளித்தது.

'ஜெஸல்டன்' வட போர்னியோவின் ஒரு சிறிய இயற்கைத் துறைமுகம். ஆங்கிலேயர்களின் படைகளின் ஒரு அலுவலகம். எங்களுக்காக வேண்டி, ஒரு 'டான்ஸ்ஹால்', 'பார்' முதலியன ஏற்படுத்தியிருந்தார்கள். ஒரு குத்துச் சண்டை போட்டியும் நடந்தது. இந்திய மாலுமிகள் எதிலும் சளைத்தவரில்லை என்பதைக் காட்டுவது போல இந்திய மாலுமி ஒருவர் வெற்றி பெற்றார். அந்தத் துறைமுகத்தில் கப்பல் வெளிநாட்டார் பார்வையிடத் திறந்து விடப்பட்டது. அப்போது கப்பலைச் சுற்றிக்காட்டும் 'கைடு'களில் ஒருவராக நான் இருந்தேன்.

'இங்கிருந்து சுட்டால் எத்தனை தூரத்திலிருக்கும் கப்பல் முழுகும்?' என்ற கேள்வியிலிருந்து 'படைகளின் அவசியம் என்ன?' என்ற கேள்வி வரைக்கும் நான் என்னால் முடிந்த மட்டும் பதிலளிக்க முயன்றேன். மனிதர்கள் எத்தனை வகைப்பட்டவர்கள்! மனிதர்களின் வெவ்வேறு எண்ணங்களையும் நோக்குகளையும் பற்றி நினைத்துக் கொண்டே எவ்வளவு நேரம் வேண்டுமானாலும் இன்புறலாம். அவர்கள் நடையுடை பாவனைகள். இன்னும் நான் புதிய மனிதரைப் பார்த்துக் கொண்டுதான் இருக்கிறேன். 'கடற்படையில் சேர்; உலகத்தைப் பார்' என்ற விளம்பர சுலோகத்தில் முழு உண்மை கண்டேன். உலகம் என்பதின் பூகோளப்பொருளைவிட, அதன் சமுதாயப் பொருள்தான் எனக்கு இன்பத்தை அளித்தது. தமது நாடு, சமுதாயம், வாழ, முன்னேற, எந்த மனிதனும் எதிர்நோக்கு கிறான்.பொறுமையுடன் மற்றவர்களின் முன்னேற்றத்தைக் காணும்போதும், பெருமையுடன் தனது நாட்டின் பொருட்களைக் காட்டிக்கொள்ளவும், குழந்தை போலவே முயல்கிறான். மாலுமி களின் வாழ்க்கையில் இது ஒரு தனி பரிமாணத்தை அடைகிறது. தனது கப்பல் என்று சொல்லிக்கொள்வதில் பெருமையடைகிறான் ஒரு மாலுமி. சாதாரணமாக, எப்போதும்தன் கப்பலைப்பற்றித் திட்டிக்கொண்டேயிருந்தாலும் நேரம் வருகையில், தன் கப்பலின் உயர்வை விட்டுவிடுவதில்லை.

ஜெஸல்டனிலிருந்து ஹாங்காங் செல்லும்போது, எங்களுடன் ஆஸ்திரேலிய கடற்படையும் கலந்து கொண்டது. தூரக்கிழக்கு அட்மிரல் எச்.எம்.எஸ். நியூபவுன்ட்லாந்திலிருந்து பயிற்சிகளை நடத்தினார். எங்கள் குழு ஐ.என்.எஸ். டெல்லியின் தலைமையில் சென்றது. இப்பயிற்சியில்தான் பலவித யுத்த முஸ்தீபுகளைக் கண்டேன்.

முதலாவதாக 'டார்கன் ஷிப்' (Darken Ship).கப்பலின் வெளியே ஒருவித வெளிச்சமும் தெரியக்கூடாது. ஒரே இருட்டில், இத்தனை கப்பல்களும் குறுக்கும் நெடுக்குமாக, ஒன்றையொன்று முட்டிக்கொள்ளாமல் செல்வது ஆச்சரியத்தை அளித்தது. சாதாரணமாக எரியும் சிவப்பு பச்சை

விளக்குகள்கூட அணைக்கப்பட்டு விடுகின்றன. சிவப்பு இடது பக்கத்தையும் (போர்ட் Port) பச்சை வலது பக்கத்தையும் (ஸ்டார் போர்டு Star Board) குறிக்கும். இந்த இருட்டில் கப்பல்கள் இரு பிரிவுகளாகப் பிரிக்கப்பட்டு, வெவ்வேறு இடங்களுக்குச் சென்றுவிடும். ஒரு பிரிவு மற்றொன்றைக் கண்டுபிடிக்க வேண்டும். இதில் எல்லா மாலுமிகளும் தனிப்பட்ட சிரத்தை எடுத்துக் கொள்வதைக் காணலாம். பகலில் ஒரு கப்பல் மற்றொரு கப்பலை ஏமாற்றிவிட்டுச் செல்லும்போது, 'புகை மண்டலத்தை' எழுப்பிவிடுகிறது. அப்புகை மறையுமுன் வேறு எங்காவது சென்றுவிடுகிறது. மற்ற கப்பல்களைவிட நாசகாரிக் கப்பல்கள், இதில் வெற்றி பெற்றுவிடுகின்றன. முக்கியமாக அவற்றின் வேகம்தான் காரணம். அப்பொழுது புகைமண்டலம் எழுப்பிவிடும் கருவியை நான் கண்காணித்து வந்தேன், ஒரு சிறந்த காரியம் செய்வதேபோல, உத்தரவளிக்கப்பட்டதும், புகைக் கருவியின் வால்வுகளைத் திறப்பேன்.

நவீனப் போரில் இது பயனற்றதாயினும் சென்ற உலகப்போரில் மிகவும் பயன்பட்டது. "ஜெர்மானியக் கப்பல் 'பிஸ்மார்க்'கை மூழ்கடிக்க முற்பட்ட ராயல தேவியின் கப்பல்கள் அக்கப்பல் குறியினின்றும் தப்ப இம்முறையைக் கையாண்டன" என்று படித்திருக்கிறேன்.

முதல் தடவையாக டார்பிடோ சுடப்படுவதையும் கண்டேன். ராணாவின் எட்டு டார்பிடோ டியூபுகளிலிருந்து ஒன்று சுடப்பட்டது. அழகான பெரிய மீனொன்று செல்வதுபோல், கப்பலினின்றும் வெளிப்பட்டு, நீரில் பாய்ந்த அந்த நீலமான பொருள், அழகின் உருவத்தையே எனக்கு நினைவூட்டியது. அதன் இரு சிறு 'புரொபல்லர்'களும் வேகமாகச் சுழல, நீரைக் கிழித்துக்கொண்டு அது சென்றது. அதன் கர்வத்தையும், நாசமாக்கும் தன்மையிலும் அழகுள்ளது என்று காட்டிக்கொள்ளும் ஆணவத்தையும் காட்டிற்று. "கப்பலை மூழ்கடிப்பதில் டார்பிடோக்கு நிகர் வேறு ஒன்றும் இல்லை" என்று, ஒரு இரண்டாம் உலகப் போரில் அனுபவித்த மாலுமி விவரித்தான். பயிற்சிகளில் டார்பிடோவை சுடும்பொழுது, 'வார்ஹெட்' (Warhead) இன்றி அனுப்புகிறார்கள். அதன் வேகம் தணிந்த பிறகு அதைத் தேடிச்சென்று எடுத்துவிடுகிறார்கள்.

ஆனால், "டெப்த் சார்ஜ்" நிஜமாகவே சுடப்படுகிறது. அது நீரில் எறியப்பட்டவுடன் குறிப்பிட்ட ஆழத்தில் வெடிக்க வேண்டி அதன் கருவிகள் அமைக்கப்படுகின்றன. அவ்வாழத்தில் சென்றதும் அது வெடிக்கிறது. "டெப்த் சார்ஜ்" எறிந்தவுடன், கப்பல் மிக வேகமாக அங்கிருந்து நகர்ந்துவிடுகிறது. டெப்த் சார்ஜ் வெடித்துவிட்டதை ஒரு பெரிய குன்றுபோல் எழும் நீரின் பரப்பிலிருந்து அறிந்து கொள்ளலாம். அதன் சக்தி தூரத்தில் இருக்கும் கப்பலில் கூடத் தென்படுகிறது. அப்பரப்பு சாந்தமடைந்த பின்பு, ஆயிரக்கணக்கில் மீன்கள் செத்து மிதப்பதைக் காணலாம்.

"டெப்த் சார்ஜ்" நீர் மூழ்கிக் கப்பலை நாசமாக்க ஏற்பட்டது. அது நீர் மூழ்கிக் கப்பலின்மீது விழவேண்டிய அவசியமில்லை. கிட்டத்தட்ட அந்த ஆழத்தில் நீரினுள் அது வெடிக்கும்போது, நீரின் அழுத்தம் அந்த இடத்தில் மிக அதிகமாகி விடுவதாலும், நீர் காற்றுபோல, சுருங்க முடியாததாகையாலும், சுற்றுப்புறத்தில் அருகில் இருக்கும் நீர் மூழ்கிக் கப்பல் நீரின் அழுத்தம் தாங்காது நாசமாக்கப்பட்டுவிடுகிறது.

இவையெல்லாம் இரண்டாம் உலகப்போரில் நன்கு உபயோகிக்கப்பட்டவை. பல தடவைகள், பலர் இவற்றின் பயனற்ற தன்மையைச் சொல்லி வாதாடக் கேட்டிருக்கிறேன். ஏனெனில் இந்நாட்களில் அதிக முன்னேற்றம் அடைந்துவிட்ட கருவிகள் பல, பழைய நாசகாரிக் கருவிகளைப் பயனற்றதாகச் செய்துவிட்டன. ஆயினும் இவற்றில் நன்கு பயிற்சி பெற்றிருந்தால், நூதனக் கருவிகளிலும், நன்கு தெளிவு பெறலாம் என நினைக்கிறேன்.

ஹாங்காங் அடையும்வரை பலதரப்பட்ட பயிற்சிகள் அளிக்கப்பட்டன. ஹாங்காங்கின் பெரிய துறைமுகத்தில் ஒன்றன்பின் ஒன்றாக, எல்லாக் கப்பல்களும் நுழைந்தன. மற்ற கப்பல்கள் நங்கூரம் பாய்ச்சி நிற்க, ஐ.என்.எஸ். டெல்லியும் எங்கள் கப்பலும் கரையில் கட்டப்பட்டன.

நான் மேல்தளத்தில் நின்று துறைமுகத்தை நோக்கினேன். எதிரில் புதிய பாணிக் கட்டடங்கள் பல தெரிய, புதிய நகரப் பகுதி மேலைநாட்டு நகரங்கள் போலக்

காட்சியளித்தது. துறைமுகம் நதியில் அமைந்துள்ளது. இவற்றில் நூற்றுக்கணக்கான சிறிய படகுகளில் குடும்பத்துடன் வாழும் சீனக் குடும்பத்தினர் பல பொருட்களை விற்பனை செய்து வருவதைக் கண்டேன். அவர்களது மொழியும், உடையும் எனக்குச் சிரிப்பை வரவழைத்தன. ஒரு குடும்பத்திற்கு வேண்டிய எல்லா வசதிகளும் கொண்டுள்ளதாய் அமைந்திருக்கிறது அப்படகு. சிறு குழந்தைகள், சிறு குவளைகளில் அரிசிச் சோற்றையும், கறியையும் கலந்து சிறு குச்சிகளால் சாப்பிட்டுக் கொண்டிருப்பதும், புகை பிடித்துக் கொண்டே பேரம் செய்யும் பெண்களின் வியாபார நோக்கும் எனக்கு ஆச்சரியத்தை அளித்தன. ஒவ்வொரு படகிலிருந்தும் ஒரு பெட்டி நிறைய துணிமணிகள், வாட்சுகள், அரிய பொருள்கள் எல்லாவற்றையும் நிரப்பிக்கொண்டு கப்பல் மேல்தளத்தில் அமர்ந்துகொண்டு வியாபாரம் செய்ய ஆரம்பித்தனர் சீனர். இவர்களிடம் ஒன்றும் வாங்கக் கூடாது என்று எச்சரிக்கை செய்யப்பட்டேன்.

மாலையில் வெளியில் சென்றோம். ஹாங்காங்கின் தெருக்கள் வழியாக நடந்து செல்லும்போது, அவர்கள் உணவு விடுதிகளில் பெரிய பெரிய கண்ணாடி ஜாடிகளில் வைக்கப்பட்டிருக்கும் பல 'ஊர்வன' இனத்தைச் சேர்ந்த இறைச்சி உணவு, எனக்கு வயிற்றில் குமட்டலை உண்டாக்கியது. கடைகள்! கடைகள்! எங்கு நோக்கினும் கடைகள். அவர்கள் விற்கும் பொருள்கள் ஊசியிலிருந்து நவீன மின்பொறி இயந்திரங்கள் வரை. அப்போது ஹாங்காங் டாலர் ஒன்று 13 1/2 அணாவுக்குச் சமம்! அந்நியச் செலாவணி தொந்தரவு கிடையாதாகையால் எல்லோரும் வேண்டிய அளவுக்குச் சாமான்கள் வாங்கிக் கொண்டார்கள். சில பொருள்கள் மிகவும் மலிவாக விற்கப்பட்டன.

மலையின்மீது செல்ல, இங்கும் பினாங்கு போல 'ரயில்வே' உள்ளது. அங்கு நான் மாலைகளில் செல்வேன். மலையின்மீதுள்ள பார்க்கில் அமர்ந்துகொண்டு எதிர்திசையில் தெரியும் சைனாவை நோக்கியும், கீழே வளைகுடா போலுள்ள துறைமுகத்தைப் பார்த்தும் மகிழ்வேன். பத்து நாட்கள் ஹாங்காங்கில் பலதரப்பட்ட ஓய்வுகளில் கழித்தோம்.

அமெரிக்கக் கப்பற்படையும் அங்கு சில கப்பல்களை

அப்போது அனுப்பியிருந்தது. ஆதலால், மாலுமிகளில், பெரும்பான்மையும், அமெரிக்க மாலுமிகளே அங்குள்ள மக்களால் அதிகம் விரும்பப்பட்டனர். முக்கியமான காரணங்கள்! அமெரிக்க மாலுமிகள் சாதாரண இந்திய ஆங்கிலேய மாலுமியைவிட மிக அதிகம் செலவிடுவதுதான் இதற்குக் காரணம். அதேபோல, (Naafi) என்றநேவி, ஆர்மி, ஏர்போர்ஸ் இன்ஸ்டியூட்டில், ஆங்கில, இந்திய, ஆஸ்திரேலிய மாலுமிகளே காணப்பட்டார்கள். அமெரிக்க மாலுமிகள் பெரிய ஓட்டல்களில் நேரம் போக்கினர்.

ஹாங்காங்கிலிருந்து சிங்கப்பூர் திரும்பினோம். வழியில் அதேபோன்ற பல பயிற்சிகள். முக்கியமாக இரவுகளில் "டார்கன் ஷிப்" (Darken Ship) அமைந்திருந்தது. பீரங்கி சுடும் பயிற்சியும் நடந்தது.

சிங்கப்பூர் ஏடனைவிட வியாபாரத்தில் சிறந்து விளங்குகிறது. இங்கும் சாமான்கள் மலிவாகக் கிடைப்பதும், பல சாமான்கள் வாங்கப்படுவதும் கடற்படையில் சாதாரணமாக நடப்பது. ஒவ்வொரு சமயத்தில், அந்நிய நாட்டுப் பொருள்களுக்கென, மாலுமிகள் உயர்ந்த அதிகாரிகளும்தான் செலவிடுவதையும், இப்பொருட் களுக்காக அவர்கள் காட்டும் சிரத்தையும் எனக்குக் கோபத்தையே அளித்தன. உள்நாட்டுப் பொருள், அந்நிய நாட்டுப் பொருளேபோல, சிறந்து அமைந்திருந்தாலும், அந்நிய நாட்டுப் பொருள் என்று சொல்லிக்கொள்ள வேண்டியாவது பலர் செலவிடுகிறார்கள். இந்தப் பைத்தியத்தில்; கப்பலின் கடைசி மாலுமியிலிருந்து உயர்ந்த அதிகாரி வரையில் பலரைக் காணலாம்; சிங்கப்பூரில் சாமான்கள் வாங்கி வருபவரும், ஒருவருக் கொருவர் போட்டியிட்டுக் கொண்டு தம் சாமான் மற்றதைவிட எவ்வகையில் சிறந்தது என்று விளக்குவதும் இரவில் வெகுநேரம் வரை நடைபெறும்.

சிங்கப்பூர் முதல் தடவை சென்றபோது, எனக்கு ஒரு தமிழர் நண்பராகிவிட்டார். எனக்கு சிங்கப்பூரைச் சுற்றிக் காட்டுவதில் மிகுந்த பெருமை கொண்டார் அவர்.

திரிகோணமலை ஒரு பெரிய இயற்கைத் துறைமுகம் இலங்கையின் கிழக்குக்கரையில் அமைந்திருக்கும் இத்துறைமுகம், இலங்கை சுதந்திரம் பெற்ற பிறகுங்கூட,

ஆங்கிலேயரால் கடற்படைப் பயிற்சிக்கென, உபயோகப் படுத்திக் கொள்ளப்பட்டது. அப்பெரிய துறைமுகத்தில் பல கப்பல்கள் நங்கூரம் பாய்ச்சி நிற்கலாம். இங்கிருந்து இந்துமகா சமுத்திரத்தில் தெற்கு நோக்கிச் சென்று, பயிற்சிகள் நடத்தப்படும். இரண்டு மூன்று நாட்களுக்கு ஒரு தடவை கப்பல்கள் துறைமுகத்திற்குள் வந்துவிடும். துறைமுகத்திலும் சில பயிற்சிகள் நடத்தப்படும்.

வெளியில் கப்பற்படைக்கென ஒரு பெரிய 'Bar' (குடி நிலையம்), அமைக்கப்பட்டிருந்தது. ஊர் சிறிதேயாயினும் ஒரு கடைவீதியும், சில உணவு விடுதிகளும் அமைந்திருந்தன. எல்லா கடற்படைகளின் மாலுமிகளும் இங்கு அதிகமாகக் குடிப்பதைக் கண்டிருக்கிறேன். வாங்குவதற்கு அதிக பொருள்கள் இல்லையாதலாலும், சுற்றிப் பார்க்க இடம் அதிகமின்மையினாலும், 'பாரி'லேயே மாலுமிகள் பொழுதைப் போக்கினர். ஆனால் பயிற்சிகள் முடிந்த பிறகு பல விளையாட்டுப் போட்டிகள் நடத்தப்படுகின்றன. இதில் ஹாக்கி முக்கியமானது. ஒவ்வொரு வருடத்திலும் கடைசியில் இந்திய கடற்படையும், பாகிஸ்தானிய கடற்படையும் ஹாக்கி போட்டியிடுவதைக் காணலாம்.

முதல் தடவையாக, அப்பயிற்சிகளில் ஒரு நீர்மூழ்கிக் கப்பல் பங்கெடுத்துக் கொண்டதைக் கண்டேன். விமானப்படையின் விமானங்களும் பங்கெடுத்துக் கொண்டன.

'ஜெனரல் டிரில்' என்ற ஒரு பயிற்சியில் பல வேடிக்கையான சம்பவங்கள் நடைபெறும். இது கடலிலும், துறைமுகத்திலும் நடத்தப்படும். கடலில் பயிற்சி நடத்தும் அட்மிரலோ, கமோடோரோ, பயிற்சிகளின் போட்டி முடிவுகளைக் கண்டு, 'மார்க்'குகள் தருவார். பயிற்சிகளில் திடீரென்று ஒரு வாளியை கொடிக்கம்பத்தில் ஏற்றச் சொல்வது முதல், கப்பலின் உருவத்தை மாற்றியமைப்பது வரை எது வேண்டுமானாலும், சொல்லப்படும். 'ராணா' ஒரு தடவை வாணிகக் கப்பலாக மாற்றப்பட்டது. பீரங்கிகள் 'கிரேன்கள்'போல் வைக்கப்பட்டன. சுற்றிலும் எல்லா டார்பிடோக்களும் மறைக்கப்பட்டு கித்தான்கள் கட்டப்பட்டன. சிறிது நேரத்தில் நம்ப முடியாத அளவுக்கு உருமாறிவிட்டது ராணா!

துறைமுகத்தில் நடத்தப்படும்போது இன்னும்

வேடிக்கைகளைக் காணலாம். திடீரென்று, "அட்மிரலின் சமையற்காரன் காணப்படவில்லை; என்ன செய்வது" என்று ஒரு செய்தி! சில கப்பல்கள் உணவு அனுப்புவதும், சில கப்பல்கள் சமையற்காரர்களை அனுப்புவதும் நடந்தன. ஒரு கப்பல் அட்மிரலைச் சாப்பிட அழைத்தது. அக்கப்பல் வெற்றி பெற்றது.

"ஒரு கரப்பான் பூச்சியை உடனே அனுப்பவும்" அட்மிரலின் செய்தி. முதலில் அனுப்பிய கப்பலுக்கு வாழ்த்து" எவ்வளவு அசுத்தமாகக் கப்பலை வைத்திருந்தால், இவ்வளவு சீக்கிரம் கரப்பான் பூச்சி கிடைத்திருக்கும்!"

இரவில் கப்பல்களின் ஏணிகளில் கப்பலின் பொருள் ஒன்றைக் கட்டிவிடுவார்கள். இதை மற்ற கப்பல் எப்படியாவது பறித்துச் சென்றுவிட வேண்டும். இதில் மாலுமிகளின் 'ஜாக்கிரதை'யைப் பரிசோதித்து விடுகிறார்கள்.

சில மாலுமிகள் இதில் மிக ஊக்கம் காட்டுகிறார்கள். இன்னும் சில பயிற்சிகளில் பலரது உயர்ந்த சக்திகள் வெளிப்படுகின்றன. முக்கியமான உணர்ச்சி, தம் கப்பல் வெற்றி காண மாலுமிகள் காட்டும் உண்மை ஊக்கம்தான். இந்த உண்மைதான் கப்பலை ஓட்டுகிறது. சிவாஜியில் நான் கற்றதுபோல, கப்பல் மிதக்கவும், மிதக்கும் கப்பல் நகரவும், நகரும் கப்பல் போரிடவும் இந்த கப்பலுணர்ச்சி மிகவும் அதிகமாகத் தேவைப்படுகிறது. கப்பலின் வாழ்க்கை மிகவும் கடினமானதாக அமைந்திருப்பதால், மாலுமிகளின் வாழ்க்கை துறைமுகத்தில் வந்தவுடன் கேளிக்கைகளிலும், சிற்றின்பத்திலும் பெரும் விகிதத்தில் கழிக்கப்படுகிறது. பலவிதங்களில் மாலுமிகள் மற்றவர்களுக்கு உதவுவதிலும், எத்தகைய இன்னல்களுக்கு நடுவிலும் நண்பர்களுக்கு உதவுவதிலும் சிறந்து விளங்குகிறார்கள்.

என்னைப் பொறுத்தவரையில், கப்பலுணர்ச்சி, நன்கு சிறந்து இன்னுமதிகமாக விளங்க வேண்டுமெனின், அதிகாரிகள், அதிகாரிகளல்லாதார் வேற்றுமை, இப்போதுள்ளது போலின்றி, குறைக்கப்பட வேண்டும் என்பதுதான். நான் பார்த்ததிலிருந்து முக்கியமாக, ராயல் நேவியிலும், அமெரிக்கக் கடற்படையிலும், இவ்வேற்றுமை

அதிகம் காணப்படுவதில்லை. நமது கடற்படையில், ராயல் நேவியின் அதிகாரிகள் சுதந்திரத்திற்கு முன்னர், அதிகாரிகளல்லாதாரை தம்முடன் நெருங்கவிடாமல், வைத்திருந்தார்கள். வேற்றுமை உணர்ச்சி அதிகம் இருந்தது. ஆனால் விடுதலைக்குப் பிறகு இது ஏனோ, முற்றிலும் அகற்றப்படாமல், என் போன்ற பலருடைய மனதைப் புண்படுத்தியுள்ளது. இன்றைய நாட்டின் நிலையில், இது முக்கியமானதொரு இடத்தைப் பெறவேண்டும். ஏனெனில் இந்நூற்றாண்டின் முதற்பாதி போலல்லாது, இப்போது படைகளில் இருப்போர், நன்கு கற்றுத் தெளிந்தவர்களாகவே உள்ளனர்.

கப்பற்படை வளர்ச்சியைப் பற்றி 1954-ம் ஆண்டு பலர் பேசவாரம்பித்தார்கள். நீர்.மூழ்கிக் கப்பல்கள் வாங்கப்போவது குறித்தும், விமானந்தாங்கிக் கப்பல் (AirCraft Carrier) வாங்கப்போவது குறித்தும் பேச்சுக்கள் அடிக்கடி கேட்கப்பட்டன. தவிர, அன்றைய இந்தியக் கப்பல்கள் எல்லாம் பழைய மாதிரியான ஆயுதங்களைக் கொண்டிருந்தன. நாளொருமேனியும் பொழுதொரு வண்ணமாய் வளர்ந்து கொண்டிருந்த விமானப்படையின் எதிரில், கப்பற்படை சென்ற நூற்றாண்டின் விட்ட குறைபோன்று காட்சியளித்தது. அப்போதைய சிறந்த ராயல் நேவியின் கப்பல்களில் ஒன்றான எச்.எம்.எஸ்.டிபெண்டர் (Defender) எனக்குப் பெரிதும் ஆச்சரியத்தை அளித்தது. அதன் மேல்தளத்தில் நிற்பதற்குக்கூட இடமின்றி கருவிகளும், ஆயுதங்களும் காணப்பட்டன. முதல் தடவையாக ஒரு 'கேரியரை' (விமானம் தாங்கிக் கப்பல்) தூரத்திலிருந்து நான் பார்த்தபோது என் மெய் சிலிர்த்தது. எப்போது இந்திய கடற்படை 'கேரியரை' வாங்கும்? அதில் பணி புரிய எனக்கு ஒரு வாய்ப்புக்கிட்டுமா? என்றெல்லாம் எண்ணினேன்.

கப்பல் வாழ்க்கை நாட்கள் கழிவது, நிமிடங்களாகவே தோன்றின. ராணாவின் நான் ஒரு வருடம் இருந்தது வேகமாகச் சென்றுவிட்டது. நான் இரண்டு மாத விடுமுறையில் சென்றபோது, உள்ளத்திலுமம, உடலிலும் நன்கு வளர்ந்து விட்டேன். நண்பர்கள் நடுவில் பெருமையுடன் பிற நாடுகளைப் பற்றி ஓரளவு பேச முடிந்தது. எனது வாழ்க்கையில் முதல்

தடவையாக, எனக்கு ஒரு தொழில் என்று ஒன்று ஏற்பட்டுவிட்டதை உணர்ந்தேன். அதுவரை நான் ஒரு தனிப்பட்டவன் என்று கருதியதில்லை. அதாவது, இனி ஒரு தொழிலுக்கு நான் கடமைப்பட்டவன் ஒரு வேலையைச் செய்ய வேண்டியவன் என்ற உணர்வு தோன்றி அச்சம் கலந்த மகிழ்ச்சியை அளித்தது. அத்துடன் என் வாழ்விலும் ஒரு கருத்து தோன்றியது. கப்பல்கள் என் வழ்வின் ஒரு பகுதியாகிவிட்டன. கடல் எனது வாழ்க்கையின் அடிப்படையாகிவிட்டது. நீர் என்றாலே பயந்து கொண்டிருந்த ஒரு உயிர் நீரையே சார்ந்து வாழ வேண்டிய நிர்ப்பந்தம் ஏற்பட்டுவிட்டது! கடற்படையை விட்டவுடன், கடல் கப்பல் இரண்டும் நெருங்காத இடத்தில் ஒரு வேலை கிடைக்க வேண்டும் எனவும், இல்லையேல் வாழ்வதில்லை என்றும், ஒரு சபதம் எடுத்துக்கொண்டேன் ஒரு நாள்! அது காற்றோடு செல்ல வேண்டியாகிவிட்டது!

"ஒரு மாலுமிக்கு, தான் இருக்கும் கப்பல்தான், தான் கண்ட கப்பல்களிலேயே மோசமானது. கடைசியாக அவன் இருந்த கப்பல்தான் சிறந்தது. அதன் கேப்டன் தான் மிகவும் சிறந்தவன். இப்போது இருக்கும் கப்பல் போல அங்கு உணவு மிகவும் மோசமாக இருக்கவில்லை. இக்கப்பலின் மாலுமிகள் போல சுயநலமிகள் அங்கு இருக்கவில்லை. இக்கப்பலை விட்டவுடன் அவன் இனி கடலையே பார்க்கப் போவதில்லை. கப்பல் நடத்தப்படும் முறையைப் பார்த்தால் இக்கப்பல் மிதக்குமோ என்றே சந்தேகம் உள்ளது...." இது ஒரு மாலுமி யின் மனோதத்துவம் என்று ஒருமுறை ரீடர்ஸ் டைஜஸ்டில் படித்துச் சிரித்துக் கொண்டேன். அது எவ்வளவு தூரம் உண்மை என்பது, நான் விடுமுறைக்குப் பிறகு, 'ஜமுனா" என்ற ஒரு கப்பலில் டிராப்ட் செய்யப்பட்டபோது தெரிந்தது. இது ஒரு பழைய கப்பல். இதன் கருவிகள் மிகவும் பழமையானவை. இங்கு வாழும் இடமெல்லாம் சற்றே பெரிதாக அமைந்திருந்தாலும், நான் ஒவ்வொரு நிமிடத்திலும் ராணாவை ஒப்பிட்டுப் பேசுவதை உணர்ந்தேன். இதன் வேகம் குறைவு. இதன் சக்தி ராணாவின் சக்தியில் கால்பங்குதான். தவிரவும் பயிற்சியில் இக்கப்பலின் பாகம் குறைவாகவே அமைந்திருந்தது. ஒரு வருடம் இக்கப்பலில் நான் பணி

புரிந்தபோதிலும் அதில் சிறிதும் மனம் ஈடுபடவில்லை Frigate எனப்படும் இக்கப்பல் பெரும்பாலும், அரசாங்கத்தால் சில வேலைகளுக்குப் பயன்படுத்தப்பட்டது.

அரபிக்கடலில் அமைந்திருக்கும் லஷத்தீவுகள் அப்போது அரசாங்கத்தின் முக்கியத்துவத்தைப் பெற்றன, அதைக்குறித்து எழுதவிருந்த சர்தார் பணிக்கரை அங்கு அழைத்துச் செல்ல, ஒரு தடவை எங்களுக்கு உத்திரவிடப்பட்டது. அப்பயணம் எனக்கு மகிழ்ச்சியை அளித்தது.

லஷத்தீவுகள் அரபிக்கடலில், கோழிக்கோடுக்கு மேற்கே அமைந்துள்ளன. நீலக்கடல் என்பதை இங்கு காணலாம். நீலமான கடலின் அடிவரை தெரியுமாறு நீர் தெளிவாக உள்ளது. பல சிறு தீவுகள் கலந்து அமைந்துள்ள இப்பகுதியில் சென்றவுடன், தீவுகளிலிருந்து படகுகளில் தீவில் தலைவன் வருவதைக் காணலாம். அப்படகுகள் நீளமானதாகவும், ஒரு பக்கம் உயர்ந்தும் பழங்காலத்தை நினைவூட்டுகின்றன. நங்கூரம் பாய்ச்சி நிற்கும் கப்பலிலிருந்து தீவைக் காண்கையில் மனதில் ஏற்படும் நிம்மதி சொல்ல முடியாதது. பச்சைப் பசேலென்று நிலப்பரப்பும், கடலில் சேருமிடத்தில் வெண்மையான மணலும், நீலக்கடலும், பின்னால் அதைவிட நீலமான வானமும், பார்க்கப் பார்க்கத் தெவிட்டாதது.

மற்றொரு முறை அங்கு செல்ல நேர்ந்தது அத்தடவை முற்றிலும் வேறொரு பங்கை ஏற்றுக்கொண்டோம். கலகம் விளைவித்த சிலரையும், அக்கலகத்தார் தலைவனையும் கைது செய்து கொண்டு வர நேர்ந்தது.

ஜமுனாவில் இருந்தபோது மற்றொரு வேலையும் நாங்கள் செய்ய வேண்டி வந்தது. நேஷனல் டிபன்ஸ் அகாடமியின் மாணவர்களைக் கடலில் அழைத்துச் செல்லவும், அவர்களுக்கு கடலின் அனுபவத்தை அளிக்கவும் நாங்கள் பயன்படுத்தப்பட்டோம். கடக்கவாசலா என்னும் (இதுவும் சிவாஜிபோல பூனாவிற்கு அருகில்தான் அமைக்கப் பட்டுள்ளது) இடத்தில், 'கேடட்டுகள்' மூன்று காவற்படைகளுக்கும் பயிற்சி அளிக்கப்படுகிறார்கள். இதில் முதலில் எப்படைக்காக என்று சொல்வதில்லை. பயிற்சி

எல்லோருக்கும் ஒரே மாதிரியாக அளிக்கப்படுகிறது. அப்போது அவர்கள் எப்படையில் சேர வேண்டும் எனத் தெரிவிக்கு முன்னர், மூன்று படைகளிலும் சிறிது அனுபவம் பெற அனுப்பப் படுகிறார்கள். அதில், கடற்படையில் அச்சிறுவர்கள் வருகையில் ஜமுனா போன்ற கப்பல்களில் இந்தியாவின் மேற்குக் கடற்கரையில் பல இடங்களுக்கு அழைத்துச் செல்லப்படுகிறார்கள். இந்தப் பயணம், 'Baby water cruise' என்று அழைக்கப்படுகிறது. கடற்படையில் சேர வேண்டும் என்ற எண்ணம்கொண்ட பலர், முதலிரண்டு நாட்களில் கடற்சீக்கால் அவதியுற்று, தரை, விமானம் என்று எண்ணத்தை மாற்றிக் கொண்டதுண்டு!

இவர்களை அழைத்துக் கொண்டு சௌராஷ்டிராவின் பல சிறிய துறைமுகங்களுக்குச் சென்றோம். விராவல் என்னும் இடத்தில் தம் குல மக்களால் தொடுக்கப்பட்ட அம்புக்கு இரையான கிருஷ்ண பரமாத்மாவின் கோவிலைக் காணலாம். பாதத்தில் அம்பு தைக்க, கீழே விழுந்திருக்கும் கிருஷ்ணனின் சிலையை முதல் தடவையாகக் கண்டேன். இன்னும் யாதவ குலத்தார் மிகுந்திருக்கும் சௌராஷ்டிர புரத்தில் பல கிருஷ்ணன் கோவில்கள் உள்ளன. கோவில்கள் வைக்கப்பட்டிருக்கும் முறைதான் ஏமாற்றத்தை அளிக்கிறது. அவ்விடத்தில் சுத்தம் என்பது சற்றே குறைவுதான்.

சிறு வயதிலிருந்து சரித்திரத்தில் படித்த சோமநாதர் ஆலயத்தையும் கண்டேன். நான் சென்றபோது, அக்கோவிலைப் புதுப்பிக்கும் பணி நடந்து கொண்டிருந்தது.

எல்லாவற்றையும் விட சிறந்தது, போர்பந்தரில் நான் மகாத்மாவின் இல்லத்தைச் சென்று கண்டதுதான். அவ்வில்லத்தினுள் செல்கையிலேயே ஏற்படும் பக்தி சௌராஷ்டிரத்தின் மற்ற கோவில்களில் கூட ஏற்படவில்லை. நம் நடுவில் வாழ்ந்த கடவுளின் பிறந்த இல்லத்தில், அவர் பிறந்த அறையில் சென்று நின்றபோது என்னையும் அறியாது இந்தியர்களின் சிறப்பை, இந்தியர்களே மறந்துவிட்ட நிலையை எண்ணி, கண்ணிர் வந்தது. காந்தி ஒரு பிறப்பல்ல; ஒரு சம்பவம் என்று பூரணமாக நம்பும் என் போன்றோருக்கும், தமது சகோதரிகள் கற்பழிக்கப் படுவதையும் உற்றார் கொல்லப்படுவதையும் கண்ணால் கண்டு, வாழ்க்கையில் சிறு

வயதிலேயே விரக்தி அடைந்த, என்னுடன் கப்பலில் இருந்த சில பஞ்சாபிய மாலுமிகளுக்கும் இடையில், ஒரு கோடியில் மகாத்மாவாகவும், மற்றொரு கோடியில் அவர்கள் அறியாமையால், இகழப்படவும் இலக்காகிவிட்ட காந்தி, இந்தியாவில் இருந்தது ஒரு சம்பவம்தான். மனிதப்பிறப்பன்று. இந்தியாவின் சாபக்கேடு மகாத்மாவைப் பூரணமாக உணராதது.

கப்பற்படையில் சேர்ந்துவிட தீர்மானிக்கப்பட்டவுடன் நேஷனல் டிபன்ஸ் அகாடமியிலிருந்து கேடட்டுகளாக, இச்சிறுவர்கள் ஐ.என்.எஸ். பகூக என்ற கப்பலுக்கு பயிற்சிக்கு அனுப்பப்படுகிறார்கள். பகூக என்றால் அம்பு என்று பொருளாகும். எனக்கு சில வருடங்களுக்குப் பிறகு இக்கப்பலில் பணி புரியும் வாய்ப்பு கிட்டியது.

இரண்டாவது உலகப்போரின் போது கடற்கண்ணிகள் மிகவும் முக்கியத்துவத்தை அடைந்தன. அவைகளின் சக்தி, ஸ்காட்லாண்டின் வட முனையில் இருக்கும் Scapa Flow என்ற துறைமுகத்தில் ஆங்கிலேயர்களுக்கு மிக இன்னல்களை அளித்தது. கடற்கண்ணிகள் இருவகைப் பட்டவை. ஒன்று காந்த சக்தியின் அடிப்படையில் வேலை செய்வது. ஒரு குறிப்பிட்ட இடத்தில் கப்பற்படை செல்லுமென தெரிந்து எதிரிகள் இக்கடற்கண்ணிகளை அங்கு நீரில் சிறிது ஆழத்தில் அமைத்து விடுகிறார்கள். இவைகளை அங்கு வைக்க, 'மைன்லேயார்ஸ்' என்ற கப்பல்கள் பயன்படுகின்றன. இவைகள் காந்த சக்தி கண்ணிகளாக இருப்பின், கப்பல்கள் அருகில் வருகையில் அவற்றால் ஈர்க்கப்பட்டு கப்பல்களைத் தொட்டவுடன் வெடித்து விடுகின்றன. கப்பல்கள் இவற்றால் மூழ்கடிக்கப்பட்டுள்ளன. சேதம் அதிகம் விளைவித்து விடுகின்றன. சத்தத்தால் வேலை செய்யும் கண்ணி, கப்பல் அருகில் வருகையில் அதன் ஒலியால் வெடித்து விடுகின்றது.

இவ்விரு வகைக் கண்ணிகளையும் கண்டு, அவற்றைப் பயனற்றதாக ஆக்கிவிட, உலகப்போரில், கண்ணி ஒழிக்கும் (Minesweepers) கப்பல்கள் கட்டப்பட்டன. இவை மற்ற எல்லாக் கப்பல்களையும் விட சிறியன. சக்தியும் குறைவு. ஆனால் கடற்கண்ணிகளைப் பயனற்றதாக ஆக்கிவிடும் சக்தியைக் கொண்டவை. ஒரு கூட்டமாகக் கப்பல்கள் செல்கையில், கண்ணிகள் இருக்கலாம் என்று ஐயுறும்போது,

இச்சிறு கப்பல்கள் முன்னாலேயே செல்கின்றன. இரு கப்பல்கள் ஒன்றுக்கொன்று இணையாக, சிறிது தூரத்தில் நடுவில் ஒரு கம்பிக் கயிற்றை கட்டிக்கொண்டு செல்லும்போது, கடற்கண்ணிகளை அவற்றின் கட்டிலிருந்து பிரித்து மூழ்கடித்து விடுகின்றன. தவிர ஒலியைக் கிளப்பும் ஒரு கருவியால், கப்பல்கள் அருகில் செல்லுமுன்பு, கண்ணிகளை வெடிக்க வைத்துவிடுகின்றன. போரின் பிறகு இந்தியாவில் இத்தகைய 'மைன் ஸ்வீப்பர்கள்' சில இருந்தன. அவற்றில் முக்கியமானவை 'பெங்கால்' 'பாம்பே' 'மெட்ராஸ்' முதலியன. சில வருடங்களுக்கு முன்பு, இவைகள் பயன் அற்றவை என்று கடற்படையால் ஒதுக்கப்பட்டுவிட்டன.

இவற்றில் 'பெங்கா'லிலும், 'பாம்பேயிலும்' நான் பணியாற்ற நேர்ந்தது. வாழ்க்கை கடினமானது என்று இங்குதான் தெரிந்துகொண்டேன். சாதாரண கடலிலும் ஆட்டம் எடுத்துவிடும் இக்கப்பல்களில், கடல் சிறிதே கொந்தளித்து விட்டால், வாழ்வில் வெறுப்பேற்படும் முறையில் கடல் நோய் வந்துவிடுகிறது. தவிரவும் பழைய கப்பல்கள் ஆதலால், கருவிகள் அடிக்கடி பழுதாகி, பல மணி நேரங்கள் வேலை செய்ய வைத்துவிடுகின்றன. அங்கு நான் இருந்த காலத்தை எண்ணிப் பார்க்கையில் இப்போது கூட அச்சம் ஏற்படுகிறது.

ஒவ்வொரு நாளும், காலம் கடந்துவிட்ட கண்ணிப் பயிற்சிகள் செய்து வருகையில் எனக்குச் சிரிப்பாக இருக்கும். அது பயனற்றுவிட்டதை உணர்ந்த கடற்படை, இக்கப்பல்களை சிறந்த ஒரு வேலைக்கு எடுத்துக் கொண்டது.

மேற்கு கடற்கரையில் அராபியக்கடல் வழியாக வரும் Dhows எனப்படும் படகுகளில் மிகுந்த அளவில் தங்கம் இந்தியாவிற்கும் வந்து கொண்டிருந்தது. இதைத் தடுக்க எவ்வளவோ முயன்றும், அச்சிறு படகுகள் எல்லா எதிர்ப்புக்களையும் சமாளித்துக்கொண்டு தங்கத்தை இந்தியாவினுள் இறக்கிக் கொண்டிருந்தன.

'லான்சர்' என்று இரகசிய முறையில் அழைக்கப்பட்ட எங்கள் பணி இப்படகுகளை விரட்டிப் பிடிப்பது. ஒவ்வொரு வாரமும் ஒவ்வொரு கப்பல் முறை வரும். இப்பணி

பொறுமையைச் சோதிப்பது. வடக்கும் தெற்குமாகக் கடலில் சென்றுகொண்டிருந்தபோது, வாழ்வில் வெறுப்பேற்பட்டு விடுகிறது. சில பணிகள் எவ்வளவு வெறுக்கத்தக்கவை என்பதை அப்போது உணர்ந்தேன்.

சில தடவை, சில அரபுப் படகுகளை விரட்டிக் கொண்டு செல்லும்போது மட்டுமே மனத்தெளிவு உண்டாகும். இதில் இனி இருக்கவே முடியாது என்ற எண்ணம் ஏற்பட்டபோது தொடர்ந்து இரண்டு மூன்று சம்பவங்கள் மன நிறைவை உண்டாக்கின. மூன்று தடவை தங்கம் சுமந்து சென்ற படகுகளைப் பிடித்துக்கொண்டு வந்தோம். ஒருதடவை லட்சக்கணக்கில் மதிப்பிடப்பட்ட தங்கம் பிடிக்கப்பட்டது. அதை கப்பலுக்குள் எடுத்தபோதும், துப்பாக்கி முனையில் அவ்வராபியர்களைக் கைது செய்தபோதும் இச்சிறு கப்பல்களிலும் வாழ்க்கை உண்டென்று தெரிந்துகொண்டேன்.

'பெங்கால்' 1955-ம்வருடம் கல்கத்தா சென்றது. உலகப்போரில் ஒரு வணிகக் கப்பலை மூழ்கடித்த சரித்திரத்தைக் கொண்ட 'பெங்கா'லுக்கு கல்கத்தாவில் சிறந்த வரவேற்பு அளிக்கப்பட்டது. 'பெங்கால்' என்ற பெயரால், மாநிலப்பற்று மிகவும் கொண்ட வங்காளத்தால் ஈர்க்கப்பட்டிருக்கலாம். என் ஊக்கம் ஒரு உச்சத்தை அடைந்தது அங்கே. அப்போது வங்காள கவர்னராக இருந்த பத்மஜாநாயுடு எங்களை தேநீர் விருந்துக்கு ராஜபவனத்திற்கு அழைத்திருந்தார். ராஜபவனத்தின் பசுமையான புல் வெளியில் பத்மஜா நாயுடுவுடன் தேநீர் அருந்துகையில் என் மனம் மிகவும் களிப்படைந்தது. தொடர்ந்து, சில பெண்களால் ரவீந்திர சங்கீதமும் அளிக்கப்பட்டது.

இரண்டு நாட்கள் கல்கத்தாவின் பெரிய தியேட்டர்களெல்லாம் 'பெங்கால்' மாலுமிகளுக்குத் தமது கதவுகளைத் திறந்துவிட்டன. நாங்கள் கல்கத்தாவில் சிற்றரசர்கள் போல் சுற்றி வந்தோம்.

கடைசிநாள், ஒரு விருந்திற்குப் பிறகு விமானப்படையால் கௌரவிக்கப்பட்டோம். முதல் தடவையாக, 'டவிடா' என்னும் விமானத்தில் ஒரு மணி நேரம் பறந்தேன்.

கல்கத்தா துறைமுகம் ஹீக்ளி நதியில் அமைந்துள்ளது. ஹீக்ளியில் கங்கையின் நீர் பாய்கிறது. நதியில் சுமார் 120 மைல்கள் செல்லவேண்டும். கடலில் சேரும் இடம் 'சங்கம் என்று அழைக்கப்படுகிறது. இங்கு பல யாத்திரிகர்கள் படகுகளில் வருவதைக் காணலாம். Sand heads என்ற இடத்திலிருந்து கடல் ஆரம்பமாகிறது. ஹீக்ளியில் வரும்போது அளவிலா இன்பத்தை அடைந்தேன். இருமருங்கிலும் காணும் வங்காள கிராமங்கள் மீன் பிடிக்கும் தொழிலை முக்கியமாகக் கொண்ட வங்காளிகளும், அவர் படகுகளும். அதற்குப் பிறகு எத்தனையோ முறை அந்நதியில் சென்று இருக்கிறேன். ஒவ்வொரு தடவையும் ஒரு புது அனுபவமாகவோ அமைந்துவிடுகிறது அப்பயணம். பெயரிடுவதில் சிறந்த ஆங்கிலேயர்களால் நதியின் ஒவ்வொரு இடமும் நாமகரணமிடப்பட்டுள்ளது. லோயர் காஸ்பர், அப்பர் காஸ்பர், டைமன்ட் ஹார்பர் என்றெல்லாம் ஒவ்வொரு பெயரையும் காணும்போது ஏற்படும் மகிழ்ச்சியை, சிறு வயதில் உலகப்போருக்கும் முன்னால் உசிலம்பட்டி என்ற ஊரிலிருந்து, மதுரை ரயில் வழியாக சென்றபோது ஏற்பட்ட மகிழ்ச்சிக்கு ஒப்பிட்டு மகிழ்வேன்.

5. இடையில் தோன்றிய இருட்டு

1956-ம் வருடம் ஆரம்பமான போது அதை எப்போதும்போல கொண்டாட்டங்களுடன் வரவேற்றோம். ஆனால் அவ்வருடம் தான் என் வாழ்க்கையில் சோகத்தை உண்டாக்கிய வருடமாக மாறிவிட்டது.

ராஷ்டிரபதி கடல் மூலமாக லட்சத் தீவுகளுக்குச் செல்வதாகவும், அப்பணியில் 'பாம்பே' பங்கெடுத்துக் கொள்வதாகவும் அறிந்தேன். அதே சமயத்தில் என்னை 'பெங்காலி' லிருந்து 'பாம்பே' மாற்றிவிட்டதாகவும் வந்த செய்தி எனக்கு இன்பத்தை அளித்தது. பம்பாயிலிருந்து கொச்சி சென்றபோது, புகை வண்டியின்

தாமதத்தால் கப்பல், நான் சேருமுன் சென்றுவிட்டது. முதல் ஏமாற்றத்துடன் 1956ம் வருடம் எனக்கு ஆரம்ப மாயிற்று. கடற்கண்ணிகள் பயிற்சி யுடன், வருடம் தொடர்ந்தது. வருட நடுவில் நான் விடுமுறையில் சென்று வந்தேன்.

அப்போதுதான் என் தந்தை பணியிலிருந்து ஓய்வு பெற்றார். எனது விடுமுறையில் பெரும்பாகத்தை அவருடனேயே கழித்தேன். என் விடுமுறை முடியும் பொழுது அவர் உடல் நிலை சற்றே பாதிக்கப்பட்டு இருந்தது. ஒரு விதமான ஊக்கமுமின்றி ஆகஸ்ட் மாத இறுதியில் ஐ.என்.எஸ். பாம்பேயில் பம்பாய் துறைமுகத்தில் சேர்ந்தேன். செப்டம்பர் இறுதிவரை பம்பாய் அருகில் 'லான்சர்' வேலை செய்துவிட்டு, கொச்சியை நோக்கிப் பயணமானோம். கொச்சி அடைந்தவுடன், தந்தையாரின் நினைவு வாட்ட இரண்டு நாட்கள் விடுமுறையில் மதுரை சென்றேன்.

மதுரையில் என் மனம் வாட, நான் அவரைப் படுக்கையில் கண்டேன். இரண்டு மாதத்திற்குள் ஏற்பட்டு விட்ட வித்தியாசம் என்னை உலுக்கிவிட்டது. என் சகோதரர்கள் எல்லோரும் அங்கு இருந்தார்கள். வீடெல்லாம் சோகத்தில் காட்சி அளித்தது. ஆனால் தந்தையின் மனவலிமை மட்டற்றதாக இருந்தது.

புதிய கப்பலொன்றைக் கொண்டுவர நான் இங்கிலாந்து செல்லலாம் என்ற செய்தியை அவர் மகிழ்ச்சியுடன் கேட்டார். "நான் இன்னும் பல வருடங்கள் இருப்பேன். பயப்படாதே. உனக்கு நேரமாகிவிடும். இரவு பயணம்; சென்று வா" என்றார். எப்படிச் செல்வது என்றே நினைக்கவும் முடியவில்லை. தாயார் என்னைத் தனியே அழைத்துச் சென்றார். "ஆண்டவன் விட்ட வழியில்தான் எதுவும் நடக்கும். அப்படி ஏதாவது செய்தி, நீ கப்பலில் இருக்கையில் வந்தால், மிக்க துயரம் அடைந்து விடாதே. தைரியமாக இரு..."

உண்மையைப் பொய் என்று நம்புவதால் ஏற்படும் மகிழ்ச்சிக்கு ஒப்ப, போலி தைரியத்துடன் நான் வீட்டை விட்டுப் புறப்பட்டேன். இரவு வண்டியைப் பிடிக்கச்செல்லும் போது, வானத்தில் நட்சத்திரக் கூட்டம் தெரிந்தது. என்னையறியாது கண்களில் நீர் வரக்கண்டேன்.

கப்பலில் சேர்ந்து இரண்டு நாட்களும் என் மனம் மதுரையிலேயே இருந்தது. இரண்டாவது நாள் இரவு, நேரம்போக, ஒரு ஆங்கிலத் துப்பறியும் நாவலைப் படித்துக் கொண்டிருந்தேன். சுவாரசியமாக இருந்தாலும், மனக்கவனம் முற்றிலும் இருக்கவில்லை.

எனது தோளை ஒரு கரம் மெதுவாகத் தொட்டு அழைப்பதை உணர்ந்தேன். அந்த ஸ்பரிசம், மிகவும் மிருதுவாக இருந்தது. அவ்வளவு மிருதுவாக ஸ்பரிசம் ஒரு மாலுமியின் கையிலிருந்து கிடைக்க வேண்டுமாயின், வரப்போகும் சொல் எதுவாக இருக்கலாம் என்று ஊகிக்குமுன்பு தலையைத் தூக்கிய நான், என் தலைக்கு நேரே சிக்னல் 'பீப்பெட்டி ஆபீசர் தன்ஸாமா, ஒரு கரத்தில் ஒரு 'மெஸேஜை' வைத்துக்கொண்டு நிற்பதைக் கண்டேன்.

கண்டவுடன், பின்பே ஒலி கேட்பதை ஒப்ப, தெரிந்து கொண்டுவிட்ட செய்தியின், முழுப்பொருளையும் உணர்ந்து கொள்ள, அது எனது மனதில் பதிய சில கணங்கள் சென்றன. உண்மையின் ஈரமற்ற நெஞ்சத்தினால் வஞ்சிக்கப்பட்டு, சில விஷயங்கள் நடக்கலாம். ஆனால் நடக்கக் கூடாது, நடக்காது என்ற நம்பிக்கையைத் தகர்த்துவிட்டு, அதன் வேகத்தில் சென்று கொண்டிருப்பதில் கலந்து கொள்ள என்னையும் ஈர்க்கும் வகையில், நான் சரணடைந்தேன். எதிர்ப்பைச் சமாளிக்க முடியாதபோது, ஆறாய்ப் பெருகும் கண்ணீரைத்தானே உடனழைக்கலாம்!

தந்தையாரின் மறைவு எனது கப்பலின் நினைவுகள் எல்லாம் 1956-ம் வருடத்தை ஒரு சோக வருடமாக்கின. அவ்வருடம் போல என்றும் ஒரு நேரம் வரக்கூடாது என்று ஆண்டவனை வேண்டிக்கொண்டு, 1957-ம் வருட ஆரம்பத்தை அழைத்தேன்.

கடற்படையின் ஒரு பகுதியில் சிறிது முக்கியத்துவம் பெற்றுவிட்ட நான், திடீரென கடற்படையில் ஊக்கம் குறைவதைக் கண்டேன். இதைக் குறித்து நான் பல தடவை நினைத்ததுண்டு. மனிதன் வளர வளர தனது தனித்துவத்தையும், முக்கியத்துவத்தையும் நினைக்க ஆரம்பிக்கும்போது, கட்டுப்பாடுகள் வேற்றுமைகள் முதலியன, அவனது இடையூறுகளாக அமைகின்றன. எனது வயதும்

பருவமும், சேர்ந்த நிலை அப்போது. அதாவது வயதின் வளர்ச்சி வருடங்களின் சேர்க்கையில் தேர்ந்த நிலை. எனது எண்ணக்கோவையில், மனிதனின் வயதும் அவன் வருட வளர்ச்சியும் சேர்வது ஒரு தடவைதான் என்று தோன்றுகிறது. முதலில் வயது, வருடங்களைவிட வேகமாகவும், பிறகு வருடங்கள் வயதைவிட வேகமாகவும் செல்வதாக நினைக்கிறேன். ஒரே ஒரு தடவைதான் அவைகள் சேர்கின்றன. அது சுமார் 25லிருந்து 30 வருடங்களுள் என்றும், அப்போது மனிதனின் தனித்துவம் உச்ச நிலையில் இருக்கிறது என்றும் எண்ணுகிறேன்.

ஆகையால், அவ்வருடத்தில் கடற்படை எனது வெறுப்புக்கு ஆளாகியிருந்தது. முக்கியமாக அதிகாரிகள் அதிகாரிகளல்லாதார் வேற்றுமையே இதற்குக் காரணம். இன்னும் இவ்வெண்ணத்தை நான் முற்றிலும் ஒதுக்கிவிடவில்லை. சிறுவயதிலேயே அதிகாரிகளாகி விட்ட காரணத்தால், சமுதாயத்தில் பெருவாழ்வு பெற்றுவிடும் சிலர் தமது பொறுப்பற்ற நடத்தையால் பலரின் வெறுப்புக்கு ஆளாகிவிடுவதை, கடற்படையில் நான் கண்டிருக்கிறேன். இன வேற்றுமையைத் தகர்த்தெறிய முற்படும் இந்தியாவில், இவ்வகுப்பு வேற்றுமை அதன் பிறந்த இடமாகிய இங்கிலாந்தைவிட அதிகமாக ஆகிவருவதை அப்போது நான் கண்டேன். கடற்படை எத்தகைய சிறந்த வாய்ப்பளிப்பினும் அங்கு இருக்கப் போவதில்லை என்ற ஒரு முடிவும் செய்துகொண்டேன். கட்டுப்பாடு அதன் பொருளை மீறி விட்டால் அடிமைத்தனம் ஆகிவிடுகிறது. அதன் பொருள் காலத்தையொட்டி, மாறுகிறது. காலத்தில் மாறாவிடின் அக்கட்டுப்பாடு வெறுப்பிற்குத் தூண்டு கோலாக மாறிவிடுகிறது.

மேலைநாட்டு நாகரிகத்தில் திளைத்து இன்புறும் அதிகாரிகள் போலி நடத்தையில் உழல்வது இன்னும் முப்படைகளிலும் காணப்படுகிறது. இதை நான் எழுதும்போது பொறுப்புடன் நினைத்தே எழுதுகிறேன். ஆனால், அதே நேரத்தில் சிறந்த அதிகாரிகள் பலர் படைகளில் உண்டு என்றும், அவர்களுக்கு நானும் ஒவ்வொரு இந்தியன்போல

கடமைப்பட்டுள்ளேன் எனவும் ஒப்புக்கொள்ளத் தயங்கவில்லை. எனது எண்ணங்களில் அரசியல் தோன்றியதுமில்லை. அப்போது என் பேச்சின் வலிமையால், நான் நினைத்ததெல்லாம் கூறி பல அதிகாரிகளின் அன்பின்மைக்கு ஆளாகியும் இருந்தேன். இது எனது தனித்த எண்ணமல்ல. என் வயதில் அன்றிருந்த, என் போன்ற 'சீப்பெட்டி ஆபீசர்களின்' எண்ணமும் அதுதான். தான் ஒரு சிறந்த சமுதாயவாதி என்று தன்னைத்தானே புகழ்ந்து கொண்ட அதிகாரி ஒருவர், "உங்களைப்பற்றி நான் பெரிதாக நினைக்கிறேன்" என்று சொல்லிவிட்டு என்னிடம் சொல்பட்டதை நினைத்து இன்னும் எனக்குச் சிரிப்பு வருகிறது ஆனால், அது ஒரு முக்கிய சம்பவம்.

"உங்களைப்பற்றி என்று சொல்லும்போதே, வகுப்பு வேற்றுமை தொனிக்கிறது அல்லவா? நீங்கள் என்ன கடவுளா? அல்லது புவி ஈர்ப்புத்தன்மைக்கு அப்பாற் பட்டவரா? அக்கால, இந்திய முட்டாள் மன்னர்கள் பேசும் பேச்சு போன்றவல்லவா அமைந்துள்ளது உங்கள் வாக்கியம்!"

இன்னும் பல சொல்லம்புகளை உதிர்த்தேன். ஆனால், சில கணங்களுக்குப் பிறகு, ஒரு நல்ல அதிகாரியின் மனம் நோக நடந்துகொண்டதற்கும் வருத்தப்பட்டேன். 'நானும் பணி புரிகிறேன்' என்று சொல்வதைவிட 'நான் பணிபுரிகிறேன்' என்று சொல்வதில், இன்பம் காண நினைத்த நான் கடைசி வரையில் அவ்வாறு சொல்ல வாய்ப்பளிக்கப் படவில்லை என்பதை வருத்தத்துடன் சொல்ல நேர்கிறது. ஆனால், வேலையைப் பொறுத்தவரையில் முக்கியத்துவம் அளிக்கப்பெற்று கடற்படையில் இன்பமும் கண்டேன் என்பதும் உண்மை.

கடற்படை! விருப்புக்கும் வெறுப்புக்கும் மாறி மாறி இலக்கான படை. பெருமையுடன் நான் கடற்படையில் இருக்கிறேன் என்று சொல்லிக்கொள்ள, சில சமயங்களில் தயக்கம் அளித்த படை! அதைவிட்ட பின்பு, அதைப் பற்றியே நினைக்கத் தோற்றுவிக்கும் அன்பான படை!

அந்த நிலையில் நான் அதிகாரியாகத் தகுந்தவன் என்று தேர்ந்தெடுக்கப்பட்டேன். எனக்கு அப்போது உண்மையில் அதிகாரி ஆக விருப்பம் இருக்கவில்லை. எனது வெறுப்பு அப்போதுதான் உச்ச நிலையை அடைந்திருந்தது.

அதே நேரத்தில். சில சிறந்த மனிதர்களின் உறவும் ஏற்பட்டது. சிக்னல் சீப் பெட்டி ஆபீசர் தன்சாமா என்பவரும் நட்பில் சிறந்தவரானார். பல நல்ல புத்தகங்கள் படிக்கும் வாய்ப்பு கிட்டியது. டெக்கா மரானிலிருந்து 'டிரான்ஸ்பர் ஆப் பவர் இன் இந்தியா' வரை பல தரப்பட்ட புத்தகங்கள் வாங்கி, எங்கள் கப்பலில் ஒரு நூலகம் ஆரம்பித்தோம். அப்போது எங்கள் மனம் இருந்த நிலையில் ரஸ்கினும், கார்ல்மார்க்ஸும் மூளைக்கு விருந்தாக அமைந்தார்கள்.

இந்த நிலையில் ஒரு வருடம் கழித்தேன்.

ஐ.என்.எஸ். திர் (Tir) இதில்தான் கடக்கவாசலா விலிருந்துவரும் கடற்படை கேடட்டுகள் பயிற்சிகள் பெறுகிறார்கள். இது பழமையான கப்பல். பயிற்சிக்கென்றே ஒதுக்கியிருந்தார்கள். என்னை அக்கப்பலில் 'டிராப்ட்' செய்தபோது ஒருவிதமான உணர்ச்சியும் இன்றி அங்கு சேர்ந்தேன்.

கேடட்டுகள் இங்கு கப்பலைச் சுத்தமாக வைத்துக் கொள்வதிலிருந்து கப்பலை ஓட்டுதல்வரை எல்லாம் கற்கிறார்கள். அவ்வயதில் கற்றுக்கொள்வதில் விருப்பமும் காணப்படுவதால் பலர் சிறந்து விளங்கினார்கள். கேடட்டுகளின் பயிற்சி முடிந்த பிறகு, 'மிட்ஷிப்மென்' (Midshipman) என்று அழைக்கப்படுகிறார்கள். இதுதான் அதிகாரியாவதின் முதல்படி. குறிப்பிட்ட காலம் மிட்ஷிப்மென் ஆக இருந்துவிட்டு பிறகு, 'சப்லெப்டினென்ட்' என்று 'கமிஷன்' அளிக்கப்படுகிறார்கள்.

நான் இவர்களுடன் கலக்க நேர்ந்தது ஆசிரியராக. கேடட்டுகள் இஞ்சினியரிங் வகுப்புக்களை நான் எடுக்க நேர்ந்தது. தவிர்வும் 'ராயல் சிலோனீஸ்நேவி' யிலிருந்து பயிற்சி பெறவேண்டி வந்திருந்த சில மாலுமிகளும் என்னிடம் பயின்றார்கள். ஆகையால், 'திர்' முதலில் நினைத்தபடி இல்லாமல் மகிழ்ச்சியை அளித்தது.

இக்கப்பலில் தான் வியட்நாம் போர் தொடங்கு முன்பு சைகான் செல்லும் வாய்ப்பு கிட்டியது. சைகான் துறைமுகம் பலவித வரவேற்பு சொற்களால் அலங்கரிக்கப்பட்டிருந்தது. அங்கிருந்த தமிழர்கள் பலர் எம்மைத் தங்கள் வீட்டிற்கு அழைத்துச் சென்று விருந்தளித்தார்கள். அங்கிருக்கும்

மியூசியத்தில் இந்தியப் பண்பாட்டை ஒட்டிய பல சிற்பங்களைக் கண்டேன். அங்கு எனக்கு ஒரு புதிய அனுபவம் ஏற்பட்டது.

'பியாஸ்ட்ரா' எனப்படும் அந்நாட்டின் நாணயத்தை வெளியில் ரூபாய்க்குச் சாதாரணமாக மாற்ற முடிந்தது. அங்கீகரிக்கப்பட்ட கடைகளில் அல்லாது வெளியில் மாற்றினால், அதிக பியாஸ்ட்ரா கிடைக்கிறது என்று அறிந்து கொண்டோம். நான் சைகானின் ஒரு சிறிய தெருவில் ஒரு சில நாட்டினர் நின்றுகொண்டு என்னைக் கூவியழைப்பதைக் கண்டேன். அவர்கள் அருகில் சென்றதும் அதில் ஒருவன் சிதைந்த ஆங்கிலத்தில் ரூபாயை மாற்றுவதாகச் சொன்னான். நான் ஒரு பத்து ரூபாய் நோட்டைக் கையில் எடுத்தேன். ஒரே நொடியில் 'போலீஸ்' என்று ஒருவன் கத்த மூவரும் ஓடிவிட்டார்கள். என்னைச் சுற்றி போலீஸ் ஒருவரும் காணப்படவில்லை அதிசயத்துடன் நான் என் நீட்டிய கையை மடக்கிய பொழுதுதான் அந்த பத்து ரூபாயின் மறைவு தெரிந்தது!

அது அன்றைய வியட்நாமின் நிலை. தெரு மூலைகளில் மிஷின் துப்பாக்கியுடன் பார் உடையில் நிற்கும் ராணுவத்தினர் பெரிய படங்களால் தன்னைத்தானே அறிவித்துக் கொண்டு, எல்லா முக்கிய இடங்களிலும் நம்மை நோக்கிச் சிரிக்கும் அப்போதைய தலைவர் டயம் (Diem). வாழ்க்கை சுலபமாக வாழப்பட வேண்டுமெனில் பணம் அவசியம் என்றும், அப்பணம் உண்டாக்க அநாவசியமான ஒழுங்கு முறைகள் தடைகளாகும் என்று தெரிந்து கொண்டுவிட்டதைப் போன்று, பல தெருக்களில் நடமாடும் வேசியர். இராக்கடைகள் அதில் பணிபுரியும் பெண்கள் ஒருவனை வசீகரிக்க கடைசியில் அன்றைய ஊதியத்தைப் பெற்றுக்கொண்டு வீட்டில் வாடும் பல ஜீவன்களுக்கு வாழ்வளிக்க அவர்கள் புரியும் வெட்கமற்ற செயல்கள். இவை எனக்குச் சிறிதும் வெறுப்பையளிக்கவில்லை. பரிதாபத்தையே உண்டாக்கின. அன்றைய வியட்நாமின் மனநிலையைத் தெரிவித்தன.

நல்லவர்கள் என்று தெரிவித்துக்கொள்ள விரும்பிய பலர், எங்களுக்குப் பல இடங்களில் விருந்தளித்தார்கள். அங்கிருக்கும் இந்தியக் கோவிலுக்குச் சென்று மகிழ்ந்தேன். சில அழகான தெரு மூலைப் பூங்காங்களில் அமர்ந்து அந்நாட்டை நம்

நாட்டுடன் ஒப்பிட்டுப் பார்த்தேன். நான் ஒரு தெரு மூலையை ஒரு தடவை கடக்கையில், துப்பாக்கி முனையில் ஒரு காரை நிறுத்தி அதனுள் அமர்ந்திருந்த குடும்பத்தினரைக் கேள்வி கேட்கும் ஒரு ராணுவ அதிகாரியைக் கண்டேன். இது என் வயிற்றில் குமட்டலை உண்டாக்கிற்று நமது வாழ்க்கை ஒரு நியதியில்தான் இருக்க வேண்டும் என்று ஒரு சிலரால் நிர்ணயிக்கப்பட்டுவிட்டால், அவ்வாழ்வு வாழ்வதற்கில்லை என்று தெரிந்துகொண்டேன். அதே நேரத்தில் நமது நாட்டில் துப்பாக்கி முனைபோன்று, சமுதாயத்தின் போலி சம்பிரதாயங்கள் நம்மைக் கேள்விகள் கேட்பதையும் நினைத்து நொந்துகொண்டேன்.

நாங்கள் திரிகோணமலை அடைந்தபோது, முதல் பௌத்தபிக்ஷு தன்னைத்தானே சைகானில் எரித்துக் கொண்டதைப் பற்றிப் படித்தேன். என் சொந்த நாட்டைப் போன்று வியட்நாமை நினைத்துப் பரிதாபப்பட்டேன்.

திரிகோணமலையில் மீண்டும் பயிற்சிகள். ஆனால், இத்தடவை திரிகோணமலை ஒரு ஏமாற்றத்தையளித்தது. அரசியல் போராட்டத்தினால் அல்லலுற்றுக் கொண்டிருந்த இலங்கையில் திரிகோணமலையும் தனது பங்கைச் செய்து கொண்டிருந்தது. ஆகையால், அங்கு ஒருவரும் வெளியில் செல்ல அனுமதிக்கப்படவில்லை.

இப்போது இந்திய கப்பற்படையில் சேர்ந்துவிட்ட புதிய கப்பல்கள், அவற்றின் நூதன கருவிகளுடன், திரிகோண மலையில் இந்த கப்பற்படைக்கு ஒரு புதிய பொருளைத் தந்தன. அவற்றின் வேகம், ஆகாய விமானங்களைக் கண்டுபிடிக்கும் கருவிகள், நீர் மூழ்கிக் கப்பலைத் தொடர்ந்து சுடும் புதுவகை ஆயுதங்கள், இந்தியக் கப்பற்படையும் வளர்கின்றது என்பதைக் காட்டின. இவற்றுடன் சேர்ந்து பயிற்சி செய்கையில் எங்கள் கப்பலின் பழமை சிறந்து வெளிப்பட்டது. ஐ.என்.எஸ். மைசூர் என்ற பெரிய கப்பல் (Cruiser) முதல் தடவையாக திரிகோணமலைப் பயிற்சிகளில் பங்கெடுத்துக் கொண்டது. 80 ஆயிரம் குதிரை சக்திகொண்ட மைசூரின் பீரங்கிகள் சற்றே பழமையாயினும், மற்ற இந்திய கப்பற்படை கப்பல்களுடன் ஒப்பிடுகையில் பெருமை அளிப்பனவாக இருந்தன. அவற்றுடன்

அதன் நூதன 'ராடார்' கருவிகள், அதன் இருபுகைபோக்கிகள், அதன் மேல்தள அமைப்பு எல்லாமே புது சக்தியை உண்டாக்கின.

மைசூரைத் தொடர்ந்து, 'பிரம்ம புத்திரா', 'பியாஸ்' என்னும் இரு புது ஆகாயத் தாக்குதலை எதிர்க்கும் கப்பல்களும், இவற்றையும்விட புதிய 'திரிசூல்', 'தல்வார்' என்ற கப்பல்களும், மூன்று புதிய நீர்மூழ்கிக் கப்பலை எதிர்க்கும் கப்பல்களும் வந்தன. இக்காலம் கடற்படையின் பொற்காலம்! பழைய கப்பல்களை வாங்குவதை நிறுத்தி, புதிய கப்பல்களையும் எடுத்துக்கொள்ள ஆரம்பித்த கடற்படை திடீரென பெரும் வளர்ச்சி அடைந்தது.

நீர்மூழ்கிக் கப்பலொன்றுடன் நாங்கள் பயிற்சி செய்தபோது, இப்புது கப்பல்களின் திறமையைக் கண்டேன். அவற்றில் அமைக்கப்பட்டிக்கும் கருவியொன்று நீர் மூழ்கிக் கப்பலைத் தொடர்வதும் அது 'ராடரால்' இயக்கப்படுவதும், குறி தவறாது சுடும் தன்மையும் எனக்கு ஆச்சரியத்தை அளித்தன. அதேபோல, விமானத்தை பீரங்கிகள் ராடாரால் இயக்கப்பட்டுத் தொடர்வதும், சரியான தூரம் வந்தவுடன் சுடுவதும் பெருமையை அளித்தது- முக்கியமாக இக்கப்பல்களின் சக்தியும் அவற்றின் வேகமும், திரும்பும் திறனும் குறிப்பதற்குரியன. மனிதனின் தனித்திறமை ஒன்றையே நம்பி வந்த போர்க்கருவிகளின் பயன் இப்போது மனிதனின் திறமையையும் கடந்து, மிக முன்னேறிவிட்ட மின் கருவிகளால் இயக்கப்படுவது விஞ்ஞான முன்னேற்றத்தைக் காட்டிற்று. எல்லாவற்றிற்கும் மேலாக, இந்திய மாலுமிகள், இக்கருவிகளைக் கையாள்வதில் மேல்நாட்டினரைவிட எவ்வகையிலும் சளைத்தவரில்லை என்றும் அப்பயிற்சியில் தெரிந்தது. புதிய கருவிகள் அளிக்கப்பட்டால் அதைப் பயன்படுத்துவதில் பயிற்சி அளிப்பது மிக முக்கியமாகிறது. கடற்படை இவ்வழியில் பல புதிய பயிற்சி நிலையங்களை ஏற்படுத்தியது. மின்னியலில் மிகுந்த முன்னேற்றம் ஏற்பட, பல பிரிவுகளாகப் பிரிக்கப்பட்டு, ஒவ்வொரு துறையிலும் சிறந்த பயிற்சி அளிக்கப்பட்டது. புதிய பிரிவுகள் 'ஆயுதங்கள்' 'கண்ட்ரோல்' என்று ஆரம்பிக்கப்பட்டன. கடற்படையைப் பற்றி பலரும் பேசக் கண்டேன். மக்கள்மனதில், கடற்படை ஒரு

முக்கிய அம்சமெனத் தோன்றுவதை பல பத்திரிகைகள் மூலம் தெரிந்துகொள்ள முடிந்தது.

நான் 'திர்' என்ற பழமை மிக்க கப்பலில் இன்னும் பணியாற்றிக் கொண்டிருந்தேன். கடற்படையின் வருங்கால அதிகாரிகளுக்குப் பயிற்சி அளிக்கும் பணி தொடர்ந்தது.

அவ்வருடத்தில்தான் முதல் தடவையாக, பூமத்திய ரேகையைக் கடந்தேன்.

அதிசயச் சேர்க்கையால், இப்பகுதியை எழுதிக் கொண்டிருக்கையில், நான் மீண்டும் பூமத்திய ரேகையைக் கடக்கவிருக்கிறோம். பன்முறை கடந்துவிட்டாலும் இது இன்னும் ஒரு புதுமையையும் ஊக்கத்தையும் மனதிற்கு அளிக்கிறது.

பூமத்திய ரேகையைக் கடத்தல், கப்பல்களில் ஒரு சிறந்த சம்பவமாகக் கருதப்பட்டுக் கொண்டாடப்படுகிறது. இக்கேளிக்கையை, நாங்கள் சிவாஜியில் இருக்கையிலேயே ஒவ்வொரு கடற்படை நாளிலும் கொண்டாடுவோம். இதன் ஆரம்பம் எப்போது ஏற்பட்டது என்று தெரியவில்லை. இம்மைய ரேகையைக் கடக்கும் பொழுதும், அதற்குப் பிறகும் நீண்ட பயணம் இருக்குமாதலால், இதை ஒரு கேளிக்கையாகவே பழைய மாலுமிகள் ஆரம்பித்திருக்கலாம்.

ஒரு மாலுமி 'நெப்டியூனா'க உடையணிந்து மற்ற வேடங்கள் அணிந்த மாலுமிகளுடன் ஒரு நீதிமன்றம் ஏற்படுத்தி, அதில் கப்பலின் எல்லா மாலுமிகளுக்கும் சில தண்டனைகள் அளித்து, பரந்த மனப்பான்மையுடன் நீர் வாழ் மீனினங்களுக்கெல்லாம், அவ்வாறு தண்டனையளிக்கப்பட்ட மாலுமிக்கு உதவுமாறும், இடையூறு விளைவிக்கக் கூடாதெனவும் கட்டளை பிறப்பித்து ஒரு நற்சாட்சிப் பத்திரமும் வழங்குவதைக் காணலாம். தண்டனைகளில் நீரில் மூழ்கவைப்பதும் (டக்கிங்), துடைப்பத்தால் கழுவப்படுவதும் காணலாம். பழைய நாட்களில் 'கீல்ஹால்' என்ற தண்டனையும் அளிக்கப்பட்டதாம். அதன்படி தண்டனையளிக் கப்பட்ட மாலுமி, கப்பலின் ஒரு பக்கத்தில் குதித்து, நீரில் கப்பலின் அடி வழியாக மறுபக்கம் வரவேண்டும்.

இந்திய முறைப்படி 'நெப்டியூனை', 'வருணா' னாக மாற்றி

அமைத்த நற்சாட்சிப் பத்திரத்தை அன்னும் வைத்திருக்கிறேன்!

பூமத்திய ரேகையைக் கடந்து அடு அடால் (Adu atol) டயகோகார்சியா (Diego Garcia) என்ற தீவுகளுக்குச் சென்றோம். லஷத் தீவுகளைப் போன்று இவையும் இயற்கை எழிலால் சிறந்து விளங்கின. அத்தீவுகளில் சுற்றி வருகையில் சில ஆங்கிலப் படங்களைப் பார்க்கும் எண்ணமே தோன்றிற்று. நீல நிற நீருடன் வெண்ணிற மணல் கலக்கும் 'பீச்சு'கள் மனதைவிட்டு அகல இன்னும் மறுக்கின்றன. அங்கு வாழும் எளிமை மிகுந்த மனிதர்கள் ஒரு பாக்கட் சிகரட்டு எத்தனை இளநீர்களையும் தர வருவதைக் கண்டு, மனிதனின் மன எழுச்சிகள் நாகரிகத்தால் பாதிக்கப்படுவதை உணர முடிந்தது. எல்லாவிதங்களிலும் இத்தீவுகள் புத்தகங்களில் எழுதப்படும் தீவுகளையே ஒத்திருந்தன. அம்மனிதரின் படகுகள், லட்சத்தீவுகளையே நினைவூட்டின. இத்தீவுகளைப் பற்றி சில முக்கிய குறிப்புகள் எடுத்த நான், அங்கு எனக்குப் பரிசாகக் கிடைத்த 'லாப்ஸ்டர் ஷெல்' சங்குகள், முதலியவற்றைப் பற்றி முக்கியமாக எழுதிக்கொண்டேன்.

அங்கிருந்து Seychells (சரியான உச்சரிப்பு செஷல்ஸ்) தீவுக்குச் சென்றோம். இதற்கு 'மாலுமிகளின் சுவர்க்கம்' என்ற பெயரும் உண்டு. இயற்கையின் வக்ரத்தனத்திற்கு ஈடாகி, ஒரு மனிதனுக்கு நான்கு பெண்கள் என்ற விகிதத்தில் அமைந்திருக்கும் மக்கள் தொகையால் இனக்கலவைக்கு மாலுமிகளை நாடும் பெண்கள் மிக அளவில் இருப்பதால், இப்பெயர் வந்ததெனக் கூறுகின்றார்கள். ஊர் சிறியதேயாயினும் அழகாக அமைந்துள்ளது. பிரெஞ்ச் மொழியும் பேசப்படுகிறது. மனிதர்கள் வெள்ளை கறுப்பு கலவை.

வெளியில் பார்ப்பதற்கென அதிக இடம் இல்லாததால், நாங்கள் மாலையில் பைரேட் ஆர்ம்ஸ் (Pirate arms) என்ற ஒரு 'பாரி'ல் பொழுதைப் போக்கினோம். இரவில் திரும்பும் போதுதான் படகு வரும் இடத்தில் வந்திருந்த பல பெண்களைக் கண்டேன். வெறுக்கத்தக்க முறையில் பல பெண்கள் மாலுமிகளுடன் பழகுவதைக் கண்டு முதலில்

அருவருப்படைந்தேன். ஆனால், அவர்களின் இயற்கை எழுச்சிகளைத் தணித்துக் கொள்ள முடியாத நிலையாலும், நல்ல தேக ஆரோக்கியத்துடன் இருப்பதாலும், மிருக உணர்ச்சிகளுக்கு அதிகம் அடிமையாகிவிடுகிறார்கள் என உணர்ந்து கொள்ள முடிந்தது. நமது உணர்ச்சிகளில் அவர்களைக் காண்பது தவறு என்றும் புரிந்துகொண்டேன்.

பல மாலுமிகளுக்கு அவ்விடத்தைவிட்டு அகலவே மனம் வரவில்லை. சில மாலுமிகள் அங்குகூட சில பொருள்கள் வாங்கினார்கள். சில மாலுமிகள், சரியான தடுப்பு முறைகளைக் கையாளாது பெண்களைக் கலந்ததன் பயனை உடனடியாகக் கண்டார்கள்.

'திர்' இந்தியா திரும்புகையில் எல்லோர் எண்ணமும் தம் வீடுகளை நோக்கியே இருந்தது. இந்தியா வந்ததும் முதல் முறையாக, இந்திய கடற்படை விமானந்தாங்கிக் கப்பலை வாங்கப்போவதாக அறிவிக்கப்பட்டது. போர்க்காலத்தில் கட்டப்பட்டு, கடலுக்கே செல்லாத ஏ.ங.ந. 0என்ற கப்பல், முற்றிலும் மாற்றி அமைக்கப்பட்டு, புதிய கருவிகளுடன் ஐ.என்.எஸ். விக்ராந்த் என்ற பெயருடன் இந்திய கடற்படை ஏற்றுக்கொள்ள மூன்று வருடங்கள் ஆகும் எனவும் தெரிந்தது. என் மனதில் ஒரு ஆசை உருவெடுத்தது. விக்ராந்தில் பணிபுரியும் வாய்ப்புக் கிட்டுமா என நினைக்க வாரம்பித்தேன்.

பம்பாய்த் துறைமுகத்தில் எல்லாக் கப்பல்களும் நங்கூரம் பாய்ச்சி நின்றிருந்தன. ஐ.என்.எஸ். மைசூரில் ஒரு பயிற்சியைக் காண வந்திருந்த நேரு மைசூரிலிருந்து வானொலியில் ஒரு ஒலிபரப்பு செய்யப்போவதாகவும், அதற்கு ஒவ்வொரு கப்பலிலிருந்தும் ஒரு சிலர் மைசூருக்கு அழைக்கப்பட்டிருப்ப தாகவும் அறிந்தேன். என் மனது நினைத்தபடி நான் அனுப்பப்பட்டேன். எல்லா தலைவர்களும், மாலுமிகளும், நன்கு பழகுவது எனக்கு மகிழ்ச்சியை அளித்தது. நேரு பேசிய பேச்சைவிட அவர் செய்துகொண்டிருந்த சேஷ்டைகள் வயதிற்கும் மன உணர்ச்சிகளுக்கும் சம்பந்தம் இல்லை என்பதை அறிவுறுத்தின.

நான் விடுமுறையில் சென்றபோது, ஒரு கேள்வி கேட்கப்பட்டது. "கடற்படை இவ்வாறு தனது கப்பல்களை தூர

தேசங்களுக்கு அனுப்புவதன் நோக்கமென்ன? சாதாரண வரி அளிப்பவரின் பணம் அனாவசியமான முறையில் செலவிடப்படுவதன் பொருளென்ன?"

நாங்கள் கடலுக்குச் செல்லுமுன்பு எங்களுக்களிக்கப்பட்ட ஒரு செய்தியில், "மாலுமிகள் ஒரு நாட்டின் தூதுவர்கள். கப்பல் இந்நாட்டின் கொடியைக் காட்ட மற்ற நாடுகளுக்குச் செல்கிறது. அரசாங்க அழைப்பின்பேரில் வெளிநாட்டார் உறவின்படி சில தேசங்களுக்கு கப்பல்கள் செல்லும். அங்கு நீங்கள் பழகும் முறை இந்தியாவின் கௌரவத்தை நிலைநாட்டுவதாகும். நீங்கள் சாதாரண மாலுமி களல்ல, இந்தியாவின், பிரயாண தூதுவர்கள்..."

வணிகக் கப்பல்களைப் போலல்லாது, படைக்கப்பல்கள் ஒரு நாட்டின் அழைப்பிற்கிணங்கி, அரசாங்கத்தாரால் அனுப்பப்படுகின்றன. வெளிநாட்டுறவு முறையில் இதுவும் ஒரு பங்காக அமைகின்றது. தவிரவும், பயிற்சிகள் கடலில் தான் நடக்க வேண்டும். பயிற்சிகள் புரிந்துகொண்டே பல நாடுகளையும் காணும் வாய்ப்பு கிட்டுகையில், கடின உழைப்பில் களைப்புற மாலுமி மகிழ்கின்றான். இதில் மனோ தத்துவமும் அடங்கியுள்ளது. ஓய்வற்ற நிலையில் பல நாட்கள் கடலில் பயிற்சி செய்துவிட்டு, ஒரு புதிய துறைமுகத்திற்குச் செல்கையில் களைப்பு தானே மறைந்துவிடுகிறது.

எல்லாவற்றிற்கும் மேலாக, பல நாடுகளுக்குச் சென்று வருவதில் கப்பலோட்டும் அனுபவம் கிடைத்துவிடுகிறது. அது இல்லையெனில் போர்க்களத்தில் குழப்பத்தையே விளைவிக்கும்.

போர் வரவிடாது தடுக்க மனிதன் முற்படுகையில் நம்பிக்கையின்மையினால், மற்ற நாடுகளின் தாக்குதலி னின்றும் தன்னைக் காத்துக்கொள்ள படைகளை அமைத்துக் கொள்ள வேண்டி வருகிறது. தற்காப்புக்காக என்று சொல்லும்போது, மற்றவர் தன்னைத்தாக்கலாம் என்ற அச்சம் தெரிகிறதல்லவா! தற்காப்புக்காக வேண்டிய படைகளை விட தாக்குதல்களுக்கு அதிகம் தேவை. சில அம்சங்கள் நீர் மூழ்கிக்கப்பல், விமானத்தாங்கிக் கப்பல் முதலியன, தற்காப்புக்கா அல்லது தாக்குதலுக்கா என்ற விவாதங்கள் இன்னும் முடிவு பெறவில்லை. ஆனால் சமீபத்தில் நாம்

கண்கூடாகக் கண்ட சில சம்பவங்களினின்று, படைகள் தேவை என்பது மட்டுமின்றி, பயிற்சி பெற்ற படைகள் தேவை என்பது முற்றிலும், அறிந்து கொள்ளப்பட்டு விட்டது. போர் விஞ்ஞானத்தில் அஜாக்கிரதை மன்னிக்க முடியாத குற்றமாகிவிடுகிறது.

இவ்வருடத்தில் ஐ.என்.எஸ். டெல்லியில் சில மாதங்கள் பணி புரிந்தேன். ஐ.என்.எஸ். டெல்லி பழைய பெரிய கப்பல். 72 ஆயிரம் குதிரை சக்தி கொண்ட இதன் எஞ்சின்கள், இன்னும் இக்கப்பலை மணிக்கு 35 மைல் வேகத்தில் ஓட்டக்கூடியவை. இது ராயல் நேவியின் பழைய H.M.S. Achilles. முன்பே கூறியபடி இரண்டாவது உலகப்போரின் ஆரம்பத்தில் 'Graf Spee' என்ற ஜெர்மானியக் கப்பலைச் சூழ்ந்துகொண்டு, Montevideo என்ற தென் அமெரிக்கத் துறைமுக வாயிலில், அக்கப்பலின் நாசத்திற்குக் காரணமாயிருந்த 3 கப்பல்களில் இது ஒன்றாகும். பார்ப்பதற்கு அழகாகவிருக்கும் இக்கப்பலின் முந்தைய கொள்கை "நாசமுறுவோம், தோல்வியுறோம்" (Deleta, Non Delecta) என்பதாகும்.

ஆனால் இதில் வாழும் மாலுமிகள் இதைச் சபித்துக் கொண்டேதான் இருப்பார்கள். இதில் வாழுமிடம் மிகச் சிறியதாகவும், ஒருவிதமான வசதியும் இல்லாததாகவும் அமைந்துள்ளது. தவிரவும் பழைய கப்பலாதலால் வேலையும் அதிகம். கோடைகாலத்தில் இக்கப்பலில் இருப்பது ஒரு தண்டனைதான். இதை இன்னும் ஓட்டிக்கொண்டிருப்பதைவிட ஒரு மியூசியமாக மாற்றி, அமெரிக்காவில் அலபாமா டெக்ஸாஸ் முதலிய பழைய பெரும் போர்க்கப்பல்களை வைத்திருப்பதுபோல பொதுமக்கள் பார்வைக்கு வைக்கலாம் என்பது எனது கருத்து. பழைய கப்பலாயினும், அதன் கம்பீரம் மற்ற புதிய கப்பல்களுக்கு இல்லை. அதன் ஒற்றையான பெரிய புகைப்போக்கியே ஒரு காட்சியாகும். நவீன போரில் இக்கப்பல் எத்தகைய இடம் வகிக்கும் என்பது ஒரு சரியான கேள்வி என்றாலும், போர் என்னும்போதே, புதிய அணுசக்தி ஆயுதங்களை மனதில் வைத்துக் கொள்கிறோம் என்பதால் சரியான மதிப்பிட முடியாதவர்களாகிவிடுகிறோம். சாதாரண எல்லைச் சண்டைகளில் இக்கப்பல் போன்றவை முக்கிய

இடம் பெறலாம் ஏன், கோவாவை எடுத்துக்கொண்டபோது டெல்லி முக்கிய பாத்திரமேற்றது இவ்வயதிலும்!

நல்ல புதிய கப்பல்களில் பணி புரிய வாய்ப்பு அதிகம் கிட்டாததால், கடற்படையையே வெறுத்துக்கொண்டிருந்த எனக்கு இப்போது ஒரு மகிழ்ச்சி தரக்கூடிய செய்திகிட்டியது.

விமானந்தாங்கிக் கப்பலின் ஐந்து சீப் ஈ.ஆர். ஏக்களில் ஒருவராக நான் அனுப்பபப்டப்போவதாக அறிந்த நான், மட்டிலா மகிழ்ச்சி அடைந்தேன். இன்னும் ஒரு வருடத்தில் விக்ராந்த் இந்தியா வரவிருந்ததால், இங்கிலாந்தில் சில பயிற்சிகள் பெறவும் சந்தர்ப்பம் கிட்டுமென அறிந்து மகிழ்ந்தேன். எனது நீண்ட நாளைய கனவு உண்மையாகப் பரிணமித்தது.

6. சிறந்த நாட்கள்

Belfast வட அயர்லாந்தின் தலைநகரம். இதன் சிறந்த கப்பல் கட்டும் கம்பெனி ஹார்லண்ட் அண்ட் வுல்ப் என்பவர்கள். மிகவும் பழமை யான இக்கம்பெனி 'டைடானிக்'கைக் கட்டியது. பல சிறந்த கப்பல்கள் கட்டிய பெருமை இக்கம்பெனிக்கு உண்டு. 'முழுக முடியாத' டைடானிக், தனது முதல் பயணத்திலேயே, (Maiden Voyage) ஒரு பனிக்கட்டியில் மோதி மூழ்கிவிட்ட கதை இக்கம்பெனிக்கு முதலில் நல்ல பெயர் அளிக்கா விட்டாலும், பிறகு அனுபவத்தில் சிறந்து, பல நல்ல கப்பல்களைக் கட்டியும், உலகின் பல கப்பல்களுக்கு 'டீசல் என்ஜின்கள்' அமைத்துத் தந்தமையாலும் நற்பெயர் பெற்று விட்டது.

'ஹெர்குலிஸ்' என்ற சிறிய விமானந்தாங்கிக் கப்பல் அடித்தளம் வரை ஸ்காட்லாந்தில் கட்டப்பட்டது. போர் முடிந்துவிட்டமையால் இக்கப்பல் கட்டுவது கைவிடப்பட்டது. இங்கிலாந்தின் பொருளாதாரம், போருக்குப் பின்பு, இக்கப்பலைத் தொடரவிடவில்லை. இந்தப்பாதி முடிக்கப்பட்ட கப்பல் இந்திய கப்பற்படையால் வாங்கப்பட்டு,பெல்பாஸ்ட்டுக்கு எடுத்துச் செல்லப்பட்டது. இங்கு ஹார்லண்ட் அண்ட வுல்ப் இதன் சீரமைப்புக்கு அழைக்கப்பட்டார்கள். ராயல் நேவியின் பார்வையில் முற்றிலும் புதிய கருவிகளுடன் ஒருபுதிய விமானந்தாங்கிக் கப்பலாக ஹெர்குலிஸ் மாற்றப்பட்டது. பின்னர் இக்கப்பல் விக்ராந்த் என நாமகரணமிடப்பட்டு, "வெற்றி நமக்கு எல்லா திசைகளிலும் கிடைக்கும்" என்ற கொள்கையைத் தாங்கிக்கொண்டு, "உலகத்தின் சில நாடுகளே விமானந்தாங்கிக் கப்பல்களை வைத்துள்ளன. அதில் இந்தியாவும் ஒன்று" என்ற பெருமையை பாரதத்திற்கு அளிக்க, இந்திய கப்பற்படையில் சேர்ந்தது.

பலர், விக்ராந்த், 'டெல்லி', 'மைசூர்' போன்று பழைய கப்பல் என்று இன்னமும் எண்ணம் உடையவர்களாக இருக்கின்றார்கள். முதல் தடவையாகக் கொடியேற்றப்பட்ட போதே இந்தியக் கொடியைத்தான் இக்கப்பல் தாங்கிற்று.

இக்கப்பல் வாங்குவதற்குப் பத்து வருடங்களுக்கும் முன்பே, இந்திய மாலுமிகள் விமானப்பயிற்சிக்கு இங்கிலாந்திற்கு அனுப்பப்பட்டார்கள். சில பழைய விமானங்களுடன் 'ஐ.என்.எஸ்.கருடா' என்ற பயிற்சி நிலையம் கொச்சியில் நிறுவப்பட்டது. விமானந்தாங்கிக் கப்பலின் முக்கிய தேவை நன்கு பயிற்சிபெற்ற மாலுமிகள். இதன் விமானங்கள் கடற்படையினராலேயே ஓட்டப்படுகின்றன. கடற்படையினரே இதன் விமானங்களைக் கண்காணித்து வருகிறார்கள். ஆகையால், நன்கு பயிற்சி பெறாத மாலுமிகள் இக்கப் பலின் திறமையைக் குறைத்துவிடுவார்கள். விபத்துக்களும் அதிகம் ஏற்படலாம்.

கடற்சுங்கப் பகுதியில் அப்போது பணிபுரிந்து கொண்டு விசாகையில் இருந்த எனக்கு, ஒரு மாலையில் வந்த தந்தி பெரும் மகிழ்ச்சியை அளித்தது. இன்னும் பதினைந்து

நாட்களுள் இங்கிலாந்து செல்லத் தயாராக வேண்டும் என்று அறிந்து மகிழ்வடைந்தேன்.

பம்பாயில் பத்து நாட்கள் சென்றதே தெரியவில்லை. பலவிதப்பட்ட அரசாங்கத் தேவைகளைப் பூர்த்தி செய்து கொண்டு, கம்பளித் துணிமணிகளைச் சேகரித்துக் கொண்டு மூச்சுவிடுவதற்கு முன்னர் சாந்தா குரூஸ் விமான நிலையத்தில், 30 மாலுமிகளின் இன்சார்ஜ் ஆக, லண்டன் செல்லும் விமானத்தின் கடைசிப்படியில் நின்றுகொண்டு ஒரு தடவை பம்பாயைப் பார்த்தேன். இரவு ஒரு மணி அப்போதுதான் ஆரம்பிக்கப்பட்டிருந்த 'போயங்' விமானங்களில் 'எவரஸ்ட்' என்ற விமானத்தில் நான் இருப்பதை நன்கு மனதில் உணர்த்திக்கொண்டேன். வீட்டைப்பற்றிய நினைவு திடீரெனத் தோன்றி மறைந்தது. அன்று காலையில் எனக்கு வந்திருந்த வாழ்த்துத் தந்திகளை எண்ணி மகிழ்ந்து கொண்டேன். ஜன்னல் பக்கம் அமைந்திருந்த என் ஸீட்டில் அமர்ந்துகொண்டு எனது பொறுப்பான முப்பது மாலுமிகளையும் ஒரு தடவை பார்த்துக்கொண்டேன். லண்டனில் தூதுவராலயத் திலிருந்து யாராவது கட்டாயம் விமான நிலையத்தில் சந்திப்பார்கள் என்று என்னையே நான் தேற்றிக் கொண்டேன். அரசாங்க அனுமதியின்படி எனக்களிக்கப் பட்டிருந்த மூன்றரை பவுன்களை கோட்டின் உள் பையில் வைத்துவிட்டு ஒருமுறை சிரித்துக் கொண்டேன்.

சிறிது நேரத்தில் என் பெல்டை முறுக்கிக் கொண்டவுடன், பக்கத்தில் தெரிந்த சாந்தா குரூஸின் விளக்குகள் பின்னோக்கிச் செல்வதிலிருந்து விமானம் புறப்படுகிறது எனத் தெரிந்துகொண்டேன். அவ்விளக்குகள் அசாதாரண வேகத்தில் பின்னோக்கியும், கீழ் நோக்கியும் சென்றன, சில நிமிடங்கள் பம்பாய் நகரம் ஒரே விளக்கு மயமாகக் கீழே தெரிந்தது.

கெய்ரோ, ரோம் இரண்டே இடங்களில் நின்றுவிட்ட விமானம் ஆல்ப்ஸ் மலைத்தொடரில் கீழாகப் பறந்தபோது தான் எனக்கு மனம் நிறைவைத் தந்தது. ஒரே பனி மயமாகக் காட்சி தந்துகொண்டிருந்த ஆல்ப்ஸ், அப்போது பனிக்காலம் என்பதை எனக்குணர்த்தியது.

லண்டன் விமான நிலையத்தில் புன்னகையுடன்

வரவேற்க வந்திருப்பார்கள் என்ற எனது எண்ணம் கனவு என்பதும் சில நிமிடங்களில் எனக்குத் தெரிந்தது.

முதல் தடவையாக, முப்பது மாலுமிகளின் தலைவனாக, மூன்றரை பவுன்களுடன் லண்டன் விமான நிலையத்தில் நின்று கொண்டிருப்பதில் பயனில்லை என்ற உண்மையைக் கற்றுக் கொண்டவுடன், என்ன செய்வது என்ற கேள்வி எழுந்தது. ஏர் இந்தியாவின் காரியாலயம் கண்களில் பட்டது. ஒரு ஆங்கிலேயரை நிறுத்திக்கேட்ட கேள்விக்குப் பதில் கிடைத்தது. “ஆமாம், இந்திய மாலுமிகள் Euston ஸ்டேஷன் செல்ல ஒரு வண்டி வந்திருக்கிறது..”

“ஹலோ! ஹலோ...” எனக்குச் சற்றே நம்பிக்கை பிறந்தது. எனக்குச் சில நாட்களுக்கு முன்னர் இங்கிலாந்துக்குப் புறப்பட்ட ஒரு மாலுமி நின்று கொண்டிருப்பதைக் கண்டேன். “இனா காரியாலயத் திலிருந்து என்னை அனுப்பினார்கள். 13 மாலுமி கள் வருவதாகச் சொல்லி யூஸ்டன் ஸ்டேஷன் செல்ல ஒரு வாகனை அனுப்பியிருக்கிறார்கள்.

“பதின்மூன்று! நாங்கள் முப்பத்தோரு பேர்கள்!” சொன்ன பிறகுதான் இந்தியக் காரியாலங்களின் திறமை, எனக்குப் பளிச்செனத் தெரிந்தது. 31 ஐ 13 ஆக மாற்றி விடும் திறமை வேறு எந்த நாட்டினருக்கும் கிடையாது. தவிரவும், மற்றவருக்கு உதவி புரிவதில், இந்தியர்கள், மற்ற எல்லா நாட்டினரையும்விடக் கீழேதான் இருக்கிறார்கள். அரசாங்கக் காரியாலயங்களின் திறமையின்மை அயல்நாடுகளிலும் இன்னமும் தெளிவாகத் தெரிகிறது. அயல்நாடுகளில் நம் தூதுவரகங்களில் பொறுப்பின்மை அதிகம்!

யூஸ்டன் ஸ்டேஷனுக்குச் செல்ல, வந்திருந்த அந்த வான் டிரைவர் எங்களை, எல்லாம் ஒரே ‘டிரிப்பில்’ எடுத்துச் செல்வது குற்றமென்றும், போலீஸிக்குத் தெரிந்தால், அவன் லைசென்ஸ் போய்விடுமென்றும் குறிப்பிட்டான். ஆனால், ஒரே டிரிப்புக்குத்தான் அவன் வந்திருந்தமையால் மறுதடவை வரவும் மறுத்துவிட்டான்.

நான் என்ன செய்வது என்று தெரியாமல் தலையைச் சொரிந்துகொண்டு நிற்கையில், அந்த டிரைவர் அருகில் வந்து நிற்பது, ஊழலின் அறிகுறி என்று நன்கு புரிந்து கொண்டேன்.

"வில் எ பவுண்ட் டு?" என்ற என் கேள்விக்கு அவன் அடைந்த மகிழ்ச்சி, ஏன் பத்து ஷில்லிங்கு என்று சொல்ல வில்லை என்று என்னை நினைக்கவைத்தது. கைமாறின ஒரு பவுன், அவனது கொள்கைகளை மாற்றி அமைத்தது. மேல் நாட்டில் ஊழலே கிடையாது என்ற என் எண்ணத்தையும் மாற்றி, என் மனதை சற்றே வாட்டியது!

யூஸ்டன் ஸ்டேஷனில் மற்றொரு அதிர்ச்சி எனக்குக் காத்திருந்தது. முதலாவதாக, பல மாலுமிகள் ரயில் நேரத்திற்குக் காலமிருந்தமையால், மறைந்துவிட்டார்கள். நான் யூஸ்டனிலிருந்து, பிக்காடிலி சென்று ஜெர்மைன் வீதியைக் கண்டுபிடித்து இனா காரியாலயத்தை அடைந்தது எனக்கு ஆச்சரியமாகவே தோன்றவில்லை. பொறுப்பு ஏற்பட்டவுடன், மனிதன் எவ்வளவு மாறிவிடுகிறான் என்பது புரிந்தது. முடிந்தவரை யாரையாவது சார்ந்தே இருக்க மனிதனுக்குப் பொறுப்புதான் தேவை.

காரியாலயத்தில் எங்களுக்கு வேண்டிய ரயில்வே டிக்கெட்கள் தரப்பட்டன. "இங்கு ஒரு கஷ்டமுமில்லை. எல்லோரும் நன்கு உதவுவார்கள்" என்று அந்தக் காரியாலய குமாஸ்தா அறிவித்துவிட்டு, மறைந்துவிட்டார். நான் திரும்பி யூஸ்டன் ஸ்டேஷன் வந்தபோது, நாங்கள் செல்ல வேண்டிய வண்டி பிளாட்பாரத்தில் ஒரு மணி நேரத்திற்கு முன்பே வந்துவிட்டதை அறிந்தேன். எல்லோரையும் தமது சாமான்களுடன் வண்டியிலேறச் சொன்னபோதுதான் முதலதிர்ச்சி கிடைத்தது.

"உங்கள் டிக்கெட்களில் சாமான்களுக்கு வேண்டிய சார்ஜ் கூட்டப்படவில்லை.. தனியாக சார்ஜ் தரவேண்டும்'.

எனக்குப் பொறுக்கவில்லை. ஆனால், அந்த டிக்கட் கலெக்டர் என்ன செய்வார் பாவம்! நான் சுமாராக எவ்வளவு ஆகும் என்று கேட்டபோது, ஐந்து பவுன்கள் என்றார், நான் ஸ்டேஷனில் உள்ள பொது டெலிபோன் மூலம் இனா காரியாலயத்திற்குப் போன் செய்தபோது, எல்லோரும் சென்றுவிட்டதாகத் தெரிந்தது. வெளியில் வந்து ஒரு ராயல் நேவி காரியாலயத்தைக் கண்டு மகிழ்ந்தேன்.

எனது துன்பம் என்னுடன் மட்டுந்தான் என்று காட்டிக்

கொள்வதுபோன்று, சற்றும் அக்கறை காட்டாத அந்தக் காரியாலய மாலுமி, 'மே ஐ ஹெல்ப் யு' என்ற போர்டிற்கு நேர்மாறாக, நான் கேட்கும் கேள்விகளுக்கு என்னைப் பார்க்காமலேயே பதிலளித்துக் கொண்டிருந்தது எனக்கு எரிச்சலை மூட்டிற்று. ஆங்கிலத்தில் ஒரு கெட்ட வார்த்தையைக் கூறிவிட்ட பிறகுதான் அவருக்குப் புரிந்தது எனது எரிச்சல்.

"ஐ ஆம் சாரி, ஐ கான்ட் ஹெல்ப் யூ... ஐ ஆம் ஒன்லி பார் ராயல் நேவல் செய்லர்ஸ்."

எல்லா மாலுமிகளையும் அழைத்து வைத்துக் கொண்டு, நான் பணம் சேர்க்க ஆரம்பித்தேன். இனாம்தார் என்ற ஒரு இளைஞன் எனக்கு மிகவும் உதவி புரிந்தான். சில நிமிடங்களில் வேண்டிய பணம் சேர்த்து, சாமான்களுக்குத் தந்து ரசீதைப் பெற்றுக்கொண்டு களைப்புடன் வண்டியில் வந்து அமர்ந்தேன்.

இனாம்தார் என்ற அந்த இளைஞன் எனது களைப்பை உணர்ந்து ஒரு காபி வாங்கிக்கொண்டு வந்து எனக் களித்துவிட்டு என் பக்கத்தில் அமர்ந்தான்.

இனாம்தார்! இப்போது என் கண்களில் நீர் துளிர்க்கிறது. விக்ராந்தின் முதல் பலி! பழைய மாலுமிகளின் மூட நம்பிக்கையில் ஒன்றான 'கப்பலின் முதல் பயிற்சியில் கட்டாயம் ஏதாவது விபத்து உண்டாகும்' என்பதை நம்பாத நான், கண்கூடாக ஒரு இளைஞன், அதிலும் எனக்கு நன்கு உதவி புரிந்த ஒரு இளைய மாலுமி, விமானத்தின் பின்னால் தவறுதலாக எழுந்து நின்றுவிட்டபோது, வெளிவரும் வாயுவின் அழுத்தத்தால் ஊதி எறியப்பட்டு விட்டதைக் கண்டேன். அப்போதுதான் நாங்கள் முதன் முறையாக விமானம் பறக்கும் பயிற்சியில் ஈடுபட்டிருந்தோம். ராயல் நேவியின் 'கேனட்' என்ற விமானம் பறப்பதற்குத் தயாராக இருக்கையில், இச்சம்பவம் நேர்ந்தது. உடனே லண்டன் மூளை ஆஸ்பத்திரிக்கு ஹெலிகாப்டரில் எடுத்துச் செல்லப்பட்ட இனாம்தார் சில நாட்களில் உயிர் நீத்துவிட்டது எனக்கு மிகவும் பெரிய அதிர்ச்சியை அளித்தது.

வட அயர்லாந்து செல்ல, சிறிது தூரம் சில மணி நேரங்கள் ஒரு சிறிய கப்பலிலும் செல்லவேண்டும். காலையில் அக்கப்பலினின்றும் இறங்குகையில் குளிர்மிகுந்த அந்நாளில்

பெல்பாஸ்ட் ஒரு நரகமாகக் காட்சி அளித்தது. பனி உறையும் நிலையை உஷ்ணமானி காட்டிக் கொண்டிருந்தது. நல்ல வேளையாக, அங்கு எங்களை அழைத்துப் போக சில மாலுமிகள் வந்திருந்தனர்.

ஒரு ஹோட்டலில் எங்களுக்கு அறை வசதி ஏற்பாடு செய்யப்பட்டிருந்தது. அந்த ஹோட்டலில் பணிபுரியும் பெண்கள் பேசும் ஆங்கிலம் புரிவதே சிறிது கஷ்டமாகத் தான் இருந்தது. தவிரவும் அக்குளிர் கோபத்தைத் தந்து கொண்டிருந்தது.

இரண்டே நாட்களில் எனக்கு பெல்பாஸ்ட் பிடித்து விட்டது. அதற்கு அந்நகரத்தின் மக்கள்தான் காரணம். அன்பாகப் பேசுவதிலும், நன்கு பழகுவதிலும் அவர்கள் சிறந்திருந்தனர். அவர்களது பழக்கவழக்கங்களைப் புரிந்து கொண்ட பிறகு அங்கு வாழ்வது மிகவும் சுலபமாகத் தெரிந்தது.

பெல்பாஸ்ட் ஒரு சிறிய நகரந்தான். ஆனால், மிகவும் சுத்தமாக வைத்துக் கொள்ளப்பட்டிருந்தது. இது வட அயர்லாந்தின் அல்ஸ்டர் பகுதியைச் சேர்ந்தது. ஸ்காட்லாந்தைப் போல இங்கும் கத்தோலிக்கர் இங்கிலாந்து ஆதிக்கத்தை வெறுக்கிறார்கள். ஆனால், ப்ராடெஸ்டென்ட்களும் அதிகம் இருப்பதால், தென் அயர்லாந்துடன் சேர்ந்துவிட முடியவில்லை. இங்கிருக்கும் கத்தோலிக்கர்கள் ராணியையும், அரசாங்கத்தையும் வெறுப்பதும், ப்ராடெஸ்டென்ட்களுடன் சண்டையிடுவதும் எனக்கு ஆச்சரியத்தை அளித்தது.

ஆங்கிலேயர்கள் இந்தியாவுக்கு விடுதலை அளிப்பதற்குத் தடையாகச் சொன்ன முதல் வாதம் இந்து முஸ்லீம் உறவு முறைதானே! ஆனால், இங்கு கிறிஸ்தவர்களான, இவ்விரு மதத்தாருக்கும் இடையில் உள்ள வெறுப்பு நம்ப முடியாத அளவுக்கு இருக்கிறது. 'இங்கிலீஷ்' இனத்தாரை வெறுக்கும் 'ஐரிஷ்' மக்கள் பலரைக் காணலாம். சினிமா தியேட்டர்களில் ஆங்கில தேசீய கீதம் ராணியின் படத்துடன் இசைக்கப்படும்போது, ஆபாச மொழிகளில் இரைச்சலிடும் ஐரிஷ் சிறுவர் களையும் நான் பல தடவை பார்த்திருக்கிறேன். பிராடெஸ்டென்ட்கள் தங்களை 'அல்ஸ்டர்மென்' என்றழைத்துக் கொள்கிறார்கள். கத்தோலிக்கர்கள் தங்களை 'ஐரிஷ்' என்றழைத்துக் கொள்கிறார்கள்.

எப்போதும் 'நம் நாடு கெட்டுவிட்டது. ஒற்றுமை யில்லை, நாம் உருப்படமாட்டோம்' என்று சபித்துக் கொண்டே இருக்கும் பலருக்கு, நம் நாட்டின் ஒரு மாநிலத்திற்கே சமமான இந்த 'யுனைடட் கிங்டட்'த்தில் இருக்கும் அபிப்பிராயபேதத்தைக் காட்டினால்தான் புரியும், மக்களும் அவர்களின் மனப்பான்மையும்.

சில நாட்களில் விக்ராந்தின் பல பகுதிகளைச் சென்று பார்த்தேன். அது ஒரு கப்பலா! ஒரு தடவை, ஒரு மணி நேரம் வெளிவரும் வழி தெரியாது திண்டாடினேன். இது 'சிறிய', கேரியராம். பெரியது எப்படியிருக்குமோ! அதன் ஒவ்வொரு பாகமும் எனக்கு ஆச்சரியத்தையும் பெருமையையும் அளித்தது. இதை ஓட்ட ஆயிரத்திற்கும் மேலான மாலுமிகள் தேவை என்று தெரிந்து கொண்டபோது அதன் சிக்கலான பல பகுதிகளின் எண்ணிக்கை புரிந்தது.

விக்ராந்துடன் இரண்டு அதே போன்ற 'கேரியர்'கள் கட்டப்பட்டன. அவை 'மெல்போர்ன்', 'போன வெஞ்சர்' என்பவை. 'மெல்போர்ன்' ஆஸ்திரேலிய கடற்படையால் எடுத்துக் கொள்ளப்பட்டது. சில வருடங்கள் ஓடாமலேயேகூட இருந்தது. இப்போது 'கமாண்டோ' கேரியராக மாற்றப்பட்டு விமானங்களின்றி இருந்து வருகிறது. 'போனவெஞ்சர்' கனடாவினால் எடுத்துக் கொள்ளப்பட்டது. இம்மூன்றிலும் சிறந்த கருவிகள் விக்ராந்தில்தான் உள்ளன என்று கேள்விப்பட்டேன்..

'விக்ராந்த்' புதுமையான 'ஆங்கிள் டெக்' கைக் கொண்டது. அதாவது மேல்தளத்தில் விமானம் இறங்கும் வழியும், விமானம் செலுத்தப்படும் கோடும் ஒன்றுக்கொன்று சிறிய கோணத்தில் அமைக்கப்பட்டு உள்ளன. இதன் வசதி, ஒரே சமயத்தில், விமானம் இறங்குதலும் செலுத்துதலும் நடக்கலாம் என்பதுதான். இரண்டாம் உலகப் போரில் பயன்படுத்தப்பட்ட 'கேரியர்'களில் பலவற்றில் விமானங்கள் தளத்தில் ஓடிப் பறக்கவும் பிறகு நீரில் இறங்கவும் செய்தன.

ஆனால், ஜெட் விமானங்கள் வந்த பிறகு, இவை 'ரன்வே'யில் ஓடிப்பறக்க வேண்டுமாயின், மிக நீளமான தளம் தேவைப்படுமாதலால், இவ்விமானங்களைக் 'கேரியரி'னின்றும்

செலுத்த 'கேடவுல்ட்' என்னும் கருவி பயன்படுத்தப்பட்டது. விக்ராந்தில் பொருத்தப்பட்டிருக்கும் இக்கருவியின் உதவியால் ஒரு விமானத்தை 100 அடி ஓட்டத்தினுள் 90 மைல் வேகத்திற்கும் மேலாகச் செலுத்திவிட முடியும். இதற்கு 'லாஞ்சிங்' என்று பெயர்.

கப்பலின் மேல்தளத்தில் விமானம் 'Launching Pad' என்ற கருவியில் மையப்படுத்தப்படுகிறது. விமானம் தனது சக்தியிலேயே வருகிறது. இங்கு தளத்தின் கீழ் இரண்டு நீள 'சிலிண்டர்'கள் உள்ளன. அதில் வேலை செய்யும் இரண்டு 'பிஸ்டன்'கள் விமானத்தின்கீழ் அமைந்துள்ள ஒரு கொக்கியில் கம்பிக் கயிற்றால் இணைக்கப்படுகின்றன. விமானத்தின் பிற்பகுதி ஒரு எஃகு வளையத்தால் தளத்திற்குப் பொருத்தப்படுகிறது. இது செய்யப்பட்டவுடன் விமானம் தனது முழு சக்தியையும் வெளியிடுகிறது. ஆனால், அந்த எஃகு வளையம் விமானம் சென்று விடாமல் பிடித்துக் கொள்கிறது. விமான ஓட்டி தயாராகிவிட்ட பிறகு, 'லாஞ்சிங் வால்வு'கள் மூலமாக நீராவி பிஸ்டன்களின் 'பின்' திறக்கப்படுகிறது. நீராவியின் அழுத்தத்தால் பிஸ்டன்கள் முன்னோக்கிச் செலுத்தப் படுகின்றன. அந்த சக்தியின் விசையில் எஃகு வளையம் உடைந்துவிடுகிறது. இப்போது எதுவும் பிடித்துக் கொள்ளவில்லையாதலால் விமானம் பிஸ்டன்களால், முன்னோக்கி மிக வேகமாக இழுத்துச் செல்லப்படு கின்றது. 100 அடி தூரம் செல்லுமுன்பு விமானம் சுமார் 100 மைல்வேகத்தை அடைந்து விடுவதால் காற்றினால் தூக்கப்பட்டுவிடுகிறது. அந்தக் கம்பிக் கயிறு கடலில் எறியப்பட்டுவிடுகிறது. இப்போது விமானம் தன்னிச்சையாகப் பறக்க முடிகிறது.

ஒரு நகைச்சுவை மிகுந்த அதிகாரி 'விக்ராந்த் சமாசார்' என்ற ஒரு நாள்தாளை விக்ராந்தில் நடத்தி வந்தார். அதில் முதல் முதலாக 'லாஞ்சிங்' கைப்பற்றி மிகவும் வேடிக்கையாக எழுதியிருந்தார். ஆங்கில மொழியில் அப்பத்திரிகை மிகவும் சுவாரசியமளிப்பதாக இருந்தது. பல மாலுமிகள் இங்கிலாந்தைச் சுவையுடன் ரசிப்பதை அதில் அவர் நன்கு வருணிப்பார்.

விமானம் இறங்குவது 'அரெஸ்டிங்' எனப்படுகிறது. 100 மைலுக்குமேல் வேகத்தில் வரும் விமானம் தளத்தில்

இறங்குகையில், அவ்விமானத்தின் பின்புறம் இருக்கும் கொக்கி ஒன்று, தளத்தில் குறுக்கே கட்டப்பட்டுள்ள நான்கு கம்பிக் கயிறுகளில் ஒன்றில் மாட்டிக்கொண்டு நிறுத்தப்படுகிறது. சுமார் 100 அடி தூரத்திற்குள் விமானம் நின்றுவிடுகிறது.

விமானம் இறங்க, செலுத்த இருக்கும் கருவிகளுக்கும் பிராணவாயு தயாரிக்கும் பொறிக்கும், என்னை சீஃப் ஈ.ஆர்.ஏ.வாக அனுப்பியபோது நான் அடைந்த மகிழ்ச்சிக்கோர் அளவேயில்லை. இவற்றில் வேலை செய்ய வாய்ப்பு கிடைக்குமா என்று ஏங்கிக்கொண்டிருந்த என்னை அவற்றின் முதல்வனாக அமைத்தபோது மகிழ்ச்சியடையாமல் இருப்பதா! தவிரவும், இந்தியாவிலேயே முதன் முறையாக நான் அப்பணியில் இறங்கியிருக்கிறேன் என்று தெரிந்து மிகவும் பெருமைப்பட்டுக் கொண்டேன்.

பத்து வருடங்களுக்கு முன்பு எனது தந்தை எழுதிய கடிதம் எனது நினைவில் நின்றது "பெருமையளிக்கக் கூடிய ஒரு வேலையின் நிமித்தம் நீ செல்கிறாய். உன்னால் நான், உனது தாயார் ஏன், குடும்பத்தின் எல்லோருமே பெருமையடைகிறோம்" இன்று இதோ இருட்டில் சென்று விட்ட லோனவாலா ஸ்டேஷன், சென்ற நினைவுகளை நிறுத்தி கண்களில் நீர் மல்கச் செய்கிறது. இலையுதிர் காலத்தில், காய்ந்த இலைகளின்மேல் நடக்கையில் ஒருவித சோக உணர்ச்சி, ஒரு முடிவு காட்டப்படுவதுபோல் தோன்ற, உண்டாவதுண்டு. எனக்கு அதே உணர்ச்சியை இப்போது உணர்கிறேன். காய்ந்த இலைகளான நினைவுகளின்மேல் என் உள்ளம் நடக்கிறது. "சென்ற காலம் உள்ளத்தில் ஆனந்தத்தை உண்டாக்கி நீரைக் கண்களில் வரவழைத்தால் அச் சென்ற காலம் இந் நிகழ்காலத்தைக் காட்டிலும் சிறந்ததாக இருந்திருக்க வேண்டும்" என்று யாரோ சொன்னது நினைவிற்கு வருகிறது.

விக்ராந்தில் நான் கண்ட போர் கோவாவை இந்தியா எடுத்துக்கொண்டதாகும். கோவாவைப் பற்றிப் பிறகு சொல்லலாமென நினைக்கிறேன்.

விக்ராந்தில் எங்கள் வாழ்வு சிறந்ததாய் அமைந்திருந்தது. இங்கிலாந்தில் விக்ராந்தை நாமகரணமிட திருமதி விஜயலஷ்மி பண்டிட் அவர்கள் வந்திருந்தார். அவ்விழா நன்கு நடைபெற்றது.

பெல்பாஸ்டின் பல பெரிய மனிதர்கள் அவ்விழாவில் பங்கெடுத்துக் கொண்டார்கள். அவர்கள் ஆங்கிலம் பேசும்போது இசைபோல இருக்கும்.

விக்ராந்த் என்னும் பெரிய கப்பல், ஆடி அசைந்து பெல்பாஸ்டைவிட்டுக் கடைசியாகக் கிளம்பும்போது

அப்பப்பா!

கரை நிறையப் பெண்கள் மாலுமிகளின் பல நண்பர்கள் கண்களில் நீர்மல்க, கடந்த மூன்று வருடங்களாக அங்கு வாழ்ந்து வந்த 'சீனியர்' மாலுமிகளிலிருந்து, ஒரு மாதத்திற்கு முன்பே அங்கு வந்து சேர்ந்த பல 'ஜூனியர்'கள் வரை கைக்குட்டைகளை ஆட்டி, அழகான அந்நகரத்திற்கு வாழ்த்து சொல்ல, சில பெண்கள் கதறியழ, அதைக்கண்ட சில மாலுமிகள் தாமும் கண்களைத் துடைத்துக் கொள்ள, இதயங்களைக் கிழித்துக்கொண்டு, இரு நாடுகளுக்குமிடையில் சிறந்த நட்பைக் காட்டிவிட்டு தனது 'சைரன்'கள் ஊத.

"ஆல் தி ஜரிஷ் ஆர் ஸ்மைலிங்" என்று விக்ராந்தின் 'பேண்ட்'இசைக்க இனி பெல்பாஸ்ட் வருவதற்கு வாய்ப்பில்லை என்று நினைத்துக்கொண்டே.

விக்ராந்த் என்ற பெரிய கப்பல், பெல்பாஸ்டைவிட்டு ஆடி அசைந்து, கடைசியாகக் கிளம்பியது.

அதற்குப் பின் நடந்தவை வெகு வேகமாகச் சென்றுவிட்டன. மால்டாவில் சில பயிற்சிகள் நடத்தப்பட்டன. அங்கு ராயல் நேவியின் மாலுமிகள் இறங்கிவிட்டனர். அங்கிருந்து நாங்களே எல்லாவற்றையும் பார்த்துக் கொண்டோம்.

மதுரையில் இப்போது மழை பெய்து கொண்டிருக்கிறது. நான் ஜன்னல் வழியாக வேப்ப இலைகளிலிருந்து விழும் துளிகளைக் கவனிக்கின்றேன்.

ஏதோ காரணத்தால் 'பிரான்ஸ்' எனக்கு நினைவில் எழுகிறது!

பிரான்ஸின் தெற்குக் கடற்கரையில் உள்ள Toulon என்ற துறைமுகத்தை அடைந்தோம். அங்கிருந்து நான் மார்ஸேல்ஸ், நீஸ், கேன்ஸ், மாண்டிகார்லோ முதலிய இடங்களைச் சென்று

பார்த்தேன். கோடையில்பிரெஞ்ச் ரிவெரியா செல்ல சிறந்த செல்வந்தர்களால்தான் முடியும் என்பார்கள். ஆனால், அதிருஷ்டவசமாக எங்களால் அது முடிந்தது!

மாண்டிகார்லோவில் ஸ்டூவர்ட் கிரேஞ்சர் என்ற அமெரிக்கப்பட நடிகரைக்கூடக் கண்டோம்!

'இல் டி லாவண்ட்' (Ile de levante) என்ற உடையின்றி வாழ்வோர் இடத்தையும் பலர் சென்று பார்த்தனர். ஆடைகளை நீக்கிவிட்டுத்தான் உள்ளே செல்லவேண்டும் என்ற நியதி என்னை உள்ளே செல்ல விடவில்லை!

துளிகள் வேப்பமரத்தினின்று சலசல என்று விழுகையில், சென்ற காலத்தின் பசுமையை நினைவூட்டிக் கண்களினின்றும் அவ்வாறே துளிகளை வரவழைக்கிறது. நான் கண்களைத் துடைத்துக் கொண்டேன். அருகிலிருந்தோர் கவனித்துவிடுவார்களே என்ற வெட்கம் என்னை மறுபடியும் நினைவுப் பாதையில் செலுத்திற்று.

பிரான்ஸில், மார்சேல்ஸில், நான் சந்தித்த பாண்டிச் சேரி தமிழர்கள் நினைவிற்கு வருகிறார்கள். மார்சேல்ஸ் சென்று இறங்கியதும், நாட்டர் டாம் (எங்கள் மாதா) சர்ச்செல்ல வழி கேட்க முற்பட்டோம். ஒருவருக்கும் ஆங்கிலம் தெரியவில்லை. எங்களுக்கோ பிரெஞ்சு மொழியில் வந்தனம் கூறவும், வணக்கம் கூறவும் மட்டும்தான் தெரியும். நடந்து கொண்டே வந்த என் கண்களில் ஒரு ரெஸ்டாரெண்ட் 'பேவ்மெண்ட்' பந்தலின்கீழ் அமர்ந்து 'பீர்' குடித்துக் கொண்டிருந்த மூவர் பட்டனர்.

அம்மூவரும் பிரெஞ்சு மக்கள் இல்லை. அவர்கள் மாநிறம் ஆக இருந்ததால், நான் அவர்கள் இந்தியர்களாக இருக்கலாம் என மதிப்பிட்டேன். ஆனால், அவர்களது 'ஆர்மி உடை சற்றே என்னை பின்னுக்கிழுத்தது. முதன் முறையாக, எனது வங்காள நண்பன் அவர்களை நோக்கி சந்தேகத்துடன் 'ஸ்பீக் இங்கிலீஷ்' என்றான்.

பிரெஞ்சு மொழியில் அதில் சற்றே உயர் பதவியிலிருந்த ஒருவர், தமக்கு ஆங்கிலம் தெரியா தென்றும், ஆனால் மூவருக்கும் இந்திய பாஷையான தமிழ் தெரியுமென்றும் கூறினார். என்னால் புரிந்துகொள்ள முடிந்தது.

உடனே அவர் எதிரில் சென்று ஆர்வத்துடன் தமிழில் கேட்டேன். அவரும் பதில் கூறினார்.

ஒரே நிமிடத்தில் அவர் எங்களை அவர்கள் விருந்தினராக ஏற்றுக்கொண்டுவிட்டு, மார்சேல்ஸ் காட்டும் பொறுப்பையும் ஏற்றுக்கொண்டார்.

அன்று பூராவும் மார்சேல்ஸில் கழித்தோம். எங்களுக்காக அவர் பல இடங்களைக் காட்டி, விருந்தும் அளித்தார்.

பிரான்ஸின் உன்னதத்தைப் பற்றி நினைத்துக் கொண்டே நான் தனியாக துலானின் தெருவொன்றில் நடந்துகொண்டிருந்தேன்.

கூப்பிட்ட சத்தம் பெண்ணினது என்று தெரிந்து திரும்பினேன்.

நல்ல ஆங்கிலத்தில் அந்த யுவதி பேசினாள்.

"நீங்கள் விரும்பினால் நான் உங்களுடன் வரத்தயார்! முதலில் இங்கு ஒரு சினிமாவுக்குக்கூடச் செல்லலாம்...."

நான் அன்று எனது அறைக்குச் சென்றவுடன் எனக்குத் தூக்கமே வரவில்லை. உலகத்தின் பல போக்குகளிலும், பல வர்க்கத்தினரிலும், சக்திகளின் இழுப் பிலும், விருப்பு வெறுப்புகளிலும் ஒருமையே உள்ளது என்ற உண்மை மட்டும் எனது உள்ளத்தில் நன்கு தெரிந்தது.

நான் அந்தப் பெண்ணை விரும்பவில்லை. அவளுடன் திரும்பிப் பேசவில்லை என்ற காரணத்தால் அவள் ஒரே வார்த்தையில் தனது எண்ணத்தைப் பொழிந்துவிட்டுச் சென்றுவிட்டாள்!

மாண்டிகார்லோவில் லியனார்டோ டாவின்சியின் ஒரு பெயிண்டிங்கைப் பார்த்து மகிழ்ந்தேன். அங்கிருந்து மாண்டிகார்லோ முத்திரையிட்ட ஒரு 'பிக்சர் போஸ்ட் கார்டை' அனுப்பிவைத்தேன். அது இன்னும் மதுரையில் உள்ளது.

அந்நினைவு வந்ததும், எழுந்து சென்று அலமாரியில் உள்ள ஒரு பெட்டியை எடுகிறேன். அதில் எனது தம்பி என்னுடைய போட்டோக்கள் பலவற்றை வைத்திருக்கிறான்.

அதில் ஒரு போட்டோவில் நான் எகிப்திய பிரமிடுகளில் ஒன்றின் முன்பு நிற்பது உள்ளது.

இப்போது மழை நின்றுவிட்டது.

மடை திறந்துவிட்டாற்போன்று என் மனம் எண்ணங்களால் தாக்கப்பட்டது. ஒன்றுக்கொன்று சம்பந்தமின்றி கால வித்தியாசத்தை வென்று எண்ணக்கோவை மறுபடியும் என்னையும் மீறி படம்போல வருகிறது.

கடல்; அலைகள் கடலின் நடுவில் ஹான்னா, அவளருகில் ஒரு பிரமிட்! பிரெஞ்சுப் பெண்மணி; பெல்பாஸ்டில் நான் அறிந்த ஓவியர் ஒருவர்; சிங்கப்பூரில் நான் பார்த்த தமிழ்ப் படம்; திரும்பியும் விக்ராந்த் மிஸஸ் அலெக்ஸாண்டர்.

அமைதியாக, அவ்வேகத்தைக் குறைத்து காலப்போக்கின் பாணியில் எண்ணங்களை, லைப்ரரியில் புஸ்தகங்களை அடுக்குவதைப்போல அடுக்குகின்றேன்.

எகிப்து!

அலெக்ஸாண்ட்ரா துறைமுகத்தில் நாங்கள் 1961 சுதந்திர தினத்தைக் கொண்டாடினோம்.

அங்கிருந்து கெய்ரோ சென்று வந்தேன். கெய்ரோவின் மியூசியத்தில் சரித்திரப் பிரசித்தி பெற்ற பல பொருள்களைக் கண்டேன். அங்குள்ள பிரமிடுகளில் உள்வரை சென்று கண்டுவிட்டு வந்தோம்.

அன்று கெய்ரோவில் விருந்தினராக இருந்து நல்ல முறையில் கழித்தோம். ஒரே நாளில் பல இடங்களைச் சென்று பார்த்ததில் உடல் களைப்புற்றிருந்தது.

திரும்பி அலெக்ஸாண்ட்ரா வருகையில் இரவு 11 மணி யாகியிருந்தது. நாங்கள் மூவர் தனியாக தெருவில் நடந்து கொண்டிருந்தோம்.

நல்ல சூட்டணிந்த ஒருவர் எங்களைக் கை தட்டி அழைத்தார். சுமாரான ஆங்கிலத்தில் பேசி வந்த அவர் தாம் எகிப்திய விமானப்படையில் பணிபுரிவதாகவும், இந்தியா சென்றிருப்பதாகவும் கூறி வலுவில் எங்களுடன் சேர்ந்து கொண்டார். நான் களைப்புடன் இருந்ததால் எனக்கு அப்போது நண்பர்களை ஏற்றுக்கொள்ள பொறுமை இருக்கவில்லை. எனது நண்பர்களில் ஒருவனுக்கு 'எங்கோ' செல்லவேண்டும். மூன்றாமவன் ஏதாவது கிளப்புக்குச்சென்று 'பெல்லி டான்ஸ்' பார்க்க வேண்டும் என்று கூறிக் கொண்டிருந்தான்.

அவர் விடவில்லை. தனது விருந்தினர் என்று எங்களை அழைத்துக் கொண்டு எங்கெல்லாமோ சுற்றிச் சுற்றிச் சென்று கொண்டிருந்தார். என் மனதுக்குள் நான் சபித்துக் கொண்டேயிருந்தேன்.

கடைசியாக ஒரு 'பெல்லி டான்ஸ்' இடத்திற்கு அழைத்துச் செல்லப்பட்டோம். எங்களை அமர்த்திவிட்டு மூன்று 'டான்ஸர்களை' அழைத்து அவர்களிடம் எகிப்திய மொழியில் ஏதோ கூறிவிட்டு அவர்களை எங்கள் நடுவில் அமர்த்திவிட்டுத் தானும் அமர்ந்துகொண்டார்.

நான் புரிந்து கொண்டுவிட்டேன். ஆனால், வெளியில் காட்டிக் கொள்ளவில்லை. என்னருகில் அமர்ந்திருந்த மாது மிகச் சிறிய அளவிலேயே உடை உடுத்தியிருந்தாள் அவள் போட்டிருந்த விலை குறைந்த 'சென்டி'ன் நெடி எனக்குத் தலைவலியை வரவழைத்தது. ஒரு கையால் அரவணைத்துக் கொண்டாள்!

அக்கிளப்பின் வாயிலில் இருந்த மிலிடரி போலீஸ் ஒருவரைச் சைகை செய்து அழைத்தேன்.

மறுநிமிடம், எங்களை அழைத்து வந்தவர் மிருகம் போல நடத்தப்பட்டு வெளியில் எறியப்பட்டார்.

மூன்று பெண்களும் எங்களால் தரப்பட்ட மதுவை அருந்திவிட்டு 'டான்ஸ்' ஆடச் சென்றுவிட்டனர். ஆனால், அவர்கள் ஆடியது என்னவோ மிகவும் நன்றாக அமைந்திருந்தது. களைப்பு குறைய நாங்கள் இரவு இரண்டு மணி வரை அதைக் கண்டுவிட்டு, விக்ராந்த் வந்து சேர்ந்தோம்.

நைல் நதியும், கிளியோபாத்ராவும், பிரமிடுகளும் எகிப்திய பெருமைகளும், 'பெல்லி டான்ஸர்'களும் என் மனதில் தோன்றி மறைந்தனர்.

இப்போது லண்டனின் 'பனாமா கிளப்' நினைவிற்கு வருகிறது. இங்குதான் நான் முதன் முதலில் 'ஸ்டிரிப் டீஸ்' பார்த்தேன். அங்கு இன்னும் அதைவிட அதிக ஆபாசமான கிளப்புகள் உள்ளன.

விக்ராந்த் சமாசாரில் அவ்வதிகாரி நன்கு எழுதியிருந்தார்.

ஒரு மாலுமி, மிகவும் ஆபாசமிகுந்த 'நைட் கிளப்' ஒன்றுக்குச் சென்றுவிட்டு வந்து 'பனாமா கிளப்'பைப் பார்த்துப் பெருமைப்பட்ட மற்றொரு மாலுமிக்கு, தான் பார்த்ததுடன் 'பனாமா கிளப்'பை ஒப்பிடும்போது, 'பனாமாகிளப்' கொச்சி கடற்படை 'கான்செர்ட்' போல உள்ளது என்றானாம்!

மாலுமிகள் ஆபாசமிகுந்த கேளிக்கைகளில் ஈடுபடுவதும், பங்கு கொள்வதும் கோபத்தையே அளித்தாலும், 'ஆஷாட பூதித்தனம்' இல்லாமலிருப்பதால் ஒருவித மனநிறைவையும் அளிக்கிறது!

ஆகையால்தான் பல பிரயாணக் கட்டுரைகள் எனக்குக் கோபத்தையே தருகின்றன. திரும்பத் திரும்ப அந்தந்த நாடுகளின் பெருமைகளையே கூறிக்கொண்டு, அங்கு தாம் கண்ட 'டூரிஸ்ட் அட்ரேக்ஷன்ஸ்' பற்றியே கூறும் பல பிரயாணக் கட்டுரைகளில் பல உண்மைகள் மறைக்கப்பட்டு விடுகின்றன.

நான் எழுதுவது பிராயாணக் கட்டுரை அல்ல. பிரயாணம் எனது பொழுதுபோக்கு அல்ல. அது எனது தொழில்!

7. எதிர்காலம் பற்றி

பதினான்காவது வருடத்தில்தான் நான் எனது எதிர்காலத்தைப் பற்றி நினைக்கவாரம்பித்தேன். அதுவரை எனக்கு வருங்காலம் பற்றி நினைவே எழவில்லை. முப்பத்தோராவது வயதில் இனி கடற்படையில் இருக்கமுடியாது என்று தீர்மானித்துவிட்டு, அதன்படியே எழுதியும் கொடுத்துவிட்ட பிறகுதான், கடற்படையை விட்ட பிறகு என்ன செய்வது என்ற எண்ணம் ஓங்கியது. கடற்படையில் நான் தேர்ச்சி பெற்றிருந்தபோதிலும், அதில் நான் பல தேர்வுகளில் பத்திரங்கள் வைத்திருந்த போதிலும் படைகள் அநாவசியம், அவைகள் வீண் செலவிற்காகவே உள்ளன என்று, மிகப் பெரிய அதிகாரிகள்கூட மற்ற துறைகளில் எண்ணுவதால், வெளியில் வேலை கிடைப்பது கடினம் என்று தெரிந்து கொண்டேன்.

அனுபவம் மிகுந்து இருப்பதால், சீஃப் ஈ.ஆர்.ஏக்கள் இங்கிலாந்தில் கடற்படையை விட்டவுடன், நல்ல

வேலைகளில் எடுத்துக் கொள்ளப்படுகிறார்கள். இந்தியாவில், அனுபவம் திறமை இவையெல்லாம் தேவையற்றவை நற்சாட்சிப் பத்திரங்களும், தேர்வுப் பத்திரங்களும்தான் தேவை. இது எனக்குப் பதினான்காவது வருடத்தில்தான் புரிந்தது.

அப்போதுதான், உடனே விண்ணப்பித்து, எனது என்ஜினியரிங் பரிசைக்குச் சென்று தகுதியும் பெற்றுக் கொண்டேன்.

பல இடங்களுக்கு மனு செய்ய ஆரம்பித்தேன். வேலை கிடைப்பது அரிது என்றும் அப்போதுதான் தெரிந்து கொண்டேன்.

இந்தியாவின் வணிகக் கப்பல்களின் திடீர்ப்பெருக்கம் அப்போதுதான் ஆரம்பமாயிருந்தது. ஜெயந்தி கப்பல் கம்பெனியும் அப்போதுதான் பல கப்பல்களை ஜப்பானில் கட்ட, இந்திய அரசாங்கத்திடம் பொருளுதவியும் பெற்றது. வணிகக் கப்பல்கள் திடீரெனப் பெருக ஜெயந்தி உதவிற்று. முதல் முதலாக, 'பர்ஜஸ்பெர்கன்' என்ற ஒரு பழைய கப்பலை வாங்கி, ஜெயந்தி கம்பெனி 'ஆதி ஜெயந்தி' என்ற பெயரும் அதற்குச் சூட்டியது. தொடர்ந்து அக்கம்பெனி சில பழைய 'லிபர்டி' கப்பல்களையும், பல கிரேக்க கம்பெனிகளிடம் இருந்து வாங்கியது. முறையே இவைகள், ஆர்யஜெயந்தி, புத்தஜெயந்தி, கார்கி ஜெயந்தி, கோவிந்த் ஜெயந்தி, நானக் ஜெயந்தி என்று பெயரிடப்பட்டன. இவை நீராவிக் கப்பல்கள். போர்க்காலத்தில் நாளுக்கொரு கப்பலாக அமெரிக்காவில் கட்டப்பட்டவை. இன்றைய நிலைப்படி இவை மிகவும் காலம் கடந்தவை. இன்னும் சில பழைய 'டீஸல்' கப்பல்களையும் ஜெயந்தி வாங்கிற்று.

இதே சமயத்தில்தான், ஜெயந்தியை முன்னோடியாகக் கொண்டு, வணிகத்துறை சிறந்ததெனை அறிந்துகொண்டு பல கம்பெனிகள் உருவாயின. 'ஏபிஜே', 'சோக்ஸே', 'ரத்னாகர்' முதலிய கம்பெனிகள் ஜெயந்தியைப் போலவே பழைய கப்பல்களை வாங்கவாரம்பித்தன. இந்திய அரசாங்கத்தின் கம்பெனியான 'ஷிப்பிங் கார்ப்பரேஷன் ஆஃப் இந்தியா'வும், தொடர்ந்து பல கப்பல்களை வாங்க ஆரம்பித்தது.

இதனால் திடீரென கப்பல் துறையில் படித்திருந்தவர்கள்.

கடலில் மறுபடியும் செல்ல வாய்ப்பு கிடைத்தது. வாய்ப்பு மட்டும் கிடைத்ததோடன்றி, நாளொருமேனியும் பொழுதொருவண்ணமுமாக, கப்பல் துறையில் ஊதியமும் பெருக ஆரம்பித்தது.

கிறிஸ்து பிறப்பதற்கு முன்னும், பிறந்த பின்பும் சில நூற்றாண்டுகளுக்கு, இந்திய, முக்கியமாக தமிழகத்தின் வணிகத்துறைக் கப்பல்களின் பெருமையைக் குறித்துப் படித்துள்ளேன். சங்க இலக்கிய நூல்கள் தமிழரின் கடல் திறமையை நன்கு எடுத்துக் கூறுகின்றன. கடல் கொண்ட துறைமுகங்களான கொற்கை முதலியன மூலம் வாணிபம் எவ்வாறு சிறந்து விளங்கியது என்பது எட்டுத்தொகை நூல்களினின்றும் தெரிகிறது.

நான் கப்பற்படையை விடுமுன்னர் சரித்திரத்தில் சற்றே ஈடுபாடு அதிகமாக காரணகர்த்தா சந்திரா என்ற நண்பரொருவர். இவர், தமது தொழில் பொறியியலாயினும், சரித்திரத்தில்தான் தமது முழு கவனத்தையும் செலுத்தினார். நாங்கள் இருவரும் மாலை நேரங்களை சரித்திரப் பேச்சுகளில் கழிப்போம். இவர் மொழி ஆராய்ச்சி செய்து கொண்டிருந்தார். எல்லா மொழி வல்லுநர்களின் கருத்துக்களுடன், இவர் தமது சொந்த எண்ணங்கள் பலவற்றை என்னிடம் எடுத்துக் கூறுவார்.

"யுகோஸ்லாவியாவில் நான் உள்நாட்டில் சிறிது காலம் கழித்தேன். அங்கு மொழி ஆராய்ச்சி செய்ததில் மனிதனுக்கு 'ஆள்' என்று ஒரு பெயர் இருப்பது கண்டேன்" என்பார்! நான் கண்களை அகல விரித்துக் கொண்டு அவர் கூற்றை ஆவலுடன் கேட்டுக்கொண்டிருப்பேன். "படகு என்ற சொல்லும் சிறிது திருந்தி அங்கே சொல்லப்படுகிறது."

லெமூரியா கண்டம் இருந்ததா இல்லையா என்ற பிரச்சினை எழும். மூன்று சக்கரங்களும் பற்றி பேச்சில் வாதம் தோன்றும். மூன்று மதுரைகள் (இன்றைய மதுரையையும் சேர்த்து) இருந்ததா என்று அவர் சந்தேகிப்பார். திடீரென அவருக்குக் கோபம் தோன்றும். "தமிழர்கள் தங்கள் பாட்டுக்களில் எல்லாவற்றையும் ஒரேயடியாக அதிகரித்து எழுதியுள்ளார்கள். அவற்றில் உண்மை இல்லை" யென்பார். ஆனால், தமிழின் தொன்மை குறித்தும், தமிழரின் கடல் வாழ்வு குறித்தும் அவர் பேசக் கேட்பது ஒரு விருந்தாகும்.

"துகி என்பது மயிலைக் குறிக்கிறது. கிரேக்க மொழியில்" என்று கூறிவிட்டு, ஒரு சிகரெட்டைப் பற்ற வைத்து நீண்ட இழுப்பு ஒன்றுடன் ஆரம்பிப்பார். "தோகை என்பது தமிழில் மயிலாகும். ஆகவே, தோகையின் திரிபுதான் துகி. கிறிஸ்து பிறக்கு முன்னர், சில நூற்றாண்டுகள், மயில் தோகை தமிழகத்தில் இருந்து ஏற்றுமதியாகி, கிரேக்கர்களால் விலையுயர்ந்த பொருளாக ஏற்றுக்கொள்ளப்பட்டது."

கப்பல்கள் கடலில் செல்கையில், திடீரென சில சமயங்களில் கடல் பொங்க நேரும்போது, அக்கொந்தளிப்பில், இவ்வாழ்க்கையே இனிவேண்டாம் என்று பலமுறை நான் எண்ணியதுண்டு. இப்போது அதைப் பற்றி நினைக்கையில், அக்காலத்தில், ஒருவிதமான கருவியும் இன்றி, பெருங்கடல்களை, ஒரு சரியான படம்கூட இன்றி, விசையின்றி காற்றையே நம்பி, ஆயிரமாயிரம் மைல்கள் கடந்து வாணிபத்தில் ஈடுபட்ட பழந்தமிழரைக் குறித்த எண்ணம்தான் எழுகின்றது. அவர்கள் எதை நம்பி சிறு கப்பல்களில், நீண்ட பயணங்களை ஆரம்பித்தனர்? தமது திறமையையா, கைகொடுக்கும் தெய்வத்தையா, இல்லை தேடப் போகும் பொருளின் ஈர்ப்பையா நம்பினார்கள்?

ஒன்றுமட்டும் நிச்சயம்; சென்ற கப்பல்கள் எல்லாமே தமது பயணத்தை முடித்திருக்க மாட்டா! தெரிந்திருந்தும், பின் சென்றவர்கள் வீரர்கள்தாம்.

தார் ஹைடர்டால் என்பவர், 1947ல், தமது எண்ணமொன்றை நிரூபிப்பதற்காக, தென் அமெரிக்காவின் 'பெரு' நாட்டிலிருந்து, ஒரு (Raf+) பாய்மரக் கப்பலில் சென்ற கதை, பழைய நாட்களை நினைவூட்டுகிறது. 'இன்கா' நாகரிகத்திற்கு முன்னரே, தென் அமெரிக்கர், இம்மாதிரியான சாதாரண மிதக்கும் கட்டுமரங்களின் துணையால்தான் தெற்றுக் கடல் தீவுகளுக்குக் குடியேறினர் என்பது இவர்வாதம். இவர் முதல் முதலில் 'பல்ஸா' என்னும் மரக்கட்டைகளின் துணையால் கட்டுமரம் கட்டி, பசிபிக் கடலில் செல்லப்போவதாகக் கூறியதால், எல்லா விஞ்ஞானிகளும் இவரைப் பைத்தியம் என்றே கூறினர். "தற்கொலைக்கு இதைவிடச் சிறந்த வழி இல்லை" என்று இகழ்ந்தனர். அவர் அப்படகையும் கட்டி அதற்கு 'கோன் டிக்கி' என்று நாமமும்

தூட்டினார் KONTIKI என்பது 'இன்கா' நாகரிகத்திற்கு முன்னர் தென் அமெரிக்கர் வழிபட்டுவந்த 'சூரியக் கடவுளின் பெயர். இம்மாதிரியாகத்தான் கிறிஸ்து பிறப்பதற்கு 500 ஆண்டுகளுக்கு முன்னர் அந்நாட்டினர் சென்றிருப்பர் என்ற ஒரே நம்பிக்கையில்தான், தார் ஹைடர்டால் அதைக்கட்டி, ஏப்ரல் *29, 1947,* கடலில் சென்றார். நான்கு மாதங்களுக்கும் மேலாகக் கடலில் பல கடுமையான அனுபவங்கள் நேர்ந்தன தாஹித்தியை அவர் அடைந்த போது அவருக்கு இருபதாம் நூற்றாண்டு ஒரு கனவாகவே தோன்றிற்று.

"தென் அமெரிக்காவுடன் தமிழர் தொடர்பு கொண்டிருந்தனர் என்பதும் உண்மை. இதற்குப் பல ஆதாரங்கள் உள்ளன; 'இன்கா' நாகரீகத்தில்கூட..." சந்திரா கூறுவார்; நான் கேட்டுக்கொண்டிருப்பேன்.

"மூன்று பிரளயங்கள் முதலாவதில் முதல் மதுரை சென்றுவிட்டது; இரண்டாவது மற்றொரு மதுரை மூழ்கிற்று. மூன்றாவது சிறிய பிரளயம்...." கடல்கொண்ட குமரியைப் பற்றிக் கதையாகக் கூறுவார்.

"லெமூர் என்ற வகைக் குரங்குகள் அதிகம் இருந்தமை காரணமாகத்தான், கடல்கொண்ட குமரிக்கண்டம் லெமூரியா என்றழைக்கப்பட்டது......." எனது கேள்விகளுக்கு உடனடியாக பதில் கிடைத்துவிடும்.

"மொஹஞ்சதாரோ, ஹரப்பா நாகரிக்கத்தில்கூட வேலுடன்கூடிய உருவமும், மயிலும் காணப்பட்டதாகக் கேள்விப்பட்டதுண்டு.....

"எகிப்திய மாதங்கள் தைபீர், மெகிர் என்று அடுத்து அடுத்து வருகின்றன தை, மாசி என்ற நம் மாதங்களும் அடுத்தடுத்து வருகின்றன. இம்மாதங்களில்தான் (எகிப்திய) வணிகர் தமது கப்பல்களை இந்தியா நோக்கித் திருப்பினர் தை பிறந்தால் வழி பிறக்கும் என்பது அதைக் குறிக்குமோ?" அவரே கூறிவிட்டு, விழுந்து விழுந்து சிரிப்பார்!

ஞாயிற்றுக்கிழமைகளில் நாங்கள் பம்பாயின் பிரின்ஸ் ஆஃப் வேல்ஸ் மியூஸியம் சென்று மொஹஞ்சதாரோ, ஹரப்பா பகுதியைக் காண்போம். அவருக்கு ஒவ்வொரு தடவையும் சில புதிய எண்ணங்கள் தோன்றும். அவர் எண்ணும் விதமே எனக்கு ஆச்சரியத்தை அளிக்கும்.

கடற்படையை அவர் எனக்கு முன்னரே விட்டு விட்டார் அவருக்கு நான் பழையகால அம்பு ஒன்றை அன்பளிப்பாக அளித்தேன்.

ஒரு மாதத்திற்குப் பிறகு ஒருநாள் நான் ஐ.என். பேரக்ஸில் இருவர் பேசிக்கொண்டிருந்ததைக் கேட்க நேர்ந்தது.

"பாவம் நேற்றுதான் எனக்குத் தெரிந்தது" என்றார் ஒருவர்.

"ஹார்ட் பெய்லியர்! இத்தனைக்கும் சர்வீஸில் இருந்தவரை, அவருக்கு ஒரு கம்ப்ளெயிண்டும் இல்லையாம்..." என்றார் மற்றொருவர்.

"ஹூ கிக்ட் த பக்கெட்?" என்றேன் நான், ஒன்றும் தெரியாத காரணத்தால்..

"உனக்குத் தெரியாதா? அந்த சரித்திரக்கிறுக்கு ஏன் உன் நண்பர்தானே பூனாவில் இறந்துவிட்டாராம் ஐ மீன், அவர் சந்திரா..."

அவர் மட்டுமா இறந்துவிட்டார்? அவருடைய சரித்திரத் தெளிவும் அல்லவா போய்விட்டது! எனது சரித்திர ஊக்கமும் அவருடன் சென்றுவிட்டது.

அன்றுதான் உணர்ந்தேன். சுத்தமாகத் துடைத்து விட்ட பலகையைப் போன்று,அவர் வாழ்க்கையை, சொந்த பந்தங்களைக் குறித்து, ஒன்றுமே நான் தெரிந்துகொள்ளாமல் விட்டதால், அவர் சகாப்தம் என் வாழ்வுக் குறுக்கீட்டில், முடிந்துவிட்டது.

நேவி நட்பு, 'கேங்வே' (Gangway) மட்டும்தான் என்று கேள்விப்பட்டிருக்கிறேன். அதை உண்மையாக்குவது போல, என்னிடம், சந்திராவின் வாழ்க்கையைப் பற்றிய ஒரு குறிப்பும் கூட இல்லை. அவரை நினைவூட்ட எண்ணங்கள் தாம் மிகுந்தன.

தான்ஸமா என்று மற்றொருவர் எனக்கு மிகவும் சிறந்த நண்பரானார். நாங்கள் இருவரும் சேர்ந்து ஐ.என்.எஸ். பாம்பே என்ற சிறிய கப்பலொன்றில் ஒரு நூலகம் ஆரம்பித்தோம். நாங்கள் படிக்க விரும்பிய நூல்கள் அனைத்தையும் அப்போது வாங்கிக் கொண்டோம். அப்போதுதான் நான் பி.ஜி. வுட்ஹௌஸின் புத்தகங்கள் அனைத்தும் படித்தேன். இன்னும் பல ஆசிரியர்கள் நூல்களும் படிக்க முடிந்தது.

எழுதவேண்டும் என்ற இச்சையும் எனக்கு அப்போது தான் தோன்றியது. தான்ஸமா ஒரு விநோத மனிதர். அவரைப் புரிந்துகொள்வது மிகவும் கடினம். அவருக்கு நண்பர்கள் அதிகம் கிடையாது. அவர் 'சீஃப் யோமன் ஆஃப் சிக்னல்ஸ்' ஆக இருந்தார். இந்தத் தொழிலில். இரகசிய செய்திகள் முதலியவற்றைத் தெரிந்துகொள்ளும் முறைகளையும் சொல்லித் தருகிறார்கள். பல பயிற்சிப் பள்ளிகளில் கற்றுத் தேர்ந்த தான்ஸமா, எல்லா பெரிய அதிகாரிகளாலும் விரும்பப்பட்டார். தானும் அதிகாரியாகியிருக்க வேண்டிய நிலையில், ஒரு பெரிய அதிகாரியுடன் விவாதம் செய்ய நேர்ந்ததால் தனது வாய்ப்பை இழந்தார்.

'Protocol' பற்றித் தெரிந்து வைத்திருந்த இவரைப் பல பெரிய அதிகாரிகள் சந்தேகம் தெளிய கேட்பார்கள் அதாவது, குறிப்பிட்ட அதிகாரிக்கு குறிப்பிட்ட மரியாதை தெரிவிக்க வேண்டுமென்ற நியதிகளைக்கூற, தான்ஸமா தான் சிறந்து விளங்கினார் ஆனால் இவர் சற்று முன்கோபம் உள்ளவர்.

ஒரு தடவை ஐ.என்.எஸ். டெல்லியில் ஒரு சீனியர் அதிகாரி, ஒரு சனிக்கிழமையன்று பிற்பகல், தான்ஸமா தூங்கிக் கொண்டிருக்கையில் எழுப்பி, இலங்கை யினின்றும் சில அதிகாரிகள் அடுத்த வாரம் வரப்போவதாகவும், அவர்கள் வந்தால் என்ன செய்வது என்றும் கேட்டார் தனது தூக்கம் கெட்டுவிட்டது என்று கோபமடைந்த தான்ஸமா, "அவர்கள் காலையில் வந்தால் குட்மார்னிங் என்று சொல்லுங்கள்!" என்று கூறி முடித்துவிட்டார்.

அப்பேர்ப்பட்ட நண்பர் ஒருவர்!

கடற்படைக்கு நான் எத்தனையோ விதங்களில் கடமைப்பட்டவன். தெரிந்தோ, தெரியாமலோ, கடற்படையை அதில் நான் இருந்த காலமெல்லாம் திட்டியே வந்திருக்கிறேன்.

திரைகடலின் அன்பு பொல்லாதது அழஅழச்செய்து ஆனந்தமளிப்பது. அதனுடன் நெருங்கி நிற்கையில் வெறுப்பையளித்தாலும், பின்னர் அதை நினைக்குங்கால் உள்ளத்தை நெகிழச்செய்வது.

கடற்படையின் நாட்களும் அவ்வாறே!

8. திரவியம் தேடி

டாக்ஸி மிகவும் வேகமாகச் சென்று கொண்டிருக்கிறது. பெல்ஜியம் தேசத்தில் இருக்கும் 'கெண்ட்' (Gent) என்ற நகரத்தை நோக்கிச்சென்று கொண்டிருக்கிறோம். ஜெல்ஜேட் என்ற துறைமுகத்தில் எங்கள் கப்பல் இரும்பு தாதுப்பொருளை இறக்கிக் கொண்டிருக் கிறது. நாற்பது நாட்கள் கடலில் இருந்த பிறகு, இப்போதுதான் ஒரு கரையை அடைந்துள்ளோம். அன்று மாலை நடந்த சம்பவம் என் மனதில் இன்னும் தெரிகிறது. 'இண்டர்போல்' (Interpol) போலீஸ்காரர்கள் எல்லோரை யும் விசாரணை செய்தார்கள். பல 'Driver' களுடன் கடலடியில் ஒரு சடலத்தைத் தேடி எடுத்தார்கள்.

ஆண்டவனின் செயல்களில் பலவற்றை நம்மால் புரிந்து கொள்ளவே முடிவதில்லை. ஏனென்றால் முப்பத்தெட்டு நாட்கள் முன்பு நாங்கள் கோவாவை விட்டுப் புறப்பட்டபோது, இங்கு இந்தத் துறைமுக அதிகாரியின் வாழ்வும் இனி முப்பத்தெட்டு நாட்களே என்று முடிவு செய்யப்பட்டிருக்க வேண்டும். நாங்கள் கடலில் முன்னேறிய ஒவ்வொரு விநாடியிலும், அத்துறைமுக அதிகாரியின் ஒவ்வொரு விநாடி வாழ்வும் முடிந்துகொண்டே வந்திருக்கிறது.

ஜெல்ஜேட்டிலேயே (Zelzate) முதல் தடவையாக 'சென்னை செல்வம்' என்ற அந்தப் பெரிய கப்பல் சுமார் நாற்பதாயிரம் டன் எடையுள்ள தாதுப்பொருளை ஏற்றிக் கொண்டு வருகிறது என்று தெரிந்து, அதை எதிர்கொண்ட ழைக்க, அதை சரியாக அதற்கென்று ஒதுக்கப்பட்ட இடத்தில் சேர்த்துவிட, மேலதிகாரியான ஒருவர் வந்திருந்தார். குளிர் மிகவும் அதிகமாக இருந்தது. வெளிச்சம் சற்றுகூட இல்லை. 'சென்னை செல்வம்' சேரவேண்டிய இடத்திற்கு சற்று பக்கத்தில் வேறொரு கப்பல் நின்றுகொண்டிருந்தது. அதில் மோதி விடாமல் செல்லவேண்டி, சற்று முன் சென்றுகொண்டிருந்த கப்பலை நிறுத்தவேண்டி வலது கை (Starboard anchor) நங்கூரத்தைத் திடீரென பாய்ச்ச நேரிட்டது.

அதே நேரத்தில் சிறிய படகு ஒன்றில் ஏறிக்கொண்டு கப்பலின் இடதுகைப் பக்கத்திலிருந்து வலதுகைப் பக்கமாக வந்து கொண்டிருந்த அந்த அதிகாரி, தன்னை நோக்கி வந்து கொண்டிருந்த அந்த நங்கூரத்தைப் பார்த்து பிரமிப்பதை விட வேறு என்ன செய்ய முடியும்?

பிறகு தெரிந்துகொண்டோம் அதாவது, சடலம் அதன் சொந்தக்காரர்களிடம் சேர்ப்பிக்கப்பட்டபோது.

வேகமாகப் பாய்ச்சப்பட்ட அந்த நங்கூரம் அப்படகின் விளிம்பில் இடித்து, படகைக் கவிழ்த்து தன்னுடன் அப்படகையும் எடுத்துச்சென்று கடலடியில் சுமார் 3 அல்லது நான்கடி மண்ணிற்குள் அவ்வதிகாரியின் உடலுடன் புதைத்துவிட்டது!

அதாவது, ஆண்டவனால், ஒரு நாட்டிற்குத் திரவியம் தேடும் தொழிலைத் தவிர ஒரு அதிகாரியையும் முடித்து விடும்

தொழிலையும் தரப்பட்டு, வந்து சேர்ந்த அவ்வினாடியே இரண்டாவது தொழிலை முடித்துவிட்டது, எங்கள் கப்பல்!

டாக்ஸி மட்டும் சுற்று வழியாக செல்வதுபோல் எனக்குத் தோன்றியது. 75 பிராங்குகள் தரவேண்டிய இடத்தில் 400 பிராங்குகள் (அதாவது சுமார் 60 ரூபாய்கள்) அந்த டாக்ஸிக்காரன் கேட்டபோது, நான் மிகவும் கோபமடைந்தேன். அதுவரை ஆங்கிலத்தில் பேசிய அந்த டாக்ஸிக்காரன் திடீரென்று பிரெஞ்சு மொழியில் பேசவாரம்பித்தான். நான் திட்டிக்கொண்டே அந்தப் பணத்தைத் தந்தேன்.

அன்று எனக்கு வீட்டிலிருந்தும், சுற்றத்தாரிடமிருந்தும் கலந்து 27 கடிதங்கள் வந்திருந்தன. அவற்றைப் படித்து முடித்து சிலவற்றிற்குப் பதிலெழுத இரவு 2 மணி வரை விழித்திருந்தேன்.

சுமார் இரண்டரை மணிக்குப் படுக்கைக்குச் சென்ற வுடன் பெல்ஜியத்தைப் பற்றி நினைத்துக் கொண்டிருந்தேன். என்னையுமறியாமல் 'மெனகின் பிஸ்' என்ற சிலையின் நினைவுதான் வந்தது. அத்துடன் பல எண்ணங்களும் தோன்றின.

பெல்ஜியத்தின் தலைநகரான 'பிரஸ்ஸல்ஸில் இந்தச் சிலை ('மெனகின் பிஸ்') அமைந்துள்ளது. அது ஒரு சிறு பையன். ஒரு துணியும் இல்லாதவாறு சிறுநீர் கழித்துக் கொண்டிருப்பதுபோல அமைந்துள்ளது. இதைப்பற்றி இங்கு ஓர் கதையும் கூறினார்கள்.

பெல்ஜிய நாட்டு அரசன் தனது மகன் காணவில்லை என்ற செய்தி கேட்டு அதிர்ச்சியடைந்து, பையனைத் தேட நான்கு திசைகளிலும் ஆட்களை அனுப்பினான். அப்போது பையன் காணப்படுகையில் எந்நிலையில் உள்ளானோ அந்நிலையில் ஒரு சிலை அமைப்பதாகவும் வேண்டிக்கொண்டானாம்.

முதலாவதாகப் பையனைக் கண்டவர்கள் இந்நிலையில் தான் கண்டார்களாம்! நீர் 'ஃபவுண்டன்' போல எப்போதும் வந்துகொண்டிருக்கும்!

ஏர் இந்தியாவின் விளம்பரமொன்றும் கூடவே என்

நினைவிற்கு வந்தது. அதாவது முதல் தடவையாக ஏர் இந்தியாவின் விமானம் பிரஸ்ஸல்ஸ் செல்கையில், இப்பையனின் கீழே ஏர் இந்தியா மகராஜா ஒரு குடையுடன் நிற்பதாகக் காட்டப்பட்ட விளம்பரம், நம் நாட்டில் ஒரு சிலரால், நகைச்சுவை என்பது என்னவென்றே தெரியாத பெரிய மனிதர்கள் சிலரால், எதிர்க்கப்பட்டது. கூடவே அவ்விளம்பரமும் நிறுத்தப்பட வேண்டும் என்றும் கேட்டுக் கொள்ளப்பட்டது. தாக்குண்ட ஏர் இந்தியா சில நாட்களில் மற்றுமொரு விளம்பரத்தை வெளியிட்டது. அதில் அப்பையனுக்கு ஏர் இந்தியா மகராஜா ஒரு துண்டு கட்டிவிடுவதுபோலக் காணப்பட்டது!

வணிகக் கப்பல்கள் திரவியம்தேட உலகமெலாம் சுற்றுகின்றன. திரவியமும், அதைவிடச் சிறந்த அனுபவமும் தேடி நான் சென்று கொண்டிருக்கிறேன்.

அதே கடல்; அதே கப்பல் வாழ்க்கை; அதே வேலை எனினும் எத்துணை வித்தியாசம்! கடற்படைக் கப்பல்களில் சம்பளக் குறைவில் வேலை செய்து வந்தபோதும், நாங்கள் கப்பலை ஒரு வீடாகவே பாவித்து வந்தோம். வணிகக் கப்பல்களில் அவ்வெண்ணம் குறைவு. ஆனால் வசதிகள் அதிகம். நான் சென்ற கப்பல் முழுவதும் சமசீதோஷ்ண நிலையில் அமைக்கப்பெற்று, நல்ல அறைகளுடன் இருந்தது. வணிகக் கப்பலின் மாலுமிகளும் அதிகாரிகளும் ஒருவரை ஒருவர் புரிந்துகொள்வதுமில்லை; புரிந்துகொள்ள முயல்வதும் இல்லை என்று நான் நினைக்கிறேன். சேர்ந்தாற்போல் பல நாட்கள் கடலில் இருப்பதுதான் இதன் காரணம் என்று நினைக்கிறேன். அதேபோல, பணம் கைநிறையத் தரப்பட்ட போதிலும் இன்னும் சுலபமாக சம்பாதிக்க முயல்வது. வணிகக் கப்பல்களில் சாதாரணமாகக் காணப்படுகிறது. சுயநலம் மிகுந்தவர்களும் அதிகமாகக் காணப்படுகிறார்கள். கடற்படையில் சுய நலமிகள் குறைவு. வசதிகளும் குறைவு!

நூதனக் கருவிகள் அமைந்த துறைமுகங்களுக்குச் செல்கையில் ஓரிரு தினங்களே தங்க முடிகிறது. உதாரணமாக நாங்கள் நாற்பதாயிரம் டன் தாதுப்பொருளை கோவா துறைமுகத்தில் ஏற்றிக்கொண்டோம். இதற்கு சுமார் 25 நாட்கள்

ஆயிற்று, அதையே ஜப்பானில் 'கிமிட்சு' என்ற துறைமுகத்தில் இறக்க, அவர்கள் கருவிகளால், சரியாக 36 மணி நேரம்தான் ஆயிற்று! ஜப்பானில் இரண்டு துறைமுகங்களில் சேர்ந்து சுமார் ஒருவாரகாலம் இருந்தபோதிலும், என்னால் ஜப்பானைப் பார்க்க முடியவில்லை. ஏனென்றால் ஜப்பானிய 'இமிக்ரேஷன்' அதிகாரிகள் கப்பல் அதிகாரிகளான எங்களைத் துறைமுகங்களைத் தவிர வேறு இடங்களுக்குச் செல்ல அனுமதிக்கவில்லை. இதனால் நான் மனம் அதிருப்தி அடைந்தேன். கிமிட்சு, க்யூரே (க்யூரே என்று எழுதினாலும் கியூடே என்றுதான் உச்சரிக்கிறார்கள்) என்ற இரண்டு இடங்களை மட்டுமே என்னால் பார்க்க முடிந்தது. கிமிட்சுவின் பக்கமிருந்தும் யோக்கஹா மாவைக் கூட காண இயலவில்லை அதேபோல க்யூரே வந்தபோது, அருகில் உள்ள ஹிரோஷிமாவுக்குச் செல்ல இயலவில்லை.

ஹோட்டல்களில் ஜப்பானியப் பெண்கள் பழகும் முறை எனக்கு சிரிப்பை வரவழைத்தது. ஒரு ஜப்பானியப் பெண் சர்வரை, சாப்பாடு முடிந்தவுடன் 'பில்' கொண்டு வரச் சொன்னபோது, ஒரு பாட்டில் 'பீர்' கொண்டு வந்து வைத்தாள்! அவர்களின் புன்சிரிப்பு, வரவேற்பு இவைகள் மனதை அவர்கள் பால் ஈர்த்துவிடுகின்றன.

ஜப்பானியர்களின் வேலைமுறை எனக்கு ஆச்சரியத்தை அளித்தது இந்தியாவில் பலர் செய்யும் வேலையை அங்கு ஒருசிலரே செய்து முடிக்கின்றனர். அங்கு எல்லா வேலைகளும் குறிப்பிட்ட நேரத்தில் செய்து முடிக்கப் படுகின்றன. அவர்கள் நேர அட்டவணையில் சிறிது மாற்றம் இருப்பினும் வேலை தடைபட்டுவிடும். அவ்வளவு கண்டிப்புடன் அவர்கள் அட்டவணையைப் பின்பற்றுகின்றனர். தனது வேலை நேரத்தில் ஒரு ஜப்பானியனும் பொழுது போக்குவதில்லை. நான் சென்றிருந்தபொழுது 'க்யூரே' துறைமுகத்தில் ஒரு மிகப் பெரிய கப்பல் கட்டப்பட்டுக் கொண்டிருந்தது. அதை முழுவதும் ஒரே இடத்தில் கட்ட முடியாதாகையால், இரண்டு பங்காகப் பிரித்துக் கட்டிக் கொண்டிருந்தனர். அவ்விரண்டு பாகங்களையும் கடைசியில் ஒன்றாகச் சேர்த்துவிடத் திட்டமிட்டு அவ்வாறு செய்து கொண்டிருந்தார்கள்! நம் நாட்டைப்போல ஒரு வேலை ஆரம்பமாகுமுன்பே ஆயிரம் தடைகள் கூறப்படுவதில்லை.

வேலை என்று ஒப்புக்கொண்டவுடன் ஆரம்பித்து விடுகின்றனர். சிறிதும் ஓய்வின்றி அவ்வேலையைச் செய்து எப்படியும் முடித்துவிடத் திட்டமிடுகின்றனர். சோம்பேறித்தனமென்பதை சற்றும் கண்டறியாதவர் ஜப்பானியர். மின்விசைக் கருவிகளில், முக்கியமாக எலக்ட்ரானிக் கருவிகளில் ஜப்பான் சிறந்து விளங்குகிறது. இப்பெரிய, சிறந்த விஞ்ஞானத்தின் பகுதியை அவர்கள் சற்றும் கர்வமடையாது, சாதாரணமாக எடுத்துரைக்கின்றனர். மிகச் சமீபத்தில், அதாவது நான் வணிகக் கப்பல்களை விட்ட பிறகு, எனது தொழில் ரீதியாக, சில ஜப்பானியரிடம் பழக நேர்ந்தது. அதிலிருந்துகூட அவர்களின் உண்மை எண்ணங்களைத் தெரிந்துகொண்டேன்.

கிமிட்சு துறைமுகத்தில் ஒரு சிறு சம்பவம் நேர்ந்தது. எனது கப்பலின் சீஃப் என்ஜினியர் தனது மனைவி வெளியில் சென்றிருந்தமையால், அன்று மாலை புறப்பட வேண்டிய கப்பலைத் தாமதிக்க வேண்டி, எண்ணெய் கொடுக்கும் கம்பெனியை சற்று தாமதமாகத் தர வேண்டிக்கொண்டார்! இது சாதாரணமாக மற்ற துறைமுகங்களில் நடக்கும் காரியம்! ஆனால், ஜப்பானியர்கள் அவ்வாறல்ல! தொழிலில் தாமதமென்பதைத் தமது சொந்த தோல்வியாகக் கருதும் அவர்கள் இந்த வேண்டுகோளை ஏற்கவில்லை. தவிரவும், தங்கள் வேலையை இவ்வேண்டுகோள் பாதிக்கின்றது என்று துறைமுக அதிகாரிகளிடம் கூறிவிட்டனர்! பாவம், அந்த சீஃப் என்ஜினியர் பிறகு நடந்தது அவருக்கு ஏற்றதாக இருக்கவில்லை.

இந்த இடத்தில் எனக்கு 'மொம்பாஸா'வில் நடந்த ஒரு சம்பவமும் கூடவே நினைவிற்கு வருகிறது. மொம்பாஸா கிழக்கு ஆப்பிரிக்காவின் ஒரு பெரிய துறைமுகம். இங்கு நாங்கள் எண்ணெய் எடுத்துக்கொள்ள ஒரு தடவை சென்றிருந்தோம். அந்தக் கம்பெனி மனிதர் நேராக என்னிடம் வந்து, நாங்கள் யாராவது வெளியில் செல்வதாக இருந்தால், எண்ணெய் கொடுக்கத் தாமதிப்பதாகவும் ஒரு பாக்கெட் சிகரெட் கொடுத்தால் ஒரு மணிவரை தாமதிப்பதாகவும் கூறினார். இதை நான் பிறகு அந்த ஜப்பானிய எண்ணத்துடன் ஒப்பிட்டு நினைத்தேன். இந்தியாவை கிட்டத்தட்ட அந்தக் கிழக்காப்பிரிக்க நாட்டுடன்தான் ஒப்பிடலாம். என்று நாமும் ஜப்பானியர் போல எண்ணுவோம், என்று அவர்கள்போல

வேலை செய்வோம், என்று தலைநிமிர்ந்து நாமும், நான் இந்தியன் என்று கூறிக்கொள்ள முடியும், என்றெல்லாம் நினைத்து வருந்தினேன். ஏனென்றால் பேச்சிலும், முட்டுக்கட்டைகள் போடுவதிலுமேயே சிறந்துவிட்ட நம் நாடு முற்போக்கு எண்ணங்களுடன், வேலையே குறியாக, அரசியல்வாதிகளின் பிடியிலிருந்து விடுபட்டு, என்றுமே முன்னேறாது போலவே எனக்குத் தோன்றிற்று. தொழில்களின் அபிவிருத்தி எனப்பேசுவோர் மிகுந்து, தொழில்வளம் பெருகுவதைவிட பெரிய ஆலைகள் அமைத்துவிடுவதே தொழில் வளம், என்ற எண்ணத்துடன் குறுகிய மனப்போக்கு டன் வாழ்வது இங்குதான் அதிகம்! இதை என்னால் பல நாடுகளில் ஊர்ஜிதம் செய்ய முடிந்தது. ஹாலந்து ஒரு சிறிய நாடு. விவசாயத்தில் சிறந்து விளங்கும் அந்நாடு, அதன் பக்கத்தில் தொழில் முறைகளில் சிறந்து விளங்கும் பெல்ஜியம் இவற்றை ஒரு சுற்றுலா செல்பவனின் கண்களுடன் நோக்கினேன். கப்பல் 'ரோட்டர்டாம்' சென்றிருந்தபோது, நிறைய நேரம் இருந்தது.

'மதுகோடாம்' என்ற Miniature town கண்டேன். இங்கு கட்டிடங்கள், சாலைகள் எல்லாம் அளவிற்குத் தகுந்தபடி மி கச் சிறிய உருவில் செய்துவைக்கப்பட்டுள்ளன. மரங்கள் முதலியவை விஞ்ஞான ரீதியில் 'Culture' செய்யப்பட்டு, உருவில் மிகச் சிறியவைகளாகக் காணப்படுகின்றன. சுமார் ஓரடி உயரமேயுள்ள மாதா கோவிலிலிருந்து, திருப்பாடல்கள் கேட்கின்றன. சாலையில் ஒரு விபத்து! விமான நிலையத்தில் புறப்படப்போகும் ஒரு விமானத்தைப் பற்றிய அறிவிப்பு. எல்லாம் ஆம்ஸ்ட்டர்டாம் நகரத்தின் சிறிய அளவு! ஒரு மணி நேரத்திற்கும் மேலாக நான் இதில் காலத்தைக் கழித்தேன். எப்போதும் தூறல் தூறிக்கொண்டே இருக்கும் ஹாலந்தில், அதை ஒரு தொந்தரவென்றே நினைக்காமல் அவர்கள் செய்யும் வேலை ஆச்சரியமாக உள்ளது. அந்த மதுகோடாமி ல் நுழையும்போது புகைப்படம் எடுத்துவிடுகிறார்கள். நாம் சுற்றிவிட்டு வரும்போது நமது புகைப்படம் தயாராக உள்ளது!

ரெம்பிராண்ட் வாழ்ந்த ஹாலந்தில் ஏதாவதொரு கலைக்கூடத்தைக் காண விழைந்தேன். டபிள்யூ.எச். மஸ்காட் என்றவர் வரைந்திருந்த 'பனோரமா' காணச் சென்றேன். நாம்

நடுவில் நின்று பார்க்கையில் நம்மைச் சுற்றிலும் கடற்கரை தெரிகிறது. விளக்குகளின் ஒளியில் ஒரு கடற்கரை கிராமத்தில் நிற்பதுபோலவே ஒரு வியப்பு தோன்றுகிறது.

ஒன்று தெரிந்துகொண்டேன். தமது வேலையில் கண்ணும் கருத்துமாய் இருக்கும் இந்நாடுகள் போலி சம்பிரதாயங்களிலோ, போலி ஒழுக்கத்திலோ ஆர்வம் காட்டுவதில்லை. ஆபாசங்கள் மனதில்தான், உருவில் அல்ல என்பதைக் கண்கூடாகக் கண்டேன்.

ஜப்பானில் அவர்கள் சினிமாக்களைப் பற்றித் தெரிந்து கொள்ள வேண்டி சென்றிருந்தேன். 'செக்ஸ்' என்பதை, ஒருவிதமான அருவருப்புமின்றி சாதாரணமாகத் திரையில் காட்டுகின்றனர். பள்ளி மாணவர்கள்கூட அப்படத்தைப் பார்ப்பதைக் கண்டேன். ஹாலந்தின் படங்கள் ஜப்பானிய படங்களை சிறந்ததாக்கி விடுகின்றன! செக்ஸ் இல்லாத படம் ஒன்றும் கிடையாது! இவைகளைப் பற்றி எனது அபிப்ராயம் என்னவென்று எனக்கே புரியவில்லை. ஆனால், ஒன்றுமட்டும் நிச்சயம். இந்தியாவின் படங்களில் ஆபாசம் புகுத்தப்பட்டு, திரையில் காட்டப்படாமலேயே பார்ப்போரின் மனதில் படுமாறு செய்யப்படுகிறது. போலி ஒழுக்கம், போலி அன்பு முதலியவை இந்தியத் திரையில் காட்டப்படுவதுபோல வேறெங்கும் காட்டப்படுவதில்லை.

ஹாலந்தில் இருந்தபொழுது, ஹேக் நகரம் சென்றிருந்தேன். அங்கிருக்கும் சமாதான மாளிகை காணச் சென்றிருந்தேன். ஆங்கிலம் பேசும் வழிகாட்டி ஒருவர் கிடைத்தார். "சமாதான மாளிகையில் இந்நாட்டின் பணம்தான் செலவழிக்கப்படுகிறது. ஐக்கிய நாடுகள் சபையிலிருந்து ஒன்றும் சரியாக வருவதில்லை". அந்த செய்தி எதுவரை உண்மை என்று தெரியாதாகையால் நான் கூறினேன். "அதைப் பற்றி நமக்கென்ன? அது அரசியல்வாதியின் தலைவலி என்னைப் பொறுத்தவரையில் எனக்கு இது ஒரு பொழுதுபோக்கு உனக்கு ஒரு தொழில் அத்தொழிலில் ஒரு வரவும் இருக்கிறது..." கண் சிமிட்டினேன். 'கில்டர்' ஒன்றும் கைமாறிற்று. ஊக்கத்துடன் அவ்வழிகாட்டி எங்களுக்கு சமாதான மாளிகையைப் பற்றிக் கூறினார். என்னுடன் சில ஆங்கிலேயர்களும் அமெரிக்கர்களும் இருந்தனர். வெகு வேகமாக சுற்றுப்பயணம் செய்யும்

அமெரிக்கர்களைப் பற்றி ஒரு வேடிக்கையும் கூறினார். சமாதான மாளிகையின் முற்றத்தில் நின்றுகொண்டு ஒரு அமெரிக்க மாது இவரை ஒரு கேள்வி கேட்டாராம். "பிரஸ்ஸல்ஸில் எப்போதுமே இம்மாதிரி மழை பெய்துகொண்டிருக்குமோ?"

"சாரி, மேடம் நீங்கள் இப்போது பாரிஸில் அல்லவா இருக்கிறீர்கள்!"

"ஆமாம் மறந்தேவிட்டேன்!"

எல்லோரும் சிரித்துக்கொண்டு அவரைத் தொடர்ந்தோம்.

"மகாத்மா காண்டி கிரேட் மேன் இண்டியன் யூ ஸீ..."

இரண்டு நிமிடங்கள் கண்களில் நீர்மல்க நான் காந்தியடிகளின் சிலையை நோக்கினேன். உலக சமாதானத்திற்கு வழிவகுத்தோர் சிலைகளில் ஒன்றாக காந்தியடிகளின் சிலை அங்கு வைக்கப்பட்டுள்ளது.

என்னைக் கேட்டால், காந்தியடிகளின் நிலையை வைக்கத் தகுதியற்றவர்கள் இந்தியர்கள் மட்டும்தான்! பேச்சில் காந்தியும், செய்கையில் வேறுவிதமாகவும் உள்ள இந்தியர்கள் நடுவில் சிலை அமைக்கப்படவே கூடாது என்பது என் எண்ணம்.

"தி நியூ கன்ஸப்ஷன் ஆஃப் ஜஸ்டிஸ்."

அமெரிக்காவில் இருந்து வந்திருந்த அந்த 'நியாயமாதி'ன் சிலை வழக்கத்திற்கு மாறாக உள்ளது. வழக்கமாக நியாயமாது கண்களைக் கட்டிக் கொண்டிருப்பாள். இங்கு அம்மாதிரியல்ல. கண்கள் விழித்துக்கொண்டும் தராசு நேர் நிலைமையிலும் காணப்படுகிறது! அது ஒரு மிகப்பெரிய சிலை.

'இண்டர் நேஷனல் கோர்ட்'டின் காலரியில் நின்று காலியாக உள்ள அந்த நீதிமன்றத்தைப் பார்த்தபோது பல நினைவுகள் தோன்றி மறைந்தன. எத்தனை நியாயங்கள் இங்கு வழங்கப்பட்டு மனிதனின் நாகரிகம் முன்னேறியது உண்மை என்று ருசுப்படுத்தப்பட்டது!

'மீட்டிங்' ரூமில், ஐ.நா.சபையின் ஒவ்வொரு மெம்பருக்கும் ஒவ்வொரு நாற்காலி அமைக்கப்பட்டுள்ளது. இந்தியாவைப்

பொருத்தமட்டில் 'இந்தியா', 'பாரத்' என்று ஆங்கிலத்திலும் ஹிந்தியிலும் எழுதப்பட்டுள்ளது. 'இலங்கை' என்று தமிழிலும், சிங்களத்திலும் எழுதப்பட்டுள்ளது!

"ஆல் த நேம்ஸ் ஆர் இன் ஆல்பபடிகல் (Alphabatical) ஆர்டர்..." வழிகாட்டி கூறிவிட்டு கனைத்துக் கொண்டார். "ஆனால், டிகாலை (Degaulle) மகிழ்விக்க வேண்டி அந்த ஆல்பபடிகல் ஆர்டர் ஆங்கிலத்திற்குப் பதிலாக பிரெஞ்சு மொழியை அடிப்படையாகக் கொண்டுள்ளது. டிகால் யூ நோ!"

ஒரே நேரத்தில் அனைவரும் சிரித்தோம். அங்கு பழைய சீன தேசத்து பெரிய ஜாடிகள் இரண்டு வைக்கப்பட்டுள்ளன. ஒவ்வொரு தேசத்திலிருந்தும் ஒவ்வொரு பொருள் அவ்விடத்தை அலங்கரிக்கிறது. ஜப்பானின் டேப்பஸ்ட்ரி சிறந்து விளங்குகிறது. இந்தியாவின் பழைய வண்ணப்படங்களும் அங்குள்ளன.

நல்ல மழையின் நடுவில் அங்கிருந்து புறப்பட்டு பாட்லக் என்ற துறைமுகத்தை வந்தடைந்தோம். உலகத்திலேயே மூன்றாவது பெரிய துறைமுகமான ரோட்டர்டாம் ஐரோப்பாவின் ஒரு முக்கிய வழி. ஜெர்மனிக்கு வரும் பல பொருள்கள், செல்லும் ஏற்றுமதிகள் எல்லாம் இத்துறைமுகத்தின் வழியாக நடத்தப்படுகின்றன. இதற்கு அடுத்த பெரிய துறைமுகம் பெல்ஜியத்தின் 'ஆண்ட்வெர்ப்'. இங்கு சாதாரணமாக 357 கப்பல்கள் நிறுத்த வசதியுள்ளது. (விசாகையில் சிறிய கப்பல்களாக இருந்தால் சுமார் 12 முதல் 14 வரை நிறுத்தலாம்!).

ஹாலந்து எனது மனதைக் கவர்ந்த நாடு. அங்கு சில நாட்களே நான் இருந்தபோதிலும், ஹாலந்தைப் பற்றி தெரிந்துகொள்ள முயன்றேன். சிறுவயதில், சரித்திரத்திலும் பூகோளத்திலும், ஹாலந்தைப் பற்றிப் படித்துள்ளோம்; தவிரவும், கிழக்கிந்தியக் கம்பெனியில் டச்சுக்காரர்கள் புரிந்த பணியையும் பற்றித் தெரிந்துகொண்டுள்ளோம் என்ற முறையில் ஹாலந்தைப் பற்றி அறிந்துகொள்வதில் அக்கறை ஏற்பட்டது.

'நெதர்லாண்ட்' என்பதுதான் அந்நாட்டின் சரியான பெயர். ஹாலந்து என்பது ஓரிரு மாநிலங்களையே குறிக்கும், இருப்பினும், உலகமெங்கிலும் ஹாலந்து என்ற பெயரே

கூறப்படுகிறது. டச்சு மக்கள் கடலுடன் போராடி தமது நாட்டை உண்டாக்கியும், கண்காணித்தும் வந்ததால், அந்நாடு எல்லாவிதங்களிலும் முக்கியத்துவம் வாய்ந்தது. கடல் மட்டத்திலேயே நாடு இருப்பதால், அடிக்கடி கடல் நிலத்தை அழிக்க வந்துவிடுகிறது. நாம் கடல்கொண்ட குமரியைப் பற்றி அடிக்கடி பேசுகிறோம். ஆனால், உண்மையில் ஹாலந்தின் நிலையைப் பரிசோதித்தால்

1287ம் வருடம் கிறிஸ்துமஸ் தினத்தன்று 'கிரெய்ண்ட்' (Griend) என்ற தீவு ஒன்று, முழுவதும் கடல் கொள்ளப்பட்டது. அதன் பள்ளிகளும், மக்களும் கப்பல் தளங்களும் நீருடன் சென்றன.

மறுபடியும் 1421-ம் வருடம் கடல் உள் வந்தமையால் ஒரு 'நீர்வழி' (ஆறு போன்று) ஏற்படுத்தப்பட்டது.

ஆகையால்தான் 'அணைகள்' (Dams) ஊர்களை சுற்றி அமைக்கப்பட்டன. ஊர்களின் பெயர்களும் ஆம்ஸ்ட்டர் டாம், ரோட்டர் டாம் என்று ஆயின. பெரிய ஏரிகளை நீர் இறைத்து நிலமாக்கினர், எதற்கும் தயங்காத டச்சு மக்கள்!

இம்மாதிரியான பெரிய திட்டம் ஒன்று வகுத்து, அது வெற்றி பெற்ற தருணம், கடல் பொங்கி பல 'கரைகளை' (Dykes) அழித்துவிட்டது.

17வது நூற்றாண்டில் சுமார் 30 ஏரிகள் வட ஹாலந்தில் மட்டும் மக்களின் முயற்சியால் தரையாக்கப்பட்டன! உலகத்தின் முக்கிய விமான நிலையமான 'ஷிபால்' (Schiphol) இருக்குமிடம், முன்பு ஒரு பெரிய ஏரியாக இருந்ததென்று கேள்விப்பட்டபோது நான் ஆச்சரிய மடைந்தேன்.

சிறிய அணைக்கட்டுகளுக்கும், நீர்த் தேக்கங்களுக்கும், நம்மவர் எழுதும் பக்கங்களையும், அதை நடத்தி முடிக்க இயலாத வண்ணம் இயங்கும் காரியாலய சோம்பேறித் தனத்தையும் நினைக்கையில், நம்மவர் ஹாலந்தில் இருந்திருந்தால் 'கடல் கொண்ட மாநிலங்கள்' என்ற நூல் எழுதி, சென்றவரின் நாகரிகத்தைப் பற்றித்தான் பேசிக்கொண்டிருப்பார்கள் Dyke• Damகளும் இருந்திரா!

15வது நூற்றாண்டிலிருந்து 19வது நூற்றாண்டின்

ஆரம்பம் வரை, ஹாலந்து தனது நிலப்பரப்பை கடலிலிருந்து எடுத்து, 200,000 ஹெக்டேர்களாக அதிகரித்துக் கொண்டுவிட்டது என்னும்போது, ஒரு டச்சுப் பழமொழி நினைவிற்கு வருகிறது.

"கடவுள் நிலப்பரப்பையும், நீர்ப்பரப்பையும் உண்டாக்கினார். டச்சு மக்கள் நெதர்லாந்தை உண்டாக்கினார்கள்!"

இந்நிலப்பரப்பை உண்டாக்க, பயன்படுத்தப்பட்ட பம்புகள், காற்று இயந்திரங்களால் (Windmill) ஓட்டப்பட்டன!

1874ல், நீராவி இயந்திரங்களின் உதவியால் ஒரு ஏரியை இறைத்து ரோட்டர்டாம் அருகில் தரை ஆக்கினார்கள். நெதர்லேந்தின் கீழான இப்பகுதி கடல் மட்டத்துக்குக்கீழே 20 அடியில் உள்ளது எனில், இம்முயற்சி சாமானியமான தன்று என்று புரிந்துகொள்ளலாம்!

இரண்டாவது உலகப் போரின்போது Dykes உடைத்து, ஜெர்மானியத் துருப்புகள் நகரங்களைக் கடலில் ஆழ்த்தின. இவை உடனே சரிசெய்யப்பட்டன.

ஆனால் 1953ல் பொங்கிய கடலின் உத்வேகம் தென் ஹாலந்தின் Dykesகளை உடைத்து பல கிராமங்களை அழித்தது. 1853 மக்கள் நீரில் மூழ்கி இறந்தனர். 72,000 மக்கள் இடம் பெயர்ந்தனர். இதன் விளைவாகத் தோன்றியது மனிதனின் நிரந்தர, வாழவேண்டுமென்ற, உணர்வினால் தோற்றுவிக்கப்பட்ட, டெல்டா திட்டம்!(Delta Plan).

இது ஒரு 25 ஆண்டுத் திட்டம். முன்பு போலல்லாது, இரும்பு கான்கிரீட் முதலியனவை கொண்டு கட்டப்படும் Dykes இவை. பெரிய கடலலைகளை எதிர்த்துக் கொண்டு எந்த நேரத்திலும், ஏற்படும் வேகத்தைத் தாங்கிக்கொள்ளும் சக்திவாய்ந்த அணைகள் கட்டப்படுகின்றன.

'Super Storm' எனப்படும் கடும்புயல், கணக்கின்படி 10,000 வருடங்களுக்கு ஒருமுறை ஏற்படுவது. இது வரும்போது எவ்வணையும் தாங்காது. ஆனால் இப்போது கட்டப்படும் அணை இதையும் தாங்கவல்லது. இந்த திட்டம் 1978ல் முடிந்துவிடும் எனக் கூறப்பட்டது. கடலில் இருக்கும் ஆறு தீவுகள் இணைக்கப்பட்டு ஒரே தரை பரப்பு ஆகிவிடுமாம்!

டச்சுக்காரர்கள் கலை ஆர்வம் அவர்களது சிறந்த கலைஞர்கள் பெயரிலேயே தெரிந்துவிடுகிறது. ரெம்பிராண்ட், மஸ்காட், வெர்மீர், பாலஸ் பாட்டர், ரய்ஸ்டால், ஸ்டீடன் முதலியோரின் உலகப்புகழ் பெற்ற கலையார்வம். நான் மஸ்காட் வரைந்த பனோரமாவைப் பார்த்தது குறித்து முன்பே எழுதியுள்ளேன். இப்போதைய ஹாலந்தில் கலைஞர்களுக்குக் குறைவில்லை என்பதை ரோட்டர் டாமின் முக்கிய கடைத்தெருவான, லிஜ்பான் (Lijnbann) என்ற இடத்தில் காணலாம்.

ஓசிப் ஜட்கைனின் சிற்பம் அங்கே நடுவில் உள்ளது. ஒரு மனிதனின் உருவம், ஆகாயத்தை நோக்கி கைகளை பயத்தாலும், நம்பிக்கையின்மையாலும் தூக்கிக் கொண்டுள்ளது. அதன் இருதயம் அவ்வுருவிலிருந்து நீக்கப்பட்டுள்ளது. நாகரிக மனிதனின் நிலையைப் புரிந்துகொண்டு, இரண்டாவது உலகப்போரின் பிறகு ஓசிப் செய்த உருவம் இது.

ஒரு டிபார்ட்மெண்ட் ஸ்டோரில், மாடர்ன் ஆர்ட் உருவம் ஒன்று 'Construction' என்று அழைக்கப்படுகிறது. 40 டன் எடையுள்ள இவ்வுருவம் அழகாக அமைக்கப்பட்டுள்ளது. ஆனால் மாடர்ன் ஆர்ட் என்பதால், நகைச்சுவை மிகுந்த டச்சு மக்கள் இதன் பெயரை 'The Thing' என்று மாற்றி அமைத்துள்ளார்கள்!

அரசின் உத்திரவின்படி எந்த புது கட்டடம் கட்டப்பட்டாலும், அதில் 1% (ஒரு சதவிகிதம்) செலவு கலைக்காகச் செய்யப்பட வேண்டும். இதன்படி கலையுருவங்கள் இப்போது அங்கு மிகுந்துள்ளன.

ரோட்டர்டாம் ஸ்டேஷனின் முன் இருக்கும் 'காதலர்கள்' ('The lovers') உள்ளத்தை நெகிழவைப்பது. அவர்கள் என்றென்றும் ஒருவரையொருவர் பிரிந்து கொண்டேயிருக் கின்றனர் அப்பிரிவின் ஏக்கம், முடிவில்லாதது. பார்த்தவுடன் புதிதாகக் காணும் அவ்வுணர்வு தொடர்ந்து சில மணிநேரங்கள் பார்த்தாலும் புதுமை குறையாதது என்றுமே புதுமையாக இருப்பது.

அப்புதுமை என் மனதில் ஹாலந்தைப் பற்றி என்றும் நிறைந்திருக்கும். ஹாலந்தின் பசுமை, புதுமை, அதனுடன் கலந்த பழமை, மனிதரின் எளிமை, ஆனாலும் எதிர்நோக்கும் நம்பிக்கை இவையெல்லாம் ஹாலந்தை மறக்க முடியாத ஒரு நாடாக செய்துவிட்டன.

உலகம் சுற்றிவரும் எழுத்தாளர்கள் தம் பயணத்தைப் பற்றி எழுதுகிறார்கள். ஆனால் 'Travelogue' என்ற, எழுதும் முறையில் எழுதப்படுவதில்லை. ஆங்கிலத்தில் படித்த நூல்கள் போன்று உணர முடிவதில்லை. இது தமிழரின் ஒரு குறை. தமது கண்களின் நோக்கால் தெரிந்து கொண்டு எழுதும்போது அடுத்தவரின் சிறப்பு குறைந்துவிடுகிறது. சிலர் வெளிநாட்டாருடன் தாம் அருந்திய தேநீரைப்பற்றியே எழுதி முடித்துவிடுகிறார்கள்.

ஹாலந்து, பெல்ஜியம், இங்கிலாந்து, மலேசிய நாடுகள் இவற்றைப்பற்றி அதிகம் எழுதவேண்டுமென்பது என் அவா. ஆனால் என் நோக்கு ஒரு மாலுமியின் நோக்கு தொடர்ந்து, கலையில் உள்ள ஆவலினால் கலையையும் குறித்துத் தெரிந்துகொள்ள முடிந்தது. ஆனால் என் பயணம் ஒரு சுற்றுலாப் பயணியைப் போன்றது அல்ல. அதேபோல அரசாங்கத்தாலோ ஏதோ ஒரு 'Study' யின் கீழும் சென்றவனில்லை. கப்பலின் வேலை, மாலுமிகளின் தொடர்பு, இவை நடுவில் மாலுமியாகவே சென்று பார்த்த மட்டும்தான் எனது பயணம் தெளிவுற்றது.

மற்றபடி இங்கிலாந்தின் லண்டனோ, மதுரை ஜில்லாவின் உசிலம்பட்டியோ எனக்கு ஒன்றுதான்.

'நானிகா துகான்' என்று ஒரு கடை ஆண்ட்வெர்ப்பில் உள்ளது. இங்குள்ள கடைக்காரர் ஹிந்தி, தமிழ் முதலிய மொழிகள் பேசுகிறார்! இவரைப்பற்றி பல கதைகள் மாலுமி களிடையே பரவியுள்ளன. சிறுவயதில் கப்பலில் வேலை செய்து கொண்டிருந்த இவர் கப்பலைவிட்டு பெல்ஜியத்திற்கு ஓடிவிட்டதாகவும், பிறகு சிறு கடையாரம்பித்து இப்போது இவ்வாறு வளர்ந்து விட்டதாகவும் கூறுகிறார்கள். இவருக்கு உதவிசெய்ய ஒரு பாகிஸ்தானியர் இருக்கிறார்.

ஆண்ட்வெர்ப், 'ஆண்ட்வெர்ப்பன்' என்றழைக்கப்

படுகிறது. இங்குள்ள மிருகக் கண்காட்சிக்கூடம் உலகின் சிறந்தவற்றில் ஒன்றெனக் கூறுகின்றனர். அதை சுமார் மூன்று மணிநேரம் சுற்றிப் பார்த்தேன். மிகவும் விசாலமாக அமைந்துள்ள அந்தக் கூடம், பள்ளி மாணவர்களுக்கு ஒரு விருந்தென விளங்குகிறது.

நான் அங்கு சென்றிருந்தபோது, பல வெவ்வேறு பள்ளி மாணவர்கள் ஒருவருடன் ஒருவர் போட்டியிட்டுக் கொண்டு, ஒவ்வொரு விலங்கினத்தைப் பற்றியும் தெரிந்து கொள்வதைக் கண்டு வியந்தேன். அவர்களுக்கு அளிக்கப்பட்டுள்ள 'சார்ட்'டில் அவற்றைப் பற்றி எழுதிக் கொண்டு தங்கள் சொந்த எண்ணங்களைப் பற்றியும் குறித்துக்கொண்டார்கள்.

என்னுடன் எனது கப்பலின் கேப்டனின் மனைவியும் இருந்தார். கேப்டன் முன்பே பார்த்திருந்தமையால் அவர் மனைவி மட்டும் வந்திருந்தார். அவர் கட்டியிருந்த சேலை பலபள்ளி மாணவர்களை எங்கள் பால் ஈர்த்தது. பலருக்குப் பொறுமையுடன் விளக்கினேன்.

ஹாலந்தில் 'டுலீப் கார்டன்ஸ்' மிகவும் சிறந்த மலர்த்தோட்டம். அங்கே டுலீப் என்ற மலரை பலவித வர்ணங்களில் 'Culture' செய்து திறம்பட வைத்திருக் கிறார்கள். அங்கு போய்ச் சேர்ந்த உடனேயே ஹாலந்தின் 'பால்க்காரப் பெண்" உடையில் பலர் காட்சி தருகின்றனர்.

வணிகக் கப்பல்கள் வாழ்க்கை எனக்குப் பிடிக்காதது சிறு மக்கள் கூட்டம் பல நாட்கள் சேர்ந்து, ஒருவரை ஒருவர் புரிந்துகொள்ளாது, தனிமையை நொந்து மதுபானங்களின் தயவில் நேரத்தைக் கழித்துவரும் செய்கை அருவருப்பைத்தான் எனக்களித்தது.

எங்கள் கப்பல் சுமார் நாற்பதாயிரம் டன் ஏற்றிச் செல்லக்கூடியது. 15 மைல் வேகத்தில் அது உலகத்தைச் சுற்றிவருகிறது. அமெரிக்காவின் யூஸ்டன் துறைமுகத் திலிருந்து, சென்னை வந்தடைய சரியாக 52 நாட்கள் ஆயின. கோதுமை ஏற்றிக்கொண்டு செல்லும் எங்கள் கப்பல் ஒரு 'பல்க் கேரியர்'. இது தாதுப் பொருள்களையோ அல்லது தானியங்களையோ ஏற்றிச் செல்லும். ஒரு கேப்டன், ஒரு சீஃப்

இன்ஜினியர், மூன்று கப்பலோட்டும் அதிகாரிகள் நான்கு என்ஜினியர்கள். மற்றுமுள்ளோர் மாலுமிகள்.

நான் ஐம்பத்திரண்டு நாட்களும் பகல் 12 லிருந்து மாலை 4 மணி வரையும், இரவு 12 மணியிலிருந்து காலை 4 மணி வரையும், ஒரு நாள் தவறாது வேலை செய்ய வேண்டியிருந்தது. நடுவில் ஏதாவது பழுது ஏற்பட்டால் தொடர்ந்து 12 மணி நேர வேலை செய்யவேண்டி வந்துவிடும்.

இவ்வளவு நெருக்கமாக இருப்பினும், ஒரு கப்பலினுள் வாழ்ந்துவரினும், ஒருவரையொருவர் வணிகக் கப்பல்களில் புரிந்துகொள்வதேயில்லை. மாறாக, ஒருவரை ஒருவர் வெறுக்கக்கூட ஆரம்பித்துவிடுகின்றனர்.

மாலைகளில் ஒரு பொழுதுபோக்குதான். அது குறைந்த விலையில் கிடைக்கும் சிறந்த மதுபானங்களை அருந்துவது.

திரவியம் தேடித்தானே செல்கிறார்கள்! மனச் சாந்திக்காக அல்லவே!

புகை மண்டலத்தின் தெளிவுக்கு ஒப்பிடப்பட வேண்டிய சில எண்ணக் கோவைகள். சில மாலுமிகள் எல்லோரும் நவக்கிரகங்கள் போலத் திரும்பி நிற்கின்றனர். நாட்கள் செல்கையிலும்கூட, ஒருவரின் சுக துக்கங்களை மற்றவருக்குச் சொல்லி ஆறுதல் தேடாதவர்கள்.

புகை மண்டலத்தைக் கலைத்துவிட்டாற் போன்று, சொல்லவந்த எண்ணம் மறைந்துவிடுகிறது.

குடித்தபிறகு தத்துவ ஞானத் தெளிவு பெறும் சிலர். தெளிவை மறந்துவிடும் பலர். ஆபாச நூல்கள் பலப்பல இவை ஓய்வு நேரத்தின் துணைகள். ஒரு நாள் ஆறு 'ஷிப்டு'களாகப் பிரிக்கப்பட்டு, ஒவ்வொரு ஷிப்டுக்கும் ஒரு தள அதிகாரி, ஒரு இஞ்ஜினியர், சில மாலுமிகள் அமைக்கப்படுகிறார்கள். கேப்டனும் சீஃப் இன்ஜினியரும் 'ஷிப்டு'கள் செய்வதில்லை. முதல் அதிகாரி தளத்திலும், இரண்டாவது இன்ஜினியர் 'இன்ஜின் ரூமி'லும் காலை 4-லிருந்து 8 வரையும் 'ஷிப்டு' செய்கிறார்கள். அதேபோல, இரண்டாவது அதிகாரியும் மூன்றாவது இன்ஜினியரும் 12 லிருந்து 4 மணி வரையும், மூன்றாவது அதிகாரியும் நான்காவது இன்ஜினியரும் 8 லிருந்து 12 மணி வரையும்.

நான் மூன்றாவது இன்ஜினியராகவும், இரண்டாவது இன்ஜினியராகவும் வேலை செய்துள்ளேன். மூன்றாவது இன்ஜினியராகத்தான் அதிக நாட்கள் யூஸ்டனிலிருந்து சென்னைவரை, 52 நாட்கள், ஒரு நாள் ஓய்வு கூட இன்றி 12லிருந்து 4 மணி வரை, தினமும் ஷிப்டு செய்யவேண்டி யிருந்தது. பகல் 12 லிருந்து மாலை 4 மணிவரை; பிறகு இரவு 12 மணியிலிருந்து காலை 4 மணிவரை! தூங்குவதற்குச் சரியாக நேரமே இருக்காது. சிறைவாசம் நான் செய்தது கிடையாது. ஆனால் சிறைவாசம் என்பது என்னவென்று இப்போது தெரிந்தது.

இந்த 52 நாட்கள் கடலில் கழித்தபோதுதான் மனிதன் ஒரு பழக்கப்படுத்தப்பட்ட மிருகம் என்றும், தனித்திருக்க நேர்கையில், அதாவது மனப்பக்குவம் அடையாதபோது, மிருகமாக மாறிவிடுகிறான் என்றும் நன்கு தெரிந்து கொண்டேன்.

முதல் சில நாட்கள் கடலில் ஆனந்தமாக, பேசிப் பேசி சிரித்தனர். அடுத்தவாரம், குறைகூற ஆரம்பித்தனர். அதற்கும் அடுத்தவாரம், மற்றவரின் சிறு குறைகள் கூட பெரிதாகத் தோற்றமளித்தன. உடல் நிலை பலருக்குச் சரியாக இருக்கவில்லை. உணவில் வெறுப்பேற்பட ஆரம்பித்தது. நல்ல நூல்கள் படிப்பதிலிருந்து, எல்லோருமே ஆபாச புத்தகங்களில் மனம் செல்லவிட்டனர். பேச்சில்கூட எப்போதும் பெண்கள் சேர்க்கையே இடம் பெற்றது. இன்னும் சில நாட்கள் சிறு விஷயங்களில்கூட வாக்குவாதமும், தொடர்ந்து சண்டை களும் ஆரம்பமாயின. கப்பலில் வந்துகொண்டிருந்த இரு பெண்கள், அதாவது கேப்டனின் மனைவி ஒரு இன்ஜினியரின் மனைவி, எல்லா பேச்சுகளிலும் குறை கூறப்பட்டனர்.

நாற்பது நாட்களுக்குப் பிறகு நண்பர்கள் என்று யாருமே இருக்கவில்லை. ஒருவரை ஒருவர் குறை கூறிக்கொண்டும், இழித்துக்கொண்டும் இருந்தனர். சீஃப் இன்ஜினியருக்கு வேலை ஏதும் இல்லையாதலால், அவர் 24 மணி நேரத்தில் 12 மணி நேரத்திற்கும்மேலாகக் குடி போதையில் இருந்தார். சிறு விஷயங்களில் கூட கோபமடைய ஆரம்பித்தார்.

அப்போது கப்பலின் நிலைமை ஒரு சிறைச்சாலைக்கு

ஒப்பிடப்படலாம். இழுத்து வைக்கப்பட்ட ரப்பர் நூலுக்கு ஒப்பிடப்படலாம் Tension ஆம் எல்லோரும் ஒருவித Tensionதான் இருந்தார்கள்.

எல்லோரும் ஒரு தடவையாவது கூறினார்கள், "இது தான் எனது கடைசி 'செய்லிங்' " என்று.

ஆனால் எனக்கு மட்டும் அது கடைசி 'செய்லிங்' ஆகவே இருந்தது. வீட்டை நோக்கி விரைந்து சென்று கொண்டிருந்த எனக்கு ஆனந்தம் காத்திருந்தது. சென்னை சேருமுன் ஒரு வாரத்திற்கு முன்னர் நான் ஒரு பார்ட்டி அளித்தேன். சுமார் நான்கு பாட்டில்கள் விஸ்கி, இரண்டு கேஸ்கள் 'பீர்' முதலியன. எல்லோரும் அன்று ஒரே போதையில் கழித்தனர். ஒருவரையொருவர் திட்டிக்கொண்டும், குறை கூறிக்கொண்டும் இரவைக் கழித்தனர்.

'சக்' 'சக்' என்று, பெரிய டீஸல் எஞ்சின் மேலும் கீழுமாக தனது ஒன்பது சிலிண்டர்களிலும் வேலை செய்து, சுமார் பத்தாயிரம் குதிரை சக்தி விசையுடன் 'புரொபல்லரை'த் திருப்பிக்கொண்டு, அக்கப்பலை இந்தியாவை நோக்கித் தள்ளிக்கொண்டிருந்தது.

எனது ஷிப்டில் நான் திருப்பாவையிலிருந்து உமர்கயாமின் ருபாயத் வரை மனதில் சொல்லிக்கொள்வேன். 'ஷிப்டில்' உட்காரக்கூடாது. புஸ்தகங்கள் படிக்க முடியாது. ஆகையால் ஞாபகத்தில் நின்றவற்றைக் கூறி மகிழலாம். திருமுருகாற்றுப் படையைச் சொல்லிக்கொள்வேன். அடிக்கடி தேனீர், காபி முதலியன குடித்துக்கொள்வேன்.

திரவியம் தேடும் தொழிலில் சம்பந்தப்பட்ட சிலரது நினைவு இப்போது வருகிறது. அவர்கள் எனது நண்பர்கள். என்னைப்போல் கடற்படையில் சேராது, வணிகக் கப்பற் பயிற்சித் தளங்களில் பயிற்சி பெற்றவர்கள். வாழ்க்கையில் இவர்களது நோக்கு என் நோக்கைவிட, சற்றே மாறியிருந்தபோதும், மொத்தத்தில் நாங்கள் ஒரு வட்டமாகவே காலம் கழிப்போம். நாங்கள் விவாதிக்க முற்பட்டுவிட்டால், மணிக்கணக்காக விவாதித்துக் கொண்டிருப்போம். சில சமயங்களில் அது எஞ்ஜினியரிங்காக இருக்கும். சில சமயங்களில் அது அரசியல் வாதமாகவும் மாறும்.

ஜெயந்தி கம்பெனியில் நான் இருந்த நாட்களில் நான் ஒரு பழைய லிபர்டி கப்பலான 'கோவிந்த் ஜெயந்தி'யில் இரண்டாவது எஞ்ஜினியராகப் பணியாற்றினேன். இதில் வேலை மிகவும் அதிகமாக இருந்தது. முக்கியமாக கல்கத்தாவிலிருந்து நிலக்கரி ஏற்றிக்கொண்டு கடலூரோ தூத்துக்குடியோ செல்வோம். தூத்துக்குடி சென்றால், இரண்டு நாட்கள் விடுமுறையில் மதுரை செல்லலாம் என்ற எண்ணம் தலை தூக்கும். அந்நாட்கள் இன்பமும் பயமும் கலந்த நாட்கள். ஏனோ எனக்கு வணிகக் கப்பல்களின் வாழ்க்கை சற்றும் பிடிக்காததாக இருந்தது. அக்கப்பலுக்குச் செல்கையிலேயே வீட்டு நினைவு மிகுந்து, பயமும் அதிகரித்தது.

ஒரு தடவை நீர் குறைந்து, குடிக்கக் கூட இல்லாத நிலையில், 'ஸாண்ட் ஹெட்'ஸில் நங்கூரம் பாய்ச்சி நின்றபோது, ஒரு பக்கெட் குடிநீர் கொடுத்தவருக்கு பத்து ரூபாய் வரை கொடுக்கத் தயாரானோம்.

வணிகக் கம்பெனிகள், தங்கள் கப்பல்கள் துறைமுகத்தில் அதிக நாட்கள் தங்குவதை விரும்புவதில்லை. துறைமுகத்தில் இப்போதைய கப்பல்கள் இரண்டு மூன்று நாட்களே தங்குகின்றன. Containerisation என்ற நவீன முறையில் கப்பல்கள் சில மணி நேரங்களே துறைமுகங்களில் தங்குகின்றன. ஆகையால் வணிகக் கப்பல்களில் சென்று உலகம் காண்பது என்பது இனி நினைக்க முடியாத ஒன்று.

Containerisation என்ற நவீன முறையில், கப்பல்களில் பொருள்களைப் பெரிய பெட்டிகளில் வைத்து அனுப்பி விடுகிறார்கள். அப்பெட்டிகள் இறக்கப்பட சில மணி நேரங்களே ஆகின்றன. ஐரோப்பா கண்டத்தில் இம்முறை இப்போது முதன்மையாக உள்ளது. Container என்றால் ஒரு பெட்டி என்றே சொல்லலாம். இப்பெரிய பெட்டிகளை இறக்கவேண்டிய கருவிகள் நூதன கிரேன்கள். இவை அமையப்பெற்ற துறைமுகங்களை Container terminal என்றழைக்கிறார்கள்

உலகிலேயே பெரிய கப்பல்கள், எண்ணெய் எடுத்துச் செல்லும் கப்பல். இவைகள் 'tanker' என்றழைக்கப் படுகின்றன. இவைகளில் வாழ்க்கை மிகவும் கடினமானது. எண்ணெய், குழாய்கள் வழியாக அனுப்பப்பட்டு வருகின்ற படியால், துறைமுகத்தினின்றும் வெகுதூரத்தில் எண்ணெய் ஜெட்டிகள்

அமைக்கப்படுகின்றன. ஆகையால் இம்மாதிரியான கப்பல்களில் வேலை செய்பவர்கள் மற்ற நாடுகளைக் காண்பதென்பது வெறும் சொல்லில்தான்! இவைகள் தீப்பற்றிக்கொண்டால் அணைப்பது மிகவும் கடினம். ஆகையால் இக்கப்பல்களில் செல்பவர்கள் மிகவும் எச்சரிக்கையுடன் இருக்கவேண்டும். இங்கு, வேலை செய்ய சிறு கருவிகள் பித்தளையிலேயே செய்தமைக்கப் பெற்றவை. அதாவது இரு சிறு இரும்புக் கருவிகள் மோதிக்கொண்டால் தீப்பொறி பறக்கலாம் என்ற காரணத்தால், பித்தளையில் செய்தளிக்கிறார்கள். சில குறிப்பிட்ட இடங்களைத் தவிர, மற்ற இடங்களிலோ, தளத்திலோ சிகரெட் குடிக்கக் கூட அனுமதி கிடையாது. சிகரெட் லைட்டர்கள் அனுமதிக்கப்படுவதில்லை. இதில் வேலை செய்பவர்கள் ஆறுமாதம் கடலில் இருந்த பிறகு ஆறுமாதம் விடுமுறை அளிக்கப்படுகிறார்கள்.

Bulk Carriers என்பவை இரண்டாவதாக மிகப்பெரிய கப்பல்கள். இவை மொத்தமாக, கோணி, பெட்டி முதலியவற்றில் இடம்பெறாத, தாதுப் பொருளையோ, தானியத்தையோ கொண்டு செல்கின்றன. உலகத்தின் வெகுவான பகுதிகளினின்றும், தாதுப்பொருள் (இரும்பு) ஜப்பானுக்கு ஏற்றுமதி செய்யப்படுகிறது. தவிர நிலக்கரி முதலியனவும் எடுத்துச் செல்லப்படுகின்றன.

தானியம் அமெரிக்காவினின்று உலகின் பல்வேறு பாகங்களுக்கு அனுப்பப்படுகின்றது. கோதுமையும் 'சோயாபீன்ஸூம்' ஹாலந்துக்கு அனுப்பப்படுகின்றன.

அந்த முறையில்தான் நான் இருமுறை ஹாலந்து செல்ல நேர்ந்தது. பெல்ஜியமும் ஹாலந்தும் அடுத்தடுத்துள்ள நாடுகள். அச்சிறு நாடுகளுள் பல வேற்றுமைகள்; வேறுபாடுகள். பெல்ஜியத்திற்குள்ளேயே தென்பகுதிக்கும் வட பகுதிக்கும் இடையில் எத்தனை வேற்றுமைகள்!

எங்கள் கப்பல் பெல்ஜியத்தில் இருக்கையில் நான் ஒரு 'ரெப்ரிஜிரேடர்' வாங்க முடிவு செய்தேன். அதை கப்பலில் கொண்டுவந்து சேர்க்க ஒரு 'சப்ளை கம்பெனி'க் குச் சொல்லியிருந்தேன் இவர்கள் டச்சுக்காரர்கள். இவ்விஷயத்தை அறிந்துகொண்ட பெல்ஜியத்தினர், உடனே சுங்க

அதிகாரிகளுக்குச் சொல்லிவிட்டனர். அச்சுங்க அதிகாரிகளின் உதவியுடன் டச்சுக்காரர்கள், எங்களுக்குச் சாமான்கள் விற்க இயலாதவாறு செய்துவிட்டனர். தவிரவும் கொண்டுவருவ தாகச் சொல்லிவிட்டு எத்தனை தடவை 'போன்' செய்தாலும், ஏதோ சாக்கு சொல்லி வந்தனர். ஆனால் அந்த ரெப்ரிஜிரேடர் டச்சுக்கம்பெனியால் செய்யப்படுவது. ஆகையால் டச்சுக்காரர்கள், நாங்கள் கவலைப்பட வேண்டியதில்லை யென்றும், கப்பல் பெல்ஜிய எல்லையைத் தாண்டிக் கடலுக்குச் செல்லுமுன்னர் 'டெர்னஸூர்' என்ற இடத்தில் ஹாலந்து எல்லையைத் தாண்டுமெனவும், அவ்விடத்தில் சுமார் ஒருமணி நேரம் கப்பல் ஒரு 'லாக்'கில் நிறுத்தப்படுமெனவும், அப்போது ரெப்ரிஜிரேடர் தரப்படுமெனவும் கூறினர். அதேபோல, அன்று மாலை கப்பல் டெர்னஸூர் அடைந்தபோது, சாமான்கள் கொண்டு தரப்பட்டன. அச்சிறு நேரத்திற்குள் எங்கள் கப்பலுக்கு மட்டும் சுமார் பத்து ரெப்ரிஜிரேடர்களும் பல சாமான்களும் அவர்கள் கொண்டு தந்தனர். எனது பெரிய கவலையொன்றும் மறைந்தது. ஏனெனில் நான் பெல்ஜிய பணம் நிறைய வைத்திருந்தேன். கப்பலோ, அமெரிக்கா செல்கிறது. சாமான்கள் வாங்கவில்லையெனில் பணத்தை மாற்ற இயலாது!

அந்த ரெப்ரிஜிரேடருடன் நான்பட்ட தொல்லைகள் கொஞ்சமல்ல! எனது அறையில் ஒரு மூலையில் அதை வைத்திருந்தேன். வட அட்லாண்டிக்கைத் தாண்டுகையில், கப்பல் கடல் கொந்தளிப்பால் மிகவும் ஆட ஆரம்பித்து விட்டது. சாமான்கள் எல்லாம் மூலைக்கு ஒன்றாக ஓட ஆரம்பித்தன! அந்த ரெப்ரிஜிரேடரும் அறைக்குள் இங்கு மங்குமாகச் சுற்ற ஆரம்பித்தது! அதைக் கட்டிவைக்க வேண்டியதாயிற்று. அதைப்பற்றிய புத்தகம் டச்சு மொழியில் இருந்தது!

பல நாட்களுக்குப் பிறகு சென்னையில் அதை இறக்குகையில், சென்னை சுங்க அதிகாரிகளின் தொல்லையையும், அதற்குப் பிறகுத் துறைமுகத்திலிருந்து அதை வெளியில் எடுத்துச் செல்ல டாக்ஸிக்காரர்கள்

கொடுத்த தொல்லையையும் நினைத்துப் பார்க்கின், இனி வாழ்க்கையில் இம்மாதிரியான சாமான்கள் வாங்கக்கூடாது என்ற தீர்மானம் ஏற்பட்டுவிட்டது.

அதேபோலத்தான் 'கேட்லாக்'கில்கண்டு ஆர்டர் செய்த சில சாமான்களும்! உதாரணமாக, நான் ஒரு காப்பிக்கொட்டை அரைக்கும் இயந்திரம் வாங்கினேன். அது ஐரோப்பிய காப்பிபோடும் முறைக்குத் தகுந்தவாறு அரைக்கிறது. நம் நாட்டு பில்டருக்கு உகந்தபடி அது அரைப்பதில்லை.

அமெரிக்காவிற்கும் இருமுறை எங்கள் கப்பல் சென்றது. இரு முறையும் நாங்கள் 'மெக்ஸிகன் கல்ப்'பில் உள்ள துறைமுகங்களுக்குத்தான் சென்றிருந்தோம். டெக்ஸாஸ் மாகாணம்தான் இருமுறையும்! 'பாஸ்க கோலா' என்ற துறைமுகத்தில் பல நாட்கள் இருந்தோம். கோதுமை வரத்தாமதமானதால், அங்கு இருக்கவேண்டி வந்தது. அது ஒருஅழகிய சிறு ஊர். அங்கிருந்த நாட்களில் பல நண்பர்கள் ஏற்பட்டனர்.

அமெரிக்கரின் சுலபமாகப் பழகும் முறை எனக்கு மிகவும் பிடித்திருந்தது. இது இங்கிலாந்தில் நான் கண்டதற்கு நேர் எதிராக இருந்தது. மனம்விட்டு அமெரிக்கர் பேசுகின்றனர். தமக்குத் தெரியாததைத் தெரியாதெனக் கூறுவதில் தயங்குவதில்லை. அதேபோல சொல்வதில் தயக்கமும் காட்டுவதில்லை. “என்னிடம் பணம் இல்லை. நான் விடுமுறையில் உள்ளேன். என் காரை டாக்ஸியாக பாவித்து, டாக்ஸிக்குக் கொடுக்கும் பணத்தை எனக்குக் கொடுங்கள். ஆனால், டாக்ஸிக்காரர்களுக்கு மட்டும் சொல்ல வேண்டாம்” என்று கூறிய ஒரு அமெரிக்க மாலுமியிலிருந்து, “என் மகன் இஸ்ரேலில் உள்ளான். அவன் உன்போல முதலில் கடலில்தான் இருந்தான். இப்போது ஏதோ கட்டடத் தொழிலில் ஈடுபட்டிருக்கிறான். நான் இங்கே விற்பனை செய்வதில் போதிய ஊதியமும் கிடைக்கிறது. தேநீர் இன்னும் வேண்டுமா?” என்று கேட்ட 'டிபார்ட்மெண்ட் ஸ்டோர்' 'ஸேல்ஸ் வுமன்' வரை எல்லோரும் உண்மையாகப் பேசினர்; சாதாரணமாகப் பழகினர். மாலுமிகள் என்று தெரிந்தவுடன் 'தமது பையன்கள்' கடலில் இருப்பதாகக் கூறிக்கொண்ட பல முதியோர், அன்புடன்

பழகினர். ஏனோ, இவ்வளவு உண்மையான மக்கள் மிகுந்திருந்தும் பல விஷயங்களில் அமெரிக்கா, கீழை நாடுகளில், நற்பெயரை நிலைநாட்ட முடியவில்லை. இது எனக்கு வியப்பையே அளித்தது.

வறுமையில் வாடும் பல நீக்ரோக்களைக் கண்டேன். வறுமை என்றால் நம் நாட்டினரின் வறுமை போலல்லதான் என்றாலும், அந்நாட்டினருடன் ஒப்பிட்டுப் பார்க்கையில் அவர்கள் வறுமை அவர்களை எவ்வாறு சமுதாய விரோதிகள் ஆக்குகின்றது எனப் புரிந்தது. கப்பல் துறைமுகத்தை வந்தடைந்தவுடன் சில நீக்ரோ விலை மாதர் வந்து மாலுமி களை அழைத்த விதம் என் கண்களில் நீரை வரவழைத்தது. பெரிய யானையொன்று நோயால் வாடுவதைப் போன்ற எண்ணம்தான் தோன்றிற்று. அவர்கள் வறுமை அவ்வாறானது.

இந்தியாவைப் பற்றிச் சிறிதளவே தெரிந்து வைத்துக் கொண்டு பேராசிரியர் போலப் பேசாதவரும் இல்லாமல் இல்லை. ஆனால் நாம் எடுத்துரைத்தபின் ஒப்புக்கொண்டு விடுகிறார்கள்.

இங்கிலாந்தில் அவ்வாறல்ல சிறு 'பார்'களில் சில முதியோர்களைக் காணலாம். அவர்கள் இந்தியாவைப் பற்றிய பல தவறான எண்ணங்கள் கொண்டவர்கள். ஆனால் எடுத்துச் சொன்னால் ஒப்புக்கொள்ளமாட்டார்கள். தவிர இந்தியர்கள் இன்னும் ஆங்கிலேயரின் அடிமைகள் என்ற எண்ணம் மேலோங்கப் பேசுவார்கள்.

முக்கியமான கீழ்போக்கு, நிற வேற்றுமைதான். அமெரிக்காவில் பலர் நீக்ரோக்களை வெறுக்கிறார்கள். ஒரு அமெரிக்கருடன் நான் இதைப்பற்றிப் பேசிக் கொண்டிருக் கையில் அவர் விளக்கினார். "சாதாரணமாக நீக்ரோக்கள் சரியாகப் பள்ளிகூடம் செல்வதில்லை. நிறைய குழந்தைகளைப் பெற்றெடுத்துவிட்டு அக்குழந்தைகளை வளர்ப்பதில் ஒருவித உணர்ச்சியோ, அன்போ காட்டுவதில்லை. இக்குழந்தைகளும் தமது பெற்றோர் போலவே வெறுப்பைத் தம் மனத்தில் கொண்டு வளர்கின்றன. பெரும் விகிதத்தில் சமூக விரோதிகளாக இவர்கள் மாறிவிடுகின்றனர். நாட்டிற்குத் தமது கடமை ஒன்று உண்டு என்று இவர்கள் உணர்வதில்லை.

வெள்ளையர்கள் தம்மை வாழவைக்கவேண்டும் என்றுதான் நினைக்கிறார்களே ஒழிய, தாமும் முன்னேற வேண்டும் என்று நினைப்பதேயில்லை....”

ஒரு நீக்ரோ பெரிய மனிதரைச் சந்திக்க நேர்ந்தது. அவர் மத அபிமானி. “ஆம் அவர்கள் சொல்வதில் உண்மை இருக்கத்தான் செய்கிறது. ஆனால் அவர்கள் ஓருண்மையை மறந்துவிடுகிறார்கள். பல வருடங்களாக நீக்ரோக்கள் பணியாற்றி தான் வந்திருக்கிறார்கள். அதுவும் வெள்ளையர்களுக்கு. ஆகையால் நீக்ரோ சமூக அபிவிருத்தி அவர்கள் கடமை என்பதை மறந்துவிடுகிறார்கள். தமது குழந்தைகளுக்குக் கூட வெறுப்பையே உணர்த்தி வளர்க்கிறார்கள். ஆனால், இது குறைந்து வருகிறது...”

வெறுப்பு! உலகத்தில் எங்குதான் இல்லை!

ஆஸ்திரேலியாவில் கிழக்கு, மேற்கு மாகாணங்களுக்குள் கிழக்கு ஆஸ்திரேலியாவில் குடியேறும் மக்களை வெறுக்கிறார்கள்! டச்சுக்காரர்களை பெல்ஜியத்தினர் ஜெர்மானியரை, பிரஞ்சுக்காரர்கள் இங்கிலாந்தில் கத்தோலிக்கரை, பிராடஸ்டண்டுகள் அயர்லாந்தில் வடநாட்டினரை தென்அயர்லாந்தினர்! சீனரை ஜப்பானியர்! லண்டனில் ஒரு கிளப்பில் ‘ராயல் நேவி’ நண்பர்களுடன் நாங்கள் அமர்ந்திருந்தோம் அப்போது ஒரு ‘லண்டனர்’ ஐரிஷ் மக்களைப் பற்றிக் கூறினார்.

“அந்த ஐரிஷ் மக்களை நம்பக் கூடாது. மிகுந்த நண்பர்கள் போல நடிப்பார்கள் எல்லாம் பணத்திற்காக! ‘பெல்பாஸ்டி’ல் நீ ‘பேயிங் கெஸ்டா’க எவ்வளவு தருகிறாய்?”

“நான்கு கினிக்கள் (4 பவுண்டு 4 ஷில்லிங்குகள்).”

“அப்பா! லண்டனிலேயே இரண்டு கினிக்கள் போதுமே!...”

அதேபோல, கத்தோலிக்கர் - பிராடஸ்டண்டு வெறுப்பும் அதிகம்.

“வர்ஜின் மேரி சிலையை உடைத்துவிட்டார்கள் குறும்புக்காரர்கள் சிலர். அச்சிறு கிராமத்தில், ரோமன் மிஷன் ஸ்கூலில் இது நடந்தது. மண்டியிடச்சொல்லி கட்டாயப்படுத்தினதால், அச்சிலைதான் தொந்தரவிற்குக் காரணம் என்று நினைத்தார்கள்.” எங்களில் ஒருவர் கூறிக்கொண்டிருக்கையில் இடைமறித்தார் ஒரு பிராடஸ்டண்டு.

“ஆமாம்! டெபனிட்லி! ஷி ஷ்யூர் இஸ் த காஸ்!” என்று சொல்லி வெடி வெடித்தாற்போன்று சிரித்தார்.

ஆகையால் வெறுப்பு என்பது அழிக்கமுடியாத ஓர் உணர்வு. உலகின் எல்லாக் கண்டங்களிலும், எல்லா நாடுகளிலும், காணக்கூடிய ஓர் உண்மை உணர்வு. எல்லா மதங்களும் அன்பையே போதித்தாலும், அம்மதத்தினர், தம் மதத்திற்காக வளர்ப்பது வெறுப்புதான் என்று தோன்றுகிறது.

ஹூஸ்டன் சென்றிருந்தபோது ஒரு நீராவி எஞ்சினை அவர்கள் அங்கு ‘எக்ஸிபிஷன்’ போல வைத்து, சில ‘செண்ட்டு’கள் வாங்கிக்கொண்டு கண்காட்சியைச் சுற்றி வந்தார்கள். அவர்களுக்கு இப்போது நீராவி எஞ்சின் கண்காட்சிப் பொருளாக மாறிவிட்டது.

அப்படியென்றால் இந்தியாவே ஒரு பொருட் காட்சியா? 1970ல், ஐ.என்.எஸ். டெல்லி ஆஸ்திரேலியா சென்றிருந்தது. பழையகால, அதாவது இரண்டாவது உலக யுத்த மாலுமிகள் அதை வந்து காண்பார்களாம்! மொத்தமாக ஆஸ்திரேலியர் 1932ல் கட்டப்பட்ட கப்பலை இந்தியா இன்னும் ஓட்டுவதைக் கண்டு வியப்புற்றார்களாம்! நமது நாட்டில் விவேகத்திற்கும் திறமைக்கும் குறைவில்லை. ஆனால் அவைகட்கு ஓர் வழி வகுத்து, அவைகளைப் பயனுள்ளவை களாக ஏற்றுக்கொள்ள வேண்டிய வாய்ப்புகள்தாமில்லை.

அரசியல்வாதிகளின் பேச்சுகளை ஒட்டி விஞ்ஞானம் நடப்பதற்கில்லை என்று தெரிந்துகொள்ள வேண்டிய அளவு, முன்னேறிய தலைவர்கள் வேண்டுமென்பதை ஐரோப்பாவை யும் ஜப்பானையும் சுற்றிப்பார்த்தவர் அறிவர்.

ஹூஸ்டனின் ஒரு பூங்காவில் நான் தென் அமெரிக்காவினின்றும் குடியேறிய பலரைக் கண்டேன். இவர்கள் பாட்டு, பேச்சு முதலியன ஸ்பெயினை நினைவூட்டுகின்றன. அவர்களில் ஒருவர் ஒரு ஹிந்தி மெட்டு பாடிக் காட்டினார். அவர்களின் சாயல், வட இந்தியர்கள் போலவே உள்ளது. பஞ்சாபியர்களுக்கும் இவர்களுக்கும் இடையில் வித்தியாசம் காண்பது அரிது.

வெளியில் சென்றிருந்த ஐவரான எங்களுக்கு ‘புளூபிலிம்’

(ஆபாச சினிமாக்கள்) செல்ல நேரிட்டது. ஏனென்றால் ஐவரில் எவரும் அச்சினிமா செல்லவேண்டாம் என்று தடுக்கவில்லை. அச்சினிமா ரசிக்கத்தக்க வகையிலில்லை என்னும்போது ஆபாசம் என்பதற்காக அல்ல. ஒருவித கலையுணர்ச்சியும் இன்றி எடுக்கப்பட்டிருந்தது என்பதுதான் காரணம். நாங்கள் எல்லோருமே படம் முடியுமுன்னரே வெளியில் வந்துவிட்டோம். அதிசயிக்கத்தக்கது என்னவெனில், அச்சினிமாவைக்காண அதிக சதவிகிதம் முதியோரே வந்திருந்தனர் என்பதுதான். அங்கு 'வயது வந்தவர்களுக்கு மட்டும்' என்ற அறிவிப்பு கூட இருப்பதைக் கண்டேன். ஆனால் அதை உண்மையாகக் கவனிப்பது இல்லையென்றும் அறிந்தேன்.

'மொபில்' என்ற ஊருக்குச் சென்றிருந்தபோதும் ஆபாச நூல்கள் சாதாரணமாக விற்கப்படுவதைக் கண்டேன். இவை பார்வைக்கு வைக்கப்பட்டிருக்கும் இடத்தில் பெரியவர், சிறுவர், பெண்டிர் அனைவரும் வருகின்றனர். மனிதனின் மிருகத் தன்மை அதிகம் வெளிப்படுகின்றது இந்த நிலையால்.

'நாஸா (NASA) சென்டர்' காணலாம் என்று கூறினார்கள். அன்றுதான் 'கேப் கென்னடி'யில் 'அப்பாலோ 10' விண்வெளி செல்வதாக இருந்ததால், அனுமதி அளிக்கவில்லை. நாங்கள் கப்பலுக்கு விரைந்து டெலிவிஷனில் 'அப்பாலோ 10' புறப்படுவதைக் கண்டோம்.

அது ஒன்றுதான் நான் அமெரிக்காவில் இருக்கிறேன் என்பதை நினைவூட்டியது.

இந்திய கடற்படையை விட்ட ஒவ்வொரு ஈ.ஆர்.ஏ.யும், என்ஜினியராக வணிகக் கப்பல்களில் சேர முயல்வது இயற்கை. ஏனெனில் ஊதியம் நிறைய அளிப்பவை வணிகக் கப்பல்களே.

நான் முன்பே கூறியபடி, அப்போதே உருவாக்கப்பட்ட ஜெயந்தி கம்பெனியில் ஒரு என்ஜினியராகப் பொறுப்பேற்றுக்கொண்டேன்.

எனது முதல் கப்பல் ஆரிய ஜெயந்தி. இது ஒரு 'லிபர்டி'கப்பல். ஒரு கிரேக்க கம்பெனியினின்றும் வாங்கப்பட்டது. சுமாரான நிலையில் இருந்தது.

"ஆரிய ஜெயந்தியில் சேரவும்.." என்ற கடிதத்தைப்

படித்தவுடன்தான் முதல் தடவையாக ஒரு வேலையைக் குறித்துச் செல்கிறோமென்ற உணர்வு எனக்கு ஏற்பட்டது. கல்கத்தாவின் 'கிதர்பூர் டாக்ஸி'ல் இருந்த அக்கப்பலை நோக்கிச்செல்லும்பொழுது, எனக்கே ஆச்சரியமாக இருந்தது. அக்கப்பலின் 'கேங்க்வே'யை அடைந்த போதுதான் எனக்கு வயிற்றில் புளியைக் கரைத்தது!

ஒருவிதமான அழகுமில்லாது, வண்ணப் பூச்செல்லாம் மங்கியிருந்த அந்தக் கப்பலின் 'கேங்க்வே'யில் பல படிகள் உடைந்திருந்தன. என்னுடைய பெட்டியுடன் ஒருவாறு மேலே ஏறினதும், அங்கு நின்றிருந்த மாலுமியிடம் 'சீஃப் எஞ்சினியர் கேபின்?" என்று கேட்டவுடன் எனக்கு ஒரு வெறுப்பு கலந்த பார்வையே பதிலாகக் கிடைத்தது. கப்பலின் துர்நாற்றம், நீராவியின் நாற்றம் எல்லாம் கலந்து வயிற்றுக் குமட்டல் ஏற்பட நான் ஒருவாறு சீஃப் என்சினியர் 'கேபினை' அடைந்தேன்.

சீஃப் எஞ்சினியர், இரண்டாவது எஞ்சினியர் இருவரும் உலகில் எல்லாமே தங்களுக்கு எதிராக ஆகிவிட்டது போலவும், நான் ஒரு நோய்க்காரன் போலவும் என்னை நோக்கினர். நான் தைரியத்தை வரவழைத்துக் கொண்டு "நரசய்யா எக்ஸ்ட்ரா எஞ்சினியர்" என்றேன்.

அவர்கள் இருவரும் இடுப்பில் துண்டுகளைக் கட்டிக் கொண்டு நின்றிருந்தனர். பார்த்தவுடனேயே எனக்கு அந்த இரண்டாவது எஞ்சினியரைப் பிடிக்கவில்லை.

"நிறைய வேலை இருக்கிறது. ஸ்டார்ட் ஆன் த ஜாப்" என்றார்.

"ஓ பைத வே, நோ வாட்டர் ஆன் போர்ட்" என்று தொடர்ந்தார்.

மீண்டும் எனக்கு அக்கப்பலின்மேல் வெறுப்பு ஏற்பட்டது. ஆனால், சீஃப் என்சினியர் நல்ல மனிதராகக் காணப்பட்டார்.

"வி ஆர் செய்லிங் டு மெட்ராஸ் இன் எ கப்பிள் ஆஃப் டேஸ்" என்றார். அவரை எனக்குப் பிடித்துவிட்டது.

"திஸ் செகண்ட் எஞ்சினியர் வில் பி லீவிங் அஸ்" என்றும் கூறினார். அவரை நான் மனதிற்குள் வாழ்த்தினேன்.

மூன்று நாட்களில் வணிகத்துறை வாழ்க்கையைப் பற்றி

ஓரளவு புரிந்துகொண்டேன். கடற்படையில் ஒரு சாதாரண மாலுமி பெறும் அளவு மரியாதை வணிகத்துறையில் ஒரு அதிகாரிக்குக்கூட அளிக்கப்படுவதில்லை. ஆனால், இக்கப்பலில்தான் முதன்முதலாக வணிகத்துறை அதிகாரிகளில் சிலர் என் நண்பர்களானார்கள். எனது வேலையினூடே முதன்முதலாக, நான் எழுத முடியும் என்ற எண்ணமும் தோன்றிற்று.

மிகவும் கடினமாக வேலை செய்யும் சிலரையும் அக்கப்பலில் கண்டேன். ஆரிய ஜெயந்தி சென்னை வந்தடைய மூன்று நாட்கள்தானாயிற்று என்றாலும், முப்பது நாட்கள் கடலில் சென்றாற்போல வெறுப்பு தோன்றிற்று. வேலை நேரம் போக மற்ற நேரத்தில் பொழுதுபோக்குக்கென்று அக்கப்பலில் ஒன்றும் கிடையாது. கோடை காலத்தில் அக்கப்பலில் வாழ்வது மிகவும் கடினம்.

கல்கத்தாவின் துறைமுகத்தினின்றும், 'ஸாண்ட்ஹெட்ஸ்' என்ற கடலின் முதற்பகுதி வரை, ஹூக்ளி நதியில் கப்பல் சுமார் 120 மைல்களைக் கடக்கிறது. இருமருங்கிலும் அழகிய வங்காள கிராமங்கள். பச்சைப் பசேலென தோப்புகள். சிந்தனையைத் தூண்டிவிடும் தன்மையதான பயணம். நீரின் அளவு குறைந்து உயர்வதால், கப்பல் ஆங்காங்கு நங்கூரம் பாய்ச்சி நிற்கவேண்டி வருகிறது. அப்போதெல்லாம், பக்கத்து கிராமவாசிகள் கப்பலைச் சுற்றி சிறு படகுகளில் வந்து ஏதாவது கிடைக்குமா என்று ஏங்குவது நமது நாட்டின் 'உயர்வை'த் தெளிவாக்குகிறது.

கல்கத்தா துறைமுகத்தைச் சேர்ந்த 'பைலட்டு'கள் தான் எந்தக் கப்பலையும் 'ஸாண்ட் ஹெட்ஸ்'லிருந்து துறைமுகம் எடுத்துச்செல்லவோ, அல்லது துறைமுகத்தினின்றும் 'ஸாண்ட் ஹெட்ஸ்' எடுத்துச் செல்லவோ பயன்படுத்தப்படுகிறார்கள். ஹூக்ளியின் வளைவு நெளிவுகள் இவர்களுக்கு மனப்பாடம். நதியின் போக்கு வேகம் கற்றுத் தெரிந்து, பல வருடங்கள் பயிற்சி பெற்றபின்பே 'பைலட்'டுகள் ஆக்கப்படுகின்றனர். உலகத்தின் கடினமான 'பைலட்டேஜ்' என்று பெயர் பெற்றிருந்தது ஹீக்ளி. இதை ஸீயஸ் கால்வாய், மிஸிஸிபி நதி 'பைலட்டேஜ்'க்கு ஒப்பிடலாம். ஆனால், கற்றுத் தேர்ந்தபின்

அவர்கள் வாழ்க்கை சுலபமாகிவிடுகிறது. நதியின் வாழ்க்கை மனதில் ஊறி ஒருவித இன்பமும் அளிக்கிறது. 'மார்க் ட்வெயின்' மிஸிஸிபியில் 'பைலட்' டாக பணியாற்றியவர். அவரது 'மிஸிஸிலியில் வாழ்க்கை' என்ற நூல் பைலட்டுகளின் அனுபவத்தை நன்கு சித்தரிக்கிறது. அதுபோல இந்தியாவின் பைலட்டுகள் ஏதும் எழுதியிருப்பதாக எனக்கு நினைவில்லை. ஆனால், ஹூக்ளி பைலட்டுகளின் அனுபவம், மிஸிஸிபியைவிட எவ்வகையிலும் குறைந்ததல்ல. அனுபவத்தை எழுத்துருவில் அமைத்திருப்பதாகத்தான் தெரியவில்லை. அப்பொழுதெல்லாம் நான் நினைத்ததுண்டு; பைலட்டாகச் சேர்ந்திருந்தால், அனுபவங்களை எழுதியிருக்கலாம் என்று.

கடலையோ, துறைமுகத்தையோ அல்லது கப்பலையோ பற்றி ஒன்றுமே தெரியாத மக்கள் நம் நாட்டில் அதிகம். கப்பலைப் பற்றி எழுதும்போது பல வார்த்தைகள் படிப்பவர்களுக்குப் புரியுமா என்ற சந்தேகத்துடன்தான் பிரயோகிக்கப்படுகின்றன.

கப்பல்களில் இடது கைப்பக்கம் 'போர்ட்' என்றும் வலது கைப்பக்கம் 'ஸ்டார் போர்ட்' என்றும் குறிப்பிடப்படுகின்றன. நன்கு கற்றுத்தேர்ந்த நண்பர்கள் பலர் ஆங்கிலப் புத்தகங்களைப் படிக்கும்போது, பல வார்தனதகளின் பொருள் தெரியாது கேட்கும்போது, எனக்கு மேலை நாடுகளின் நினைவு வருகிறது. இங்கிலாந்தில் சாதாரண மக்கள்கூட கப்பலைப் பற்றியும், கடல் வாழ்க்கையைப் பற்றியும் நன்கு அறிந்து வைத்திருக்கிறார்கள்.

ஒரு வேளை, ஹூக்ளி பைலட்டுகள், தங்கள் அனுபவங்களை எழுதினால் படிப்பதற்கு முன்வருபவர் சிலரே இருப்பர் என்ற எண்ணத்தினால் எழுதவில்லை போலும்!

சில சிறிய கப்பல் கம்பெனியின் அதிகாரிகள் கப்பல் ஹூக்ளியில் நங்கூரம் இட்டு நிற்கும்போது, கம்பெனி யாருக்குத் தெரியாமல், கப்பலின் கயிறு முதலிய சாமான்களை விற்றுவிடுவது உண்டு! வணிகக் கப்பலின் அதிகாரிகள் நிறைய ஊதியம் பெற்றுக்கொண்டிருப்பினும்,

இவ்வகைகளிலும் பொருள் சேர்க்கத் தயங்குவதில்லை. ஜெயந்தி கப்பல்களிலும் இம்மாதிரியான செய்கைகளுக்குக் குறைவில்லை. இவற்றால்தான் எனக்கு வணிகக் கப்பல்களின் அதிகாரிகளின் மீது ஒருவகையான வெறுப்பு ஏற்பட்டது.

சிறு படகுகளில் சிறிய துணிகளையே ஆடையாக உடுத்திக்கொண்டு, பல நூறு ரூபாய்களுக்குப் பொருளை வாங்கும் படகோட்டிகளை ஹூக்ளியில் காணலாம்.

'போர் டைட்' (Bore tide) என்பது திடீரென உயரும் கடலின் நீர், ஹூக்ளியில் சுமார் 4அடிக்கும் மேலாக உள்நோக்கிப் பிரயாணம் செய்வதைக் குறிக்கும். கடல் நீர் நாளில் இரு தடவை உயர்ந்தும், இரு தடவை குறைந்தும் துறைமுகங்களில் நீர் மட்டத்தை மாற்றுவது பலருக்குத் தெரிந்திருக்கும். இது உலகத்திலேயே அதிகமாகக் காணப்படுவது சௌராஷ்டிரத்தில்தான். ஹூக்ளியில் நதி கடலை நோக்கிப் பாய்ந்து கொண்டிருக்கிறது. உயர் கடலில் (High tide) கடல் நீர், ஹூக்ளியை எதிர்த்து உள்நோக்கிச்செல்கிறது. 100 மைல்களுக்கும் மேலாகச் செல்லும்போது எதிர்ப்பு அதிகமாகி, உள்நோக்கிப் பாய்வது நின்றுவிடுகிறது. இந்த குணாதிசயம், மாதத்திற்கு ஒரு தடவை Bore tide ஆகப் பரிணமிக்கிறது. 'போர் டைட்' போது, பல மாடுகளின் சவங்களை ஹூக்ளியில் காணலாம். இந்நேரத்தில் கப்பல்கள் மிக உறுதியாகக் கட்டப்பட்டு நிறுத்தப்படு கின்றன.

காலைக் கதிரவனின் கிரணங்களினூடே, ஹூக்ளியின் இருமருங்குகளிலும், தோப்புகளும் கிராமங்களும் மனதிற்கு அளிக்கும் உற்சாகம். சொல்லிலடங்காது. அது ஒரு அனுபவம். அனுபவத்தைச் சொல்லில் வ்ரைய இயலாதல்லவா! அதை அனுபவிக்காமலே காலத்தை பலர் கழிக்கின்றனர்!

இப்போது என் மனம் பல நூற்றாண்டுகளை எதிர்த்துக் கொண்டு பின்னோக்கி ஓடுகிறது. இந்தியா பழம்பெரும் நாடு. இதன் நாகரிகம் தொன்மை வாய்ந்தது. கப்பலும் கடலும் இந்தியாவின் அன்றாட வாழ்வில் சாதாரணமாகக் கலந்துதான் நின்றன. கப்பலும் கடலும் தமிழர், வங்கதேசத்தினர், மராட்டியர் இன்னும் சௌராஷ்டிர நாட்டினருக்குப் புதிதல்ல. இவர்கள்

கடலின் போக்கை நன்கறிந்திருந்தனர். கடலில் திரவியம் தேடிச் செல்வது, எத்தனை நூற்றாண்டுகளாகவோ நடந்து வந்திருக்கின்ற ஒரு செயல்.

ஆனால், அன்று வாணிபம் பொருட்டுக் கப்பலில் ஏறிப் பாய்மரம் விரித்த பிறகு, திரும்பும் நாள் என்று, என்றே தெரியாது கழித்தனர். அவர்களை அவர்கள் மனோதிடம்தான் ஊக்குவித்தது. ஆனாலும், கடலின் பலதரப்பட்ட நீரோட்டங்களையும், பருவக் காற்றுகளையும் பற்றி நன்கு அறிந்திருந்தனர் அன்றைய மாலுமிகள். உண்மையில் அவர்கள் தாம் மாலுமிகள். இன்றைய கப்பலதிகாரிகளுக்கு உதவியாக எத்தனையோ நவீன விஞ்ஞானக் கருவிகள் திசையைத் தெரிவிக்கின்றன. கப்பலின் 'ஆட்டோ பைலட்' (Auto pilot) என்ற கருவி, சுக்கானைத் தானே திருப்பி திசையறிந்து செல்லக்கூடியது.

இந்நிலையில்தான் எனக்குக் கிடைத்த சில நூல்கள் பழைய வணிகக் கப்பல்களைப் பற்றிய தகவல்களை அறிய உதவின. அவற்றைப் படித்த பிறகு, அந்நாளைய கடலோட்டத்தைப் பற்றி சிறிதாவது எழுதாவிடில், இந்நூல் முடிவுற்றதாகாது என்றே தோன்றுகிறது.

9. கலத்திற் பிரிவு

"இருவகைப்பிரிவும் நிலைபெறத்
தோன்றலும்
உரியதாகும் என்மனார் புலவர்."

(தொல்காப்பியம்)

திரவியம் தேடி அலைந்த பாரதநாட்டுக் கப்பல்களின் கதை மிகத் தொன்மையானது. சௌராஷ்டிரத் திலிருந்து வங்காளம்வரை எல்லா கடற்கரையோர மக்களும் கப்பற் கலையை நன்கு கற்றுத் தேர்ந்திருந் தனர். கடலும் கப்பலும் மக்களின் வாழ்வைப் பெருக்கவும் துணிவு உணர்ச்சியை அளிக்கவும் பொறுப் பாயமைந்தன.

ரிக் வேதத்தில் 'எங்களைக் கப்பலில் கடலின்மீது எம் நன்மைக்காக எடுத்துச்செல்' என்று எழுதப்பட்டிருப் பதிலிருந்து, பாரதத்தில் இத்துறையில் வல்லுநர் இருந்த தொன்மையை அறிய முடிகிறது.

பல சரித்திர நூல்கள் மூலம் பாரதக் கப்பலின் தொன்மையையும் பெருமையையும் அறிந்திருக்கிறேன் எனது நூல் சரித்திரத்தைச் சார்ந்து எழுதப்படவில்லை யென்றாலும் திரவியம் தேடுகின்ற தொழிலில் ஈடுபட்ட பின்னர், எனது தொழில்துறை முன்னோரின் கலையைப் பற்றிக் கூறாமல் இருக்க இயலவில்லை. பாரதத்தின் சரித்திரம் இலக்கியங்களினின்றே பெரும்பாலும் அறிய முடிகிறதாகையால், இலக்கியங்களின் ஆதாரங்கள் பல நூலாசிரியர்களால் நன்கு கையாளப்பட்டுள்ளன. சிற்பக் கலை, நாணயங்கள் இவற்றினின்றும் கப்பற் கலையின் தொன்மை அறியப்பட்டுள்ளது.

தொன்மை மிக்கதாய ரிக்வேதத்தில், கடற்படை கூட பயன்படுத்தப்பட்டதாய் சொல்லப்படுகிறது. தமிழ் இலக்கியங்கள் பலவற்றிலும் கடலும் கலமும் சாதாரணமாய்ப் பிரயோகிக்கப்பட்டிருப்பதினின்று, தமிழர் கடலைத் தமது வாழ்க்கையில் ஒரு பகுதியாக அமைத்துக் கொண்டதை அறிகிறோம்.

'யுக்தி கல்பதரு' என்ற வடமொழி நூலொன்றே பரத கண்டத்தில் கப்பற் கலையை முதல் தடவையாக விஞ்ஞானமாக எடுத்துரைத்துள்ளது. இதில் கப்பல்களின் வகைகளும், பிரிவுகளும், அதற்கென பயன்படுத்தப்பட்ட மரவகைகளும், அவைகளின் சிறப்பும் தெளிவாகக் கூறப்பட்டுள்ளன. 'யுக்தி கல்பதரு' அன்றைய கப்பற் கலைஞர்களால் பயன்படுத்தப்பட்டு வந்ததாய்த் தெரிகிறது. இந்நூலின் கையெழுத்துப் பிரதி கல்கத்தா சமஸ்கிருத கல்லூரி நூலகத்தில் உள்ளது. இந்நூல் போஜராஜனால் எழுதப்பட்டதாகக் கூறப்படுகிறது. முதன் முதலாக இந்நூலில்தான் கப்பல் சாத்திரம் இந்தியாவில் எழுதப்பட்டது. மரங்களைப் பற்றியும், கலங்களில் பயன்படுத்தப்படக் கூடிய உலோகங்களைப்பற்றியும் கூட நன்கு விவரிக்கும் இந்நூல் கப்பல் வகைகளையும் குறித்து விளக்குகிறது.

முதலாவதாக இரு வகுப்புகளாகக் கப்பல்கள் பிரிக்கப்பட்டுள்ளன. (1) சாமானிய - இவ்வகை, நதிகளிலும் நீர்போக்குகளிலும் பயன்படுத்தக் கூடியது. (2) விசேஷ

இவ்வகை கடல்வழிக் கலங்களுக்கு என்று கூறப்பட்டுள்ளது. விசேஷவகை மற்ற இரு வகைகளாகப் பிரிக்கப்பட்டது. அவை தீர்க்கா, உன்னதா எனப்பட்டன.

இவையெல்லாம் தமது நீள, அகல உயரங்களால் வகைகளாகப் பிரிக்கப்பட்டன. இவைகளில் எவ்வகை எப்பருவத்திற்குப் பயன்பட முடியும் எனத் தெளிவாக 'யுக்தி கல்பதரு' கூறுகிறது. போர்க்கப்பல்கள் வகையும் கூறப்பட்டுள்ளது.

கப்பல் கட்டுவது மட்டுமின்றி, அதை அலங்கரிப்பதும் அதன் வர்ணப்பூச்சுகளும் கூட இந்நூலில் விவரிக்கப் பட்டுள்ளன.

எங்கோ நடுவில் ஆங்கிலேயர் வருவதற்குச் சற்று முன்பிருந்தே நம் கப்பற்கலை சிறிது சிறிதாக ஓதுக்கப்பட்டு, ஆங்கிலேயரின் சுரண்டலில் இறுதியாகச் சமாதியில் இடப்பட்டுவிட்டது. ஆங்கிலேயர் தமது வாணிபம் பொருட்டு எத்துணை அக்கிரமமும் செய்வதில் தயங்கவில்லை என்பதை பிறகு வாழ்ந்து மறைந்த வ.உ. சிதம்பரனார் வாழ்க்கையிலிருந்தே அறிகிறோம்.

டாக்டர் சேய்ஸ் என்பவர், கிறிஸ்து பிறப்பதற்கு 3000 ஆண்டுகளுக்கு முன்னரே, இந்தியாவுக்கும் பாபிலோனுக் கும் இடையில் வர்த்தகம் கடல்வழியாக நடந்திருப்பதாகக் கூறுகிறார். இதைக்குறித்து இராதா குமுத் முகர்ஜி தமது 'இண்டியன் ஷிப்பிங்' என்ற நூலில் விவரமாக எழுதியுள்ளார். பல மேனாட்டு அறிஞர்கள் பாபிலோனுக்கும் இந்தியாவுக்கும் இடையில் வர்த்தக உறவு, கி.மு. 7 கி.மு. 6 நூற்றாண்டுகளில் முக்கியத்துவம் பெற்றிருந்ததாகக் கூறியுள்ளனர். இவர்கள் சொற்படி, அத்தகைய வணிகத்துறை கடல் மூலமே முக்கியத்துவம் அடைந்திருந்ததென்றும், அதுவும் வட இந்தியரைவிடத் தென்னவரே அதிகம் இவ்வர்த்தகத் துறையில் ஈடுபட்டிருந்தனர் என்றும் கூறுகின்றனர். அரிசி ORETZ என்ற சொல்லாக மாறி RICE ஆக மாறியதும், தோகை துகியாக மாறியதும் நாம் படித்தறிந்த உண்மைகள். மக்கள் வாணிபத்தில் ஈடுபட்டனர். ஆகையால்தான், இவ்வகைச்சொற்கள் பழக்கத்தில் சுலபமாக எடுத்துக் கொள்ளப்பட்டன.

சங்க நூல்கள் கடல் வணிகத்துறையில் நமக்களிக்கும் சான்றுகள் கணக்கிலடங்கா. இவற்றைப் பற்றி பல நூல்கள் எழுதப்பட்டுள்ளன. இவற்றைச் சார்ந்து பல கற்பனை நூல்கள், சிந்தனையின் வரம்பே சரித்திரத்தின் எல்லையாய் எழுதப்பட்டுள்ளன. நான் படிக்க நேர்ந்த சில நூல்கள் சிரிப்பை வரவழைக்கும் முறையில், அதாவது கப்பல் கடல் இவ்விரண்டையும் கண்ணாலும் காணாதவரால் எழுதப்பட்டு, தமிழர் கடலை எப்போதாவது கடந்ததுண்டா என்ற கேள்விக்கு அடிகோலாய் அமைந்துள்ளன.

கடற்கரை எங்குமுள்ள மக்கள், அதாவது வங்காள முதல் சௌராஷ்டிரம்வரை யாருமே கப்பலோட்டுவதில் சளைத்திருக்கவில்லை. வடநாட்டின் உட்பகுதியில் இருந்தோர் மட்டுமே கடலை அறிந்திருக்கவில்லை. தவிரவும் கப்பலில் செல்வதையே அவர்கள் பாவமாகக் கூடக் கருதியிருந்தனர்.

கப்பல்களில் பனிரெண்டாண்டுகள் கழித்த எனக்கு மதுரைக் காஞ்சியின் சில பாடல்கள் மனதைத் தொடும் வண்ணம் அமைந்துள்ளன. ஏனெனில் கப்பல்களின் தன்மையை, அவற்றின் சிறப்புகளை எடுத்துரைக்குங்கால், அவற்றை அனுபவிக்க, அதாவது முழுமையாக அனுபவிக்க மாலுமி ஒருவனாலேயே முடியும்.

பலதரப்பட்ட வணிகச் சரக்குகள், விரைந்து செல்லக் கூடிய 'வங்கம்' என்ற வகைக் கப்பல்களில் வந்திறங்குகையில் எழும் ஓசையை வர்ணிக்கும் மதுரைக் காஞ்சியின் பாட்டு, இன்றைக்கும் கப்பல்கள் பெரும் ஓசையுடன் பொருள்களை இறக்குவதையே எனக்கு நினைவூட்டுகிறது. இதை எழுதி அளித்த மாங்குடி மருதனாரால் நன்கு கப்பல்களை அறிந்திருக்காவிடின், அவ்வாறு எழுதியிருக்க இயலாது என்றுமட்டும் பொருளல்ல; கப்பல்கள் அவ்வாறு வந்து பொருட்களை இறக்குதல் வாழ்வின் ஒரு சாதாரண அங்கமாக அமைந்திருந்தது என்பதும் தெரிகிறது. தொடர்ந்து துறைமுகப் பணித்துறையையும் பெருங்கலங்களைக் கட்டுவது மட்டுமின்றி, அவற்றை நன்முறையில் வைத்திருக்க வேண்டிய தேவையையும் குறித்து தமிழர்கள் நன்கு அறிந்திருந்தனர் என்பதும் புலப்படுகிறது. அந்த உண்மைதான் மாலுமியான என்னைச் சிந்திக்க வைக்கின்றது.

வெளிநாட்டினர் கலங்கள் வரும் காலையில், அவர்களுக்கென ஒதுக்கிவிடப்பட்ட மாலுமி இல்லங்களும் (Sailors Home என்று இப்போது இருப்பது போன்று), கப்பல்களுக்கெனச் செப்பனிடும் பணிமனைகளும், உலர்துறைகளும் (dry docks), வெளிநாட்டினர் நம் நாட்டைப்பற்றி நல்லெண்ணம் கொண்டு செல்லவேண்டி, அவர்களுக்குப் பராமரிப்பும் அழகான சாலைகளும், முக்கியமாக பண்டங்கள் இறக்குமதி, ஏற்றுமதிக்கென ஏற்பட்ட சுங்கவரித் தீர்வை அதிகாரிகளும், அவர்க்கேற்ற வசதிகளும் இருந்ததாக பட்டினப்பாலை கூறுகிறது.

இவ்விவரத்தைக் குறித்து எழுதுகையில் இராதா குமுத் முகர்ஜி, முதலில் காவிரிப்பூம்பட்டினம் பற்றிய பட்டினப் பாலையின் தகவல் மிக முக்கியமானதென்றும், உய்விக்கும் வகையில் எழுதப்பட்டிருக்கிறதெனவும் கூறித் தொடர்கிறார்.

"காவேரி நதியின் வடபகுதியில் இருந்த இத்துறை முகம் பெரிதும், ஆழமானதும், அகலமானதுமான நீர் பரப்பைப் பெற்றிருந்தது. இதனுள் ஆழமான கப்பல்கள், பொருள்கள் நிரம்பியனவாய், பாய்மரங்களைத் தளர்த்தாமலேயே வந்தன..."

இவ்விடம் கவனத்திற்குரியது. இன்னும், இன்றும், எத்துறைமுகங்களிலும் பாய்மரக் கப்பல்கள் நுழையுமுன்னர், பாய்களைத் தளர்த்தியே வருகின்றன. மிகவும் பெரிய துறைமுகங்களில் மட்டுமே பாய்கள் தளர்த்தப்படுவதில்லை. பெரும் கப்பல்கள்கூட வருமுன்னர் தமது வேகத்தை வெகுவாகத் தணித்துக்கொண்டே வருகின்றன.

துறைகள் அருகில் பெரும் கிடங்குகள் அமையப் பெற்றிருந்தன. "உயரமாய் அமைக்கப்பட்ட துறைகளில் சாமான்கள் வைக்கப்பட வேண்டிய கிடங்குகள் இருந்தன. சுங்கத்தீர்வைகள் இங்கே செய்யப்பட்டன. அவ்வாறு தீர்வைகள் முடிந்த பின்னர், புலிச்சின்னம் பொறிக்கப்பட்டு கிடங்குகளில் சரக்குகள் இறக்கப்பட்டன.

"............................
புலி பொறித்துப் புறம் போக்கி
மதி நிறைந்த மலி பண்டம்"

(ப.பாலை).

பட்டினப்பாலை இவ்வாறு கப்பல்களையும், மாலுமிகளையும், கடல்வழி வணிகத்துறையையும் பற்றி விளக்குகிறது. சிலப்பதிகாரம் வாணிபத்தின் பயனாய், நகரடைந்த செழுமையைத் தெரிவிக்கின்றது.

கடலில் சேரரது உயர்வைக் காட்டும்,

"...........வானவன் குட கடல்

பொலந்தரு நாவா யோட்டிய வவ்வழிப்

பிறகலம் செல்கலாதனைய மத்தை......"

என்னும் புறநானூற்றுப் பாட்டு இன்றைய பெரும் அரசுகள் கடல்வழியில் தம்முயர்வைக் காட்டச் செலுத்தும் கப்பற் கூட்டத்தை நினைவுறுத்துகிறது. 'பிறகலம் செல்கலா...' என்பதிலிருந்து வாணிபம் மட்டுமின்றி, கடற்படையிலும் சேரர் சிறந்து விளங்கினர் என்பது புலனாகிறது.

மனு சாஸ்திரத்திலேயே கப்பல்களின் பாதுகாப்பிற்கான விதிமுறைகள் கூறப்பட்டுள்ளன. இக்காலத்தில் இன்ஷியூரன்ஸ் இருப்பதுபோல, விபத்துகளில் எவ்வாறு தீர்வு காணப்பட வேண்டும் என்பது குறித்து, மனு சாஸ்திரத்தில், 'மாலுமிகளின் தவறால் விபத்து நேர்ந்து அதனால் சாமான்களோ பிரயாணிகளோ, இழக்கப்பட்டால், அதற்கு மாலுமிகள் எல்லோரும் குற்றம் சாட்டப்பட்டு தண்டிக்கப்படுவார்கள். இழந்தமைக்கு ஈடாக அவர்கள் எல்லோரும் கலந்து நிதி திரட்டியளிக்க வேண்டும். ஆனால், விபத்து இயற்கையின் போக்கினால் ஏற்படின் மாலுமிகள் எந்தவிதமான தண்டனைக்கோ, அபராதத்திற்கோ ஆளாக மாட்டார்கள்' என்று கூறப்படுகிறது.

வணிக குல மக்கள், தாம் வாணிபம் நடத்தும் மற்ற நாட்டின் மொழியைத் தெரிந்துகொள்வது மட்டுமன்றி அங்கு தேவையான பொருள்கள் எவையென்றும், அந்நாட்டில் என்ன முக்கியமாகத் தயாரிக்கப்படுகிறதென்றும் கூடத் தெரிந்து கொள்ள வேண்டுமென்றும் மனுநீதி கூறுகிறது.

நமது புராணங்களிலும், வேதங்களிலும், கடலும் கப்பலும் சாதாரணமாகக் கூறப்படுகின்றன. அவ்வாறு கூறப்பட

வேண்டுமாயின், கடலும் கப்பலும் அக்கால இந்தியருக்குப் புதிதாக இருந்திருக்கவில்லை என்று தெரிகிறது. நீண்ட கடற் பயணங்கள் கூட இருந்திருப்பதை, ஹிதோபதேசத்தினின்று அறிகிறோம்.

இந்தியா வணிக ரீதியில் சிறந்து விளங்கியடோதன்றி மற்ற நாடுகளுக்கு இந்தியா கிழக்கின் அரசியாக விளங்கியது என்றும் கூறும் இராதா குமுத் முகர்ஜி, பின்வருமாறு கூறுகிறார்.

"நமக்குக் கிடைத்திருக்கும் சான்றுகளினின்றும் இந்தியா 30 நூற்றாண்டுகளுக்கு மேலாக உலகின் வணிக இதயமாக இருந்திருந்தது எனத் தெரிகிறது. யுதர்கள், அசிரியர்கள் கிரேக்கர், எகிப்து நாட்டினர், ரோமர் முதலானவர்களோடு புராதன காலத்திலும், துருக்கியர், போர்த்துகீசியர், டச்சுக்காரர், ஆங்கிலேயர் முதலானவருடன் பிறகும் நன்கு தனது வாணியத்தை நடத்தியது... தனது வாணிபத்திலேயே சிறந்ததாக, பட்டுத் துணிகளை இந்தியா பாரசீகத்திற்கு, அவற்றின் எடைக்கீடான பொன்னைப் பெற்றுக்கொண்டு அளித்ததாகத் தெரிகிறது. உலகின் விலையுயர்ந்த பொருள்களான பலவற்றை இந்தியா ஒன்றே மற்ற நாடுகளுக்கு அளித்து வந்திருக்கிறது. சிறிது சிறிதாக இந்தியா மற்ற நாடுகளின் பொன்னை தனது பொருள்களுக்குப் பதிலாய் அடைந்து, உலகின் செல்வமிக்க நாடாகத் திகழ்ந்தது. இதனால்தான் முதல் நூற்றாண்டில், சுமார் 70,000 பவுன்களுக்கு ஈடான பொன் ரோமரிடமிருந்து மட்டும் ஒவ்வொரு வருடத்திற்கும் இந்தியாவிற்குச் செலுத்தப் பட்டதாகக் கூறப்பட்டது.

"இரண்டாயிரம் வருடங்களுக்கு முன்னரே, கடற்படையும் அதற்கு ஓர் தலைமையதிகாரியும், வணிகக் கலங்கள் குறித்து கவனிக்க ஓர் வாரியமும் அமைந்திருந்தன. இது அர்த்த சாஸ்திரத்திலிருந்து நமக்குத் தெரிகிறது. கடல் வணிகத் தலைமையதிகாரி (அர்த்த சாஸ்திரத்தின்படி) துறைமுகத் தீர்வுகள் விதித்தார். கடல் வழி பிரயாணிகளுக்கும் ஒருவகை வரி விதிக்கப்பட்டது. அரசின் சொந்தமான கலங்கள்

வாடனிக்கு முத்துக் குளிக்கவும், கடல் மீன் பிடிப்பதற்கும் விடப்பட்டன. மிகவும் சிறந்தவகையில் பலவகை கடல் வரிகளைக் குறித்து அர்த்தசாஸ்திரம் கூறுகிறது. இதனால் அன்றைய வாணிபம் பல வகையில் சிறந்திருந்தமை தெரிகிறது. இவ்வரிகள், தீர்வைகள் முதலியவைகளைக் காட்டிலும் சிறந்த அங்கமான, தொழிலாளர் குறித்த துறைமுக விதிகளைக் குறித்தும் அர்த்தசாஸ்திரத்தில் காண்கிறோம்.

"எவ்வகையான கலமாயினும், புயலால் வருத்தப்பட்ட கப்பலொன்று துறைமுகம் வருமாயின், துறைமுக அதிகாரி அக்கலத்திற்கு, காக்கும் தந்தைபோன்று கரமருள வேண்டும். அவ்வகைக் கலங்களில் புயலால் தமது சரக்குகள் பாதிக்கப் பட்டிருப்பின், அவற்றிற்கு சுங்கத் தீர்வினின்றும் விலக்களிக்கப்படும். அரசின் கவனமின்மை காரணமாக எக்கலமாயினும் பாதிக்கப்படின், அரசே அக்கல உரிமையாளருக்குப் பொருளளித்துக் காக்கவேண்டும்."

அர்த்தசாஸ்திரத்தின் இப்பகுதி இன்றைய சிறந்த விதிகளை நினைவூட்டுகிறது. அவ்வகை விதிகள் இருக்க வேண்டுமாயின், கடல் வழி வாணிபம் எத்துணை சிறந்திருக்க வேண்டுமென நாம் ஊகித்துக் கொள்ளலாம்.

நதி வழி செல்லும் படகுகள்கூட கடுமையான விதிகளுக்குள்ளாயினவென அறிகிறோம். அவற்றின்படி நதிகளைக் கடக்கும் படகுகள், அவற்றில் செல்லும் பயணிகளின் நலனுக்கு வேண்டி, நன்முறையில் வைக்கப்பட்டிருக்க வேண்டுமெனவும், அவற்றையோட்ட தேர்வு பெற்ற மாலுமிகளே இருக்கவேண்டுமெனவும், விபத்துக்களைத் தவிர்க்க வேண்டிய உபகரணங்கள் இருக்க வேண்டுமெனவும் விதிக்கப்பட்டிருந்தன. தவிரவும், விபத்துக்களைத் தடுக்கவும், எதிரிகளின் ஒற்றர் வராதிருக்கவும், துறைகள் காக்கப்பட்டன. கால அளவுகள் நிர்ணயிக்கப் பட்டிருந்தன. சரியான அனுமதியின்றி எவரும் கப்பல்களி னின்றோ படகுகளினின்றோ இறங்க விடப்படவில்லை.

இந்தியாவின் பழைய சரித்திரத்தை எழுதியுள்ள வின்செண்ட் ஸ்மித் என்பவர் கீழ்க்கண்டவாறு கூறுகிறார்.

"உரோமரின் குடியேற்றப் பகுதிகள் தென்னிந்தியாவில் பரவியிருந்தன என்பதற்குச் சான்றுகள் உள்ளன. இது முதல், இரண்டாவது நூற்றாண்டுகளில் நிகழ்ந்தது. வலிமை வாய்ந்த யவனர் என்றும், மிலேச்சர் (Barbarians) என்றும் அழைக்கப்பட்ட ஐரோப்பியப் படைவீரர்கள் தமிழரசர்களுக்கு மெய்க்காப்பாளராகப் பணிபுரிந்து வந்தனர்..."

கனகசபை பிள்ளையின் நூலிலிருந்து (The Tamils Eighteen hundred years ago) ஐரோப்பிய வீரர்கள் தமிழரசர்களின் படைகளில் பணிபுரிந்திருந்தாகவும் தெரிகிறது. ஆரியப்படை கடந்த நெடுஞ்செழியன் காலத்தில், உரோம வீரர்கள் மதுரையின் வாயில்களைக் காத்ததாகவும் தெரிகிறது.

முல்லைப்பாட்டின் ஒரு பகுதியினின்று கடல்கடந்த தமிழரின் சிறப்பு தெளிவாகத் தெரிகிறது.

"போர்க்களத்தில் இவ்வரசனின் கூடாரம் யவன வீரர்களால் காக்கப்பட்டது. அவர்கள் நிற்கும் நிலையே எதிரிகளுக்கு அச்சத்தை விளைவிப்பதாய் இருந்தது."

யவனர்கள் என்ற வார்த்தை கிரேக்க வார்த்தை laones என்பதிலிருந்து திரிந்ததாகத் தெரிகிறது. இப்பதந்தான் கிரேக்கர்களைத் தமது மொழியில் தெரியப்படுத்திற்று.

அப்போதே அவர்கள் கடல் வழி மிக நன்றாக கற்றுத் தேர்ந்திருந்த நிலைமையை நமது இலக்கியங்கள் தெளிவாக்குகின்றன. தமிழ் நூல்களில் காணப்படும் பொருள் கடல் போன்றதே.

இதிகாச புராண காலத்திலும், இந்தியர் ரோமருடன் தொடர்பு கொண்டது தெரிகிறது. மஹாபாரதத்தில், யுதிஷ்டிரர், (ரோமகா) ரோமர்களால் பரிசளிக்கப்பட்டது தெரிகிறது. இது ராஜஸீய யாகத்தின்போது நடந்த நிகழ்ச்சி. இரண்டு, மூன்று நூற்றாண்டுகளில் எழுதப்பட்டதாகக் கூறப்படும் பைதாமஹா, வாசிஷ்டா, சூர்யா, பௌலிசா என்ற கிரக விஞ்ஞான நூல்களினின்றும், ரோமக சித்தாங்கள் என்பதிலிருந்தும், ரோம் நகரம், மஹாபுரி, பட்டணம், விசயா என்று அழைக்கப்பட்டதாக இராதா குமுத் முகர்ஜி தெரிவிக்கிறார்.

வராகமிகிரரின் பஞ்ச சித்தாந்திகா என்ற நூலில், இலங்கையில் சூரியன் எழும்போது, ரோமாபுரியில் அதுவே நடு இரவு என்று கூறப்பட்டதாக இராதா குமுத் முகர்ஜி கூறுகிறார்.

கி.பி.75ம் ஆண்டில் சாவகம் (Java) இந்தியர்கள் குடியேறிய நாடாயிற்று. முதன் முதலில் இங்கு சென்றவர் கலிங்கர்கள் (Orissa). வடமொழி இன்னும் இங்கு போற்றப்படுகிறது. சிலர், இங்கு குடியேறிய முதல் இந்தியர்கள் குஜராத்தினின்றும் வந்தனர் என்றும் கூறுகின்றனர். அஜிசாகா என்ற குஜராத் அரசன் முதன் முதலில் அங்கு குடியேறியதாகக் கூறப்படுவது சரித்திர ஆசிரியர்களால் ஒப்புக்கொள்ளப்பட வில்லை. ஆனால் சுமார். கி.பி. 603ம் ஆண்டில், வரப்போகும் வீழ்ச்சியை முன்னதாகவே அறிந்து கொண்ட குஜராத் அரசன் ஒருவன், தனது இளவரசனுடன் சுமார் ஐயாயிரம் மக்களை (இவர்களில் பல கலைகளில் தேர்ந்தவர்களும் இருந்தனர் எனக் கூறப்படுகிறது) ஆறு பெரிய கப்பல்களிலும், நூறு சிறு கலங்களிலும் ஏற்றி சாவகத்திற்கு அனுப்பியதாகக் கூறப்படுகிறது. அப்பொழுதிலிருந்து, சாவக, சௌராஷ்டிர வாணிபம் சிறந்து விளங்கியதாகத் தெரிகிறது. இக்கதை உண்மையெனக் கூற சரித்திரச் சான்று இல்லையெனினும், இரண்டாவது சந்திர குப்தன், கத்தியவாரை வென்று, சாகா தலைமுறையை முடித்து, பௌத்த மதத்தினரை வென்று, இந்து மதத்தை மறுபடி உண்டாக்கிய 5ஆம் நூற்றாண்டின் சரித்திரம், அப்போது அங்கிருந்து சாவகம் நோக்கிச் சென்ற பௌத்த மதத்தினரையும் அவர் தம் கலையையும் குறித்து நன்கே கூறுகிறது.

வட இந்தியாவின் சரித்திரத்தில் கி.பி. 600ம் ஆண்டிலிருந்து சுமார் கி.பி. 650ம் ஆண்டுவரை அங்கு எழுந்த இந்துமத எழுச்சியிலும், சீனர்களின் வருகையினாலும், அராபியர், துருக்கியர் படையெடுப்புகளினாலும், பல இந்தியர்கள், சௌராஷ்டிரத் துறைமுகங்களினின்றும் சாவகம் நோக்கிச் சென்று குடியேறியதை அறிகிறோம்.

வங்காளமும் கடலை அறிந்திருந்தது. கி.மு. 550ம் ஆண்டில் இளவரசன் விஜயன், வங்காளத்திலிருந்து தனது

700 மனிதர்களுடன் புறப்பட்டு இலங்கையை அடைந்தான். தனது வம்சத்தின் பெயரில் சிங்காளா என்று இலங்கைக்குப் பெயரையும் ஈந்தான். கலையின் வல்லுநராய வங்காளிகள் தம் கப்பல்களுக்கு நல்ல பெயர்களை அளித்திருந்தனர். மனசாமங்களா என்ற பாட்டுகளினின்றும் பல கப்பற் பெயர்கள் தெரிகின்றன. தனபதி என்ற வணிகன் வங்காளத்தினின்று இலங்கைக்குச் சென்றதை கவிகங்கணசந்தி என்ற பாட்டு வர்ணிக்கின்றது. பர்மாவை சுவர்ணபூமி என்று வங்காளிகள் அழைத்தனர். சம்பாத் துறைமுகத்தினின்றும் சுவர்ண பூமிக்குச் சென்றனர்.

தம்ராலிப்தா என்ற துறைமுகம்தான் வங்காளத்தில் சிறந்து விளங்கியது. இங்கிருந்துதான் பாஹியான் (Fahien) கடல் வழியாக பதினான்கு நாட்களில் இலங்கைக்குச் சென்றதாகச் சரித்திரம் கூறுகிறது. பாஹியான் வந்த காலம் கி.பி. 399 -414 என்று தெரியும்பொழுது, வங்காளத்தின் கப்பல்கள் அப்போதே சிறந்திருந்தன என்பது தெரிகிறது.

லாகூப்பரி (Prof. Lacouperie Western origin of Chinese Civilization) என்பவர் கூற்றிலிருந்து, இந்தியாவுக்கும் சீனாவுக்கும் இடையில் சிறந்த வணிகத் தொடர்பு கி.மு. 680ம் ஆண்டிலிருந்தே இருந்ததெனவும், இந்து மஹா சமுத்திரத்தின் தலைமை கப்பலோட்டிகளாக இந்தியர் திகழ்ந்தனர் எனவும், சீனாவில் இந்தியர்கள் (LANG-GA) லங்கா என்ற ஒரு காலனியை உண்டாக்கியதாகவும், தம் கலங்களின் முன் கலையுருக்களை (யுக்தி கல்பதரு கூறுவது போன்று) அமைந்திருந்தனரென்றும் அறிகின்றோம். இவ்விந்தியர்தாம், முதல் நூற்றாண்டில் சீனர்களால் துரத்தப்பட்டு, கம்போடியா என்ற அரசை நிர்மாணித்தனர். அவர்கள் அங்கு இருந்தவரை சீனர்கள் இந்திய சரக்குகளால் மயக்கப்பட்டிருந்தனர் என்றும், இந்திய வாணிபம் சிறந்திருந்தது என்றும் அவர் கூறுகிறார்.

புத்த மதத்தைப் பரப்பியகாலை, அதாவது நான்காம் ஐந்தாம் நூற்றாண்டுகளில், இந்தியாவினின்றும் சீனாவுக்குக் கடல் வழியாக பல புத்த மதத்தினர் சென்றனர். பாஹியான் இந்தியா வருவதற்கு முன்னரே, புத்த பத்ரா என்ற இந்தியன் சீனாவை 398ம் ஆண்டில் அடைந்தான். தென்னிந்தியா

வினின்றும் கடல்வழி அவன் புறப்பட்டதாக அறிகிறோம். தென்னவர், அதாவது தமிழர், இந்தியாவிற்கும் சீனாவுக்கும் இடையில் கப்பல்களை கால நிர்ணயத்தில் ஓட்டி வந்தது இதிலிருந்து புலனாகிறது. 420ம் ஆண்டில் சங்கவர்மி இலங்கையினின்றும் சீனா சென்றான். 424ம் ஆண்டில் குணவர்மன் தொடர்ந்தான்.

பிக்ஷிடன நிதானா என்ற நூலிலிருந்து, கி.பி. 433ம் வருடத்தில், நந்தி என்றழைக்கப்பட்ட கப்பலொன்றில் இலங்கையினின்றும் பௌத்த கன்னியர் சீனாவை அடைந்து கன்னிமாடம் ஒன்றை உண்டாக்கியது தெரிகிறது.

526ம் ஆண்டு, தனது பெருவயதில் போதி தர்மா கடல்வழி சீனா சென்றதும், சீனாவில் வரவேற்பளிக்கப் பட்டதும், அச்சமயத்தில் அங்கு 3000 பிஷூக்கள் (இந்தியர்) 10,000 இதர இந்திய புத்த மதத்தினருடன் இருந்தனர் என்றதும் அறியப்படுகிறது.

10ம் நூற்றாண்டின் இறுதியிலும், 11ம் நூற்றாண்டின் ஆரம்பத்திலும், தென்னிந்தியா வாணிபத்தோடன்றி, கடற்படையிலும் சிறந்தோங்கியது. இராஜராஜ சோழன் கி.பி. 985ம் வருடம் அரசை ஏற்று ஆண்ட சுமார் இருபத்தேழு வருடங்களில், தென்னிந்தியாவின் சிறந்த அரசனாகக் கருதப்படுகிறான். இராஜேந்திர சோழன் காலத்தில் கி.பி. 1013 - 1044) சோழ அரசு மிகவும் பரந்தது. கங்கையையும் கொண்ட இவன் காலத்திலும், சோழர் கடற்படை சிறந்து விளங்கியது.

ஈழம் முதலாய எல்லா தீவுகளும் (லஷத் தீவுகள் முதலியன உட்பட) சோழர் அரசாட்சியின்கீழ் வந்தன. கடாரத்தையும் வென்று வாகை சூடினான் சோழன்.

இவையெல்லாவற்றையும் விட சிறந்தது, சோழர்கள் சீனாவுடன் தொடர்பு கொண்டிருந்ததுதான். சங்ஷி (Sungshia) என்ற சீன நூலில் தூதுவர்களை அனுப்பிய இரு சோழ மன்னர்களின் பெயர்கள் காணப்படுகின்றன. 1033ல் இராஜேந்திர சோழனும் (ஷிலிலோ சாயின்தோ லேசுலோ என்பது இராஜேந்திரனைக் குறிக்கும்) 1077ல் குலோத்துங்கனும் அனுப்பியதாகத் தெரியும் தூதுவர்களில், கடைசி தூதுவர்களின் எண்ணிக்கை 72 ஆக இருந்தது.

முகம்மதியர் ஆட்சியில் மலபார் கரை கடல் வாணிபத்தின் ஒரு முக்கிய அங்கமாயிற்று. 15ம் நூற்றாண்டில் கோழிக்கோடு, உலகின் பெரிய துறைமுகமாக விளங்கியதாகக் கூறப்படுகிறது.

இங்கிருந்து மெக்காவுக்கு காலம் தவறாது தொடர்ந்து கப்பல்கள் சென்றன. இந்நகரத்தின் மக்கள் சிறந்த மாலுமி களாக விளங்கினர். கடல் கொள்ளைக்காரர்களின் பயமின்றி வாணிபம் நடைபெற்றது. இங்கு இறக்கப்பட்ட பொருள்கள், எடுத்துச் செல்லப்படும்வரை சுங்க இலாகாவால் இரவும் பகலும் காக்கப்பட்டு வந்தன. விற்கப்பட்ட பொருளுக்கு மட்டுமே 1/40 பங்கு சுங்கவரி விதிக்கப்பட்டது. விற்கப்படாத பொருளுக்கு சுங்கவரி விதிக்கப்படவில்லை.

16ம் நூற்றாண்டில் கடற்போர் தீவிரமடைந்ததை போர்த்துகீசிய, குஜராத் மன்னர்கள் போர்கள் மூலம் அறிகிறோம்.

மொகலாயர் ஆட்சியில், அக்பர் சக்கரவர்த்தியின் அரசில் கடற்படையும் கப்பல்துறையும் சீரமைக்கப் பட்டன. வணிகக் கப்பல்களின் சீரமைப்பு மிகவும் கவனத்திற்குரியது. ஏனெனில் அப்போது வைக்கப்பட்ட பெயர்கள் தான்இன்றும், சில சமயங்களில் ஆங்கிலேயர்களால்கூட பின்பற்றப்படு கின்றன.

அர்த்தசாஸ்திரத்திற்குப் பின்னர், அக்பர் காலத்தில்தான் கப்பற்துறை சீரமைக்கப்பட்டு அரசின் நேர்ப்பார்வையின் கீழ் கொணரப்பட்டது.

அக்பரின் அரசாட்சியில் கப்பல்துறை நான்கு பணிகளைச் செய்தது.

முதற்பணி கப்பல்களைக் கட்டுவதைக் கண்காணிப்பது, அரசின்கீழ் கொண்டுவருவது, மற்றும் அவற்றின் தேவைகளைக் கவனிப்பதாகும்.

இரண்டாவது பணிதான் மிகவும் முக்கியமான தாகும். அன்று ஏற்படுத்தப்பட்ட முறையும் பெயர்களும தான் இன்றும் இந்தியக் கப்பல்களில் கையாளப் படுகின்றன. இப்பணி, அதிகாரிகளையும் மாலுமிகளையும் வகைப்படுத்தி பயிற்சி பெற்றவர்களை ஒவ்வொரு வேலைக்கும் தேர்ந்தெடுத்து

அனுப்புவதாகும். இன்றைய Mercantile Marine Department வேலையை ஒத்ததாகும். ஒவ்வொரு கப்பலுக்கும் வேண்டிய அதிகாரிகளும் மாலுமிகளும் அக்பர் காலத்தில் அமைக்கப்பட்ட முறைப்படியே அவ்வாறே உள்ளது என்பதிலிருந்து எவ்வளவு கவனத்துடன் அரசு இத்துறையைக் கையாண்டது என்பதை அறியலாம்.

நக்கோடா (கப்பற் தலைவன்) மாலும் (மாலுமி என்பது வேலையைத் தெரிந்தவன் என்பதைக் குறிக்கிறது), டண் டேல் (மாலுமிகளை பொறுப்பேற்று நடத்துபவன்), கஸ்ஸப் (கப்பற் பொருள்களைக் கண்காணிப்பவன்), சராங் (பொதுப் பணித்தலைவன்), பண்டாரி (இன்று சமையற்கர்ரன்), கராணி (பர்ஸர் என்று ஆங்கிலத்தில் கூறப்பட்டாலும் மாலுமிகளால் கராணி என்றே இன்றும் அழைக்கப்படுகிறான்), சுக்கானி (சுக்கானைக் கையாள்பவன்) என்ற பெயர்களில் மாலுமிகள் தம் தம் வேலைக்குத் தகுதியாக்கப்பட்டு அரசின் மூலமே கப்பல்களுக்கு அனுப்பப்பட்டார்கள்.

அரசின் கப்பல் துறையின் மூன்றாவதுபணி துறைமுகங்களைக் காப்பதும், கடல்வழி பயணிகளின் நலத்தைக் காப்பதுமாகும்.

நான்காவது பணி வரி வசூலித்தலாகும்.

அக்பர், ஔரங்கசீப் காலத்தில் வங்காளத்தில் ஒரு சிறந்த கடற்படை இருந்தது. இதன் தலைவர் டாக்காவில் இருந்தார். 768 கப்பல்களைக் கொண்ட இப்படை தனது ஆதிக்கத்தை வங்காள விரிகுடாவின் வட பகுதியில் செலுத்தி வந்தது.

இப்போதுதான் நாம் இந்திய கப்பற்படையின் சிறந்த காலத்தையும், அதன் முடிவையும் காண்கிறோம். சத்ரபதி சிவாஜியின் தலைமையில் மராட்டிய வீரர் கப்பற்படை சிறந்து விளங்கியது.

1698ல் கோனாஜி அங்கே (Angre என்ற பெயர் இப்போதைய பம்பாய் கப்பற்படை தளத்திற்கு அளிக்கப் பட்டுள்ளது. இது 1950க்கு முன்னர் டல்ஹௌஸி என்றழைக்கப்பட்டது) மராட்டிய கப்பற்படைத் தலைவன் ஆனான். Darya saranga என்ற பட்டமும் அளிக்கப்பட்டது. (கடலின் தலைவன் அட்மிரல் என்ற பொருள்). பம்பாயினின்று

வெங்குர்லா என்ற துறைமுகம் வரை அங்ரேயின் படை காத்துவந்தது. ஒவ்வொரு கப்பலும் 30லிருந்து 40 வரை பீரங்கிகளை வைத்திருந்தது. ஐரோப்பியர்களின் கப்பல்கள் தாக்கப்பட்டு அழிக்கப்பட்டன. 1707ல் 'பம்பாய்' என்ற ஆங்கிலக் கப்பல் மூழ்கடிக்கப்பட்டது. இது தொடர்ந்து நடத்தப்பட்டது. 1729ல் கோனாஜி அங்ரே இறந்தவுடன், ஷம்புஜி அங்ரே தொடர்ந்தான். 1743ல் ஷம்புஜி இறந்த பிறகு, தூலாஜி கப்பற்படைத் தலைவனானான். ரெஸ்டோரேஷன் என்ற கப்பல் இவனால் தாக்கப்பட்டது. இக்கப்பல் சிறந்த பீரங்கிகளையும் மாலுமிகளையும் கொண்டதாக இருந்தபோதிலும், தூலாஜியின் தாக்குதலைச் சமாளிக்க இயலாததாயிற்று. அட்மிரல் வாட்சனும் கிளைவும் சேர்ந்து போரிட்டபோதுதான் தூலாஜியின் பல கப்பல்கள் நாசமாயின.

இத்துடன் பாரதத்தின் சுதந்திர கடற்படையும் முடிவுற்றது. 3000 வருடங்களுக்கும் மேலான கடல் வழிப்பெருமை ஆங்கிலேயரால் நசுக்கப்பட்டு இந்தியரின் ஒற்றுமையின்மையால் அழிவுற்றது.

பம்பாய் மெரீன் என்றழைக்கப்பட்ட கப்பற்படை ஆங்கிலேயரால் 1613ல் ஆரம்பிக்கப்பட்டது. இதுதான் இன்றைய கப்பற்படையின் முதற்படியாகும்.

10. இந்தியாவின் புகழ்

கடல் வழி வணிகத்தைப் பற்றி எழுதுங்கால், சிந்தியாவின் பணியைப் பற்றி எழுதாமல் இருக்க இயலாது. மடிந்து மண் மூடிப்போன இந்திய கப்பற் கலையைப் புதுப்பிக்கவும் சிறப்பிக்கவும் துணிந்தனர் சிந்தியா நிறுவனத்தார்.

சிறிது சிறிதாக, சட்டங்கள் மூலம் ஆங்கிலேயர் இந்தியாவின் கடல்வழி வணிகத்தைக் குறைக்கத் தொடங்கினர். துணிந்து, தெரிந்து, இந்தியாவின் கப்பற் கலைக்குச் சமாதி கட்டினர் ஆங்கிலேயர்.

1651ம் வருடம், கிராம்வெல் சட்டத்தின்படி, ஆசியா, அமெரிக்கா, ஆப்பிரிக்கா நாடுகளிலிருந்து ஏற்றுமதி யாகி இங்கிலாந்தில் இறக்குமதியாகும் எவ்விதப் பொருளும், பிரிட்டிஷ் கப்பல்களில் மட்டுமே வரவேண்டுமெனவும், அது பிரிட்டிஷ்காரர்களுக்குச் சொந்தமாயிருக்க வேண்டுமெனவும், அத்தகைய கப்பலில் 75 சதவிகிதமாவது பிரிட்டிஷ் பிரஜைகளாக இருக்க வேண்டுமெனவும் அறிவிக்கப்பட்டது.

இதன் பிறகு மரக்கலங்கள் மறைந்து, இரும்பும் நீராவியும் வரத் தொடங்கின. இதுதான் இந்தியக் கப்பற் கலை அழியக் கரணமாயிருந்தது என்று கூறுவாருமுளர். ஆனால் இதற்கு முன்பே கப்பற் கலை நசுக்கப்பட்டுவிட்டதுதான் உண்மையான காரணமாகும். அவ்வாறு கப்பற் கலை நசுக்கப்படாமல் இருந்திருந்தால், இந்தியாவிலும் இரும்பும் நீராவியும் கப்பல்களில் வந்திருக்கும்.

1789ல், கிழக்கிந்தியக் கம்பெனிக்குச் சாதகமாக கல்கத்தா கெஜட்டில், இந்திய தச்சர்களோ, பணிமனையினரோ, கொல்லரோ, கப்பல்களில் வேலை செய்ய இயலாதென உத்தரவு பிறப்பிக்கப்பட்டது.

லண்டனில் இந்தியாவில் கட்டப்பட்ட கப்பல்கள் வந்தனவாயின், எதிரிகள் கப்பல்கள் போலவே கருதப்பட்டன. ஆங்கிலேயர் தொழில் நசுக்கப்பட்டுவிடும் என அவர் பயந்தனர்.

சர் வில்லியம் டிக்பி என்பவர் பின்வருமாறு கூறினார்: "புராதன கலைஞர்களின் கலை இந்தியாவில் அழிக்கப்பட்டு விட்டது. அதுமட்டுமல்ல; இந்தியக் கடலில் செல்லும் கப்பல்கள் ஆங்கிலேயருக்குச் சொந்தமானவை; அதிகாரிகள் ஆங்கிலேயர், நாம் இந்தியரைக் கறக்கிறோம்."

பிரிட்டிஷ் இந்தியா கம்பெனி 1862ல் உருவாயிற்று. அதற்கு முன்பு அது வேறு பெயரால் அழைக்கப்பட்டது. சர்வாதிகாரத்தாலும், உண்மைக்குப் புறம்பான செயல்களாலும், பல சட்ட நியதிகளாலும், வேறு ஒரு இந்திய கப்பற் கம்பெனியும் எழவொட்டாதவாறு செய்து, பிரிட்டிஷ் இந்தியா கம்பெனி தன்னைத்தானே முக்கியமாக்கிக் கொண்டது.

*1894*ல் ஆரம்பிக்கப்பட்ட டாடா கம்பெனி இந்த சதிகளால் நசுக்கப்பட்டது.

கப்பலோட்டிய தமிழன் வ.உ. சிதம்பரம் பிள்ளையின் சுதேசிக் கப்பல் கம்பெனி *1906*ல் ஆரம்பிக்கப்பட்டது. லோகமான்ய திலகரின் வழி பற்றி, பிள்ளையவர்கள், துணிந்து, சிறிதும் அச்சமின்றி சுதேசி கப்பல் கம்பெனியை ஆரம்பித்தார். முதல் தடவையாக கப்பற்கொடியில் வந்தேமாதரம் என்ற சொல், பொன்னெழுத்துக்களில் பொறிக்கப்பட்டது.

சதிகாரர்களின் முன் தூய வீரம், தற்காலிகமாக பலிக்கவில்லை. பிரிட்டிஷ் இந்தியா கம்பெனி சுதேசி கம்பெனியைவிடக் குறைவாகக் கட்டணம் விதித்து, துறைமுக அடிவருடி அதிகாரிகளின் தயவால், சுதேசி கம்பெனி கப்பலின் முன்பே சென்று, சிதம்பரம் பிள்ளையின் கப்பலுக்கு வருமானம் இல்லாதவாறு செய்தது.

அதற்குக் கூட்டுச் சதியில் அரசு இறங்கி, சிதம்பரம் பிள்ளையவர்களைக் கைது செய்தது. பிள்ளையவர்கள் சிறை சென்றதும், சுதேசிக் கம்பெனியும் அழிவுற்றது.

இதே நேரத்தில் ரவிந்ததிரநாத் தாகூரின் சகோதரர் ஜோதேந்திரரின் கம்பெனியும், இதே முறையில் மூடப்பட்டது.

*1919*ல் சிந்தியா கப்பல் கம்பெனி நிறுவப்பட்டது. வால்சந்த் என்றவர், நவரோத்தம் மொரார்ஜி என்பவருடன் கலந்து எஸ்.எஸ். லாயல்டி என்ற கப்பலை வாங்கினார்.

*1919*ம் வருடம் ஏப்ரல் மாதம் 5ந்தேதி முதன் முதலாக, இந்திய பாஸஞ்சர் கப்பலான 'லாயல்டி', பம்பாயைவிட்டு இங்கிலாந்தை நோக்கிப் புறப்பட்டது. இதுதான் முதல் தடவை இந்தியருக்குச் சொந்தமான நீராவிக் கப்பல் இந்தியாவிலிருந்து இங்கிலாந்து சென்றதாகும். ஆகையால்தான் இன்றும், ஏப்ரல் மாதம் 5ம் தேதி வணிகக் கப்பல் தினமாகக் கொண்டாடப் படுகிறது.

ஆனால் லாயல்டி இங்கிலாந்தை அடைந்த பிறகு அங்குள்ள கம்பெனிகள், இக்கப்பலுக்கு ஒருவிதமான சரக்கோ, பிரயாணிகளோ வராதிருக்க முயற்சி செய்தன. ஆனால், ஒன்றிலும் தயங்காத, தளரா நெஞ்சம் கொண்ட நவரோத்தம்

மொரார்ஜியும், வால்சந்தும் தம் பணம் கொண்டே சரக்குகள் வாங்கிக்கொண்டு 352 பயணிகளுடன் திரும்பினர்.

ஆனால், விரைவிலேயே நஷ்டம் பொறுக்காது லாயல்டி கைவிடப்பட வேண்டியதாயிற்று. 1923ல் இக்கப்பல் விற்கப்பட்டுவிட்டது!

1923க்குப் பிறகு ஜலதூதுர், ஜலதரங்க் என்ற இரு கப்பல்களுடன் சிந்தியா வணிகத்தைத் தீவிரமாக நடத்த ஆரம்பித்து வெற்றி பெற்றது. இதைத் தகர்க்க மற்றுமொருமுறை பிரிட்டிஷ் இந்தியா கம்பெனி முயன்று, 20ரூ. கட்டணத்தை (ஒரு டன்னுக்கு) 5 ரூபாயாகக் குறைத்தது. இதனுடன் சிந்தியா கம்பெனி மூடப்பட்டுவிடும் என்று எதிர்பார்த்த பிரிட்டிஷ் கம்பெனி ஏமாற்றமே அடைந்தது. ஏனெனில், தனது சொந்த சரக்கான அரிசியைக் கொண்டே சிந்தியா கம்பெனி வணிகத்தை ரங்கூனிலிருந்து தொடர்ந்தது. இதனால் பிரிட்டிஷ் இந்தியா கம்பெனி தன் தலையில்தானே மண் போட்டுக் கொண்டதாயிற்று.

நரோத்தம் மொரார்ஜி காலமானதும், 'யங் இந்தியா'வில் மகாத்மா காந்தி பின்வருமாறு எழுதினார்.

"நரோத்தம் மொரார்ஜியின் மறைவில் இந்தியா ஒரு சிறந்த வணிகப் பெருமகனை இழந்துவிட்டது. இவர் வணிகத்தோடு தேசப்பற்றை இணைத்தார். இவரது சிந்தியா தேசப்பற்றினாலேயே ஆரம்பிக்கப்பட்டதாகும் இது போன்ற சிறந்தவரின் மறைவு தேசத்திற்கே ஒரு பெரிய நஷ்டமாகும். அதிர்ஷ்டவசமாக, நரோத்தமரின் ஒரே மகனான சாந்திகுமார், தந்தையின் தேசப்பற்றுடன், தொழிலாளிகளின் அன்பையும் பெற்றுள்ள தால் இக்கம்பெனி திறம்பட நடக்கும் என்பதில் ஐயமில்லை."

பிரிட்டிஷ் இந்தியா கம்பெனி இந்நிலையில் (நரோத்தம் மறைவதற்கு முன்பு) சிந்தியா கம்பெனியைத் தன்னுடன் இணைத்துக்கொள்ள முயன்று பலமுறைகளைக் கையாண்டது. ஆனால், நரோத்தமரின் தேச பக்தியை நம்பிய டிரஸ்டிகள் யாவரும் இந்த ஆலோசனையை அங்கீகரிக்க வில்லை.

இதன் பிறகு எத்தனையோ விதங்களில் சிந்தியாவைத்

தகர்க்க முயன்ற பிரிட்டிஷ் இந்தியா கம்பெனி வெற்றி அடையவில்லை. இதன் முக்கிய காரணம் சிந்தியாவுக்குத் துணையாக நின்ற தேச பக்திதான்.

நரோத்தம் மொரார்ஜி பம்பாய்க்குக் காரில் சென்று கொண்டிருந்தபொழுது, லோனவாலா அருகில், நவம்பர் 5ந்தேதி 1929ம் வருடம் ஒரு விபத்துக்குள்ளாகி காலமானார்.

சுதந்திரப் போராட்டம் தீவிரமான காலை, சிந்தியா கம்பெனி மறுபடியும் தொல்லைக்குள்ளாகியது. 1930, 31,32ம் வருடங்களில் மிகுந்த நஷ்டமடைந்தது.

மகாத்மா காந்தி இதைக் குறித்து யங் இந்தியாவில் மார்ச் 1931ல் எழுதியபோது, "லங்காஷையர் மார்க்கெட் வாழ வேண்டி, இந்தியாவின் குடிசைத் தொழில் ஒழிக்கப்படுகிறது... இங்கிலாந்தின் கப்பல்துறை வாழ வேண்டிய பாரதத்தின் கப்பல் வாணிபம் நசுக்கப்படுகிறது.." எனக் குறிப்பிட்டார்.

இந்த நிலையில்தான் வால்சந்த் (சிந்தியாவின் தலைவர், நரோத்தமரின் அடுத்தவர்) கப்பற்கூடம் ஒன்று நிர்மாணித்துவிடத் திட்டமிட்டார். இது, எதிர்காலத்தை அறிந்த திட்டமாயிருந்தது. தவிரவும், மிகுந்த துணிச்சலானதாகவும் இருந்தது.

கல்கத்தாவில் கப்பற் கட்டுமிடம் நிர்மாணிக்கத் திட்டமிட்ட வால்சந்த், முதல் தோல்வியைக் கண்டார். அன்று துறைமுக அதிகாரியாய் இருந்த ஆங்கிலேயர், வால்சந்தை அடக்கிவிட, மிகுந்த அளவு கட்டணம் வாடகையாகக் கேட்டார்; கட்டமுடியாத வால்சந்த் கல்கத்தாவிலிருந்து திரும்பினார்.

அப்போது மிகச் சிறியதாய் இருந்த விசாக பட்டினம் வால்சந்தின் கவனத்தைக் கவர்ந்தது. தேசபக்தி மிகுந்த வால்சந்த் தன் மாநிலத்தையோ, மாவட்டத்தையோ பற்றி நினைக்காது, ஆந்திரப் பிரதேசத்தின் விசாகபட்டினத்தைப் பொறுக்கியெடுத்ததிலிருந்து, அந்நாளைய தேசபக்தர்களின் பரந்த மனப்பான்மையை அறியலாம்.

விசாகையில் கப்பற்கூடம் ஆரம்பிக்குங்கால், சிந்தியா கம்பெனிக்குச் சாதாரணமான உதவிகூட அரசாங்கம் தரவில்லை. புகைவண்டிப் போக்குவரத்துகூட பல விதிகளுடன்தான் தரப்பட்டது.

சிந்தியாவின் கப்பற்கட்டுதலை நசுக்க ஆங்கில அரசு புதிய முறைகளைக் கையாண்டது. உலகெங்கிலுமுள்ள கப்பற்கூடங்களில் கப்பல்களை வாங்க முடிவு செய்ததோடல்லாமல், துருக்கியில் கடன் தந்து ஒரு கூடம் கட்ட முனைந்தது.

சிறிதும் அசையாத நம்பிக்கையுடைய வால்சந்த் 1941ம் வருடம் ஜூன் மாதம் 21ந்தேதி கப்பற் கூடத்திற்கு அடிக்கல் நாட்டுவித்தார். காந்தி கிராம் என்றழைக்கப்பட்ட ஒரு township அமைத்து, ராஜேந்திரப் பிரசாதை அடிக்கல் நாட்ட வால்சந்த் அழைத்தார். இதை ஆசீர்வதித்து மகாத்மா ஒரு செய்தி அனுப்பினார்.

பல ஏமாற்றங்களினாலும் இரண்டாவது உலகப் போரில் ஜப்பான் வந்ததினாலும் விசாகையில் குண்டுகள் வீசப்பட்டதாலும், இந்தியாவின் முதல் கப்பல் 1948ல் தான் வெள்ளோட்டம் விடப்பட்டது. பிரிட்டிஷாரின் குறுகிய மனப்பான்மை ஒரு சிறிய உதாரணத்தினாலேயே தெரியும். மிகவும் கஷ்டப்பட்டு, இரும்புத் தகடுகள் சிந்தியா கப்பற் கூடத்திற்களிக்கப்பட்டபோது, யுத்தத்திற்காக வேண்டுமென்று, அவ்வாறு சிந்தியாவுக்கு ஒதுக்கப்பட்ட தகடுகளைக்கூட பிரிட்டிஷ் அரசாங்கம் எடுத்துக்கொண்டு விட்டது!

யுத்த நாளில், போருக்கென கப்பற் கூடங்களுக்கும் பிரத்தியேகமான உதவிகள் அளிக்கப்பட்டன. அதன்படி உலகத்தின் முக்கியமான எல்லா கூடங்களுக்கும், தம் தம் அரசுகளால் உதவி அளிக்கப்பட்டன. இந்நிலையில், ஒரு விதமான உதவியும் அளிக்கப்படாதது மட்டுமின்றி, பல முட்டுக்கட்டைகள் அரசால் இடப்பட்டு, இழிநிலையை, பொருளாதார ரீதியில் சிந்தியா கூடம் அடைந்தபோதும், தேசிய உணர்ச்சி ஒன்றே பலமாய்க்கொண்டு இயங்கியது.

கடைசியில், 1400டன் இரும்பு மட்டும் சிந்தியாவுக்கு அளித்தது அரசு. இது பாதி கப்பலுக்குக் கூடப் போதாத உலோகம்!

இந்தியா சுதந்திரம் அடைவதற்குச் சற்று முன்னர் தான் ஒரு கமிட்டி சி.பி. இராமசுவாமி அய்யரின் தலைமையில் அமைக்கப்பட்டது. இதன் அறிக்கைதான் முதல் தடவையாக

இந்தியரால் அளிக்கப்பட்ட அறிக்கையாகும். இதில் இந்திய கப்பல் கம்பெனிகளுக்கு அதிக சலுகைகள் அளிக்கப்பட வேண்டும் என்று கோரப்பட்டது.

ஆனால், ஜூலை 1947ல் கூட அதாவது நாம் சுதந்திரம் அடைவதற்கு ஒரு மாத முன்பு இந்திய வணிகப் பிரதிநிதித்துவம் அளிக்கப்படவில்லை! இங்கிலாந்தில் கூடிய பிரதிநிதிகளின் கூட்டத்தில், இந்தியாவிடம் போதிய கப்பல்கள் இல்லையென்ற காரணத்தால் இந்தியா சேர்த்துக் கொள்ளப்படவில்லை. இந்தியா அதிகக் கப்பல்கள் பெறாதவாறு செய்த அதே இங்கிலாந்து, இத்துரோகத்தையும் செய்தது!

அதற்குப் பிறகு சுதந்திரத்தைத் தொடர்ந்து சிந்தியா கப்பல் தளம் கட்டிய முதல் கப்பலான ஜல உஷாவை ஜவஹர்லால் நேரு மார்ச்சு மாதம் 14ந்தேதி 1948ம் வருடம் 'வெள்ளோட்டம்' செய்தார். பல நூற்றாண்டுகளாய் சிதைக்கப்பட்டு சமாதியில் இடப்பட்ட கப்பற் கலை, 1948ல்தான் இந்தியாவில் உருவெடுத்தது.

1952ல், இந்திய அரசாங்கம் கப்பற் கூடத்தைத் தனதாக்கிக்கொண்டு, 'ஹிந்துஸ்தான் ஷிப் பில்டிங் யார்ட்' என்று நாமகரணமிட்டது.

இன்றும் சிந்தியா கம்பெனி இந்தியாவின் முக்கிய கம்பெனிகளில் ஒன்றாய்த் திகழ்கிறது. தேசிய உணர்ச்சியை மையமாகக் கொண்டு ஆரம்பிக்கப்பட்ட பல கம்பெனிகளில் எல்லா தடைகளையும் முறித்துக்கொண்டு முன்னேறிய இக்கம்பெனி, 1919ல் ஆரம்பிக்கப்பட்டது 1969ல் தனது பொன்விழாவைக் கொண்டாடியது.

11. தங்கமான வங்கம்!

நாம் நினைப்பதுபோல எல்லாம் நடந்து விடுவதில்லை. சில சமயங்களில் நாம் கனவிலும் எண்ணாத நிகழ்ச்சிகள் சாதாரணமாய் நடந்து முடிந்துவிடும்பொழுது, அவைகளைப் பற்றி நினைக்கையில் சிறு கனவுகள் போலவே தோன்றுகின்றன.

நவம்பர் மாதம் 4ந்தேதி 1970ம் வருடம் நான் திரும்பவும் சிவாஜி செல்வேன் என்றோ, எனது பழைய கப்பற்படை நண்பர்களைக் காண்பேன் என்றோ நான் கனவிலும் நினைக்கவில்லை.

1970ம் ஆண்டு மார்ச்சு மாதம் யாஹ்யாவின் ஒருதலைப்பட்ட தலைமையால் ஆரம்பிக்கப்பட்டு, டிக்காகானின் அக்கிரமங்களால் வலுவாக்கப்பட்ட வங்க நாட்டின் சுதந்திர உணர்ச்சி, அவ்வருட இறுதியில் என்னை மறுபடியும் கடற்படையில் கொண்டு சேர்த்துவிடும் என்று நான் எண்ணவே இல்லை.

சிறிது சிறிதாக, ஆனால் அதிவேகமாக, தனது அக்கிரமங்களை அதிகப்படுத்திக் கொண்டே சென்ற பாகிஸ்தான், வங்காளிகளை இந்தியாவிற்குள் துரத்தியது. பல, யூதர்கள் அடைந்த துன்பங்களைப் பற்றிய, நூல்களைப் படித்தபோது நான், இவையெல்லாம் வெறும் கதைகளோ என்று ஐயப்பட்டதுண்டு. ஆனால், டிக்காகானின் கொடுமைகள் அவ்வையங்களை நீக்கிவிட்டன. நம் நாட்டை நோக்கி விரைந்த அகதிகளின் எண்ணிக்கை, வேகமாகப் பெருக ஆரம்பித்தபோது, நான் எண்ணியதுண்டு; ஒரேயடியாக, நாம் பாகிஸ்தானைத் தாக்கி நொறுக்கிவிடவேண்டும். ஆனால் அது நடக்கக்கூடிய விஷயமல்ல என்றும், ஜூன் மாதம்வரை வாதாடியதும் உண்டு.

ஜூலையில் செய்கைகள் தீவிரமடைந்தன. ஆயிரக்கணக்கான பெண்கள் கற்பழிக்கப்பட்டனர். குழந்தைகள் முதியோர் என்ற வித்தியாசம் ஏதுமின்று குரூரக் கொலைகள் நடத்தப்பட்டன. அகதிகளின் கதைகள் இரும்பு இதயங்களையும் உருக்கவாரம்பித்தன. இந்தியாவின் வாதங்கள் செவிடன் காதில் சங்காய் முடிந்த நிலையில்-

நான் விசாகபட்டினம் துறைமுகப் பாதுகாப்பு, நகர பாதுகாப்புப்பணியின் துணைத் தலைவனாக நியமிக்கப்பட்டேன். அப்போதுதான் நகர பாதுகாப்பைப் பற்றி அறிந்து கொள்ளவும் ஆரம்பித்தேன். துறைமுகத்தைப் பொறுத்தவரையில் பாதுகாப்பு முயற்சிகள் சுலபமாக இயங்க வேண்டிய பல திட்டங்களை வகுக்கும் குழுவில் இருந்தபோது, போர் வருமா என்ற கேள்வி அடிக்கடி எழுப்பப்பட்டது.

போர் வருமா. என்ற கேள்வி மறைந்து, போர் எப்போது வரும் என்ற கேள்வியாக மாறிய தருணம்தான் நான் திடீரென கடற்படையால் திருப்பி கடற்படை சேவைக்கு அழைக்கப்பட்டேன். "கடற்படை என்ன செய்யும்" என்று சிரித்துக்கொண்டே பரிகாசமாகக் கேட்ட நண்பர்களிலிருந்து, "கப்பல்களில் போக வேண்டி வராதே" என்று கவலையுடன் கேட்ட நண்பர்கள் வரை எல்லோருமே எனக்கு ஒவ்வொரு வகையில் ஊக்கமூட்டினர்.

செப்டம்பர் மாதம், அக்டோபர் மாதம் இரண்டும் கழிந்துவிட்ட நேரம் அது. போர் வராவிடில் பாகிஸ்தான் என்றுமே தொல்லை கொடுத்துக்கொண்டுதான் இருக்கும் என்று கிராமவாசிகள்கூட பேசிய காலம் அது!

நவம்பர் 2ந்தேதி நான் பெட்டி படுக்கையுடன் லோன வாலாவில் வந்திறங்கினேன்!

"ஹலோ நரசய்யா....!"

தலை முழுக்க வழுக்கையாக இருந்த வயதில் சற்றே முன்னேறியவராகக் காணப்பட்ட ஒருவர் என் கையைப் பிடித்துக் குலுக்கினார்.

வழுக்கையான தலையுடன் என் பால்ய நண்பர்கள் யாரும் இருக்கவில்லையே என்ற துணுக்கு ஒன்றுதான் எனக்கு நினைவு வந்ததே தவிர, அது யார் என்று என்னால் நிர்ணயிக்க இயலவில்லை.

"நீ மாறவேயில்லையே..." தொடர்ந்தார் அந்த நண்பர்.

திடீரென நினைவு பளிச்சிட்டது. சிவாஜி நாட்கள் மனதில் திரும்பின.

"குமார்.... குமார்.. ஐ அம் ஷ்யூர்....." என்னால் அதற்குமேல் பேச முடியவில்லை. நாங்கள் ஒருவரையொருவர் தழுவிக்கொண்டோம்.

அன்று மட்டும் சுமார் பத்து பழைய நண்பர்களைக் கண்டேன். மறுநாள் காலையில் நாங்கள் பயின்ற தொழிற் கூடங்களைக் காணச் சென்றபோது, பல பழைய ஆசிரியர்களைக் கண்டேன்.

அன்று பகல் எங்களை பம்பாய்க்கு வரச்சொல்லி தந்தி காத்திருந்தது.

பம்பாயின் வி.டி. நிலையத்தில் நாங்கள் நால்வர் எங்கள் 'கிட்பேக்'குகளுடன் நின்றுகொண்டிருந்தோம். கப்பற்படைத் தளமான 'அங்க்ரே'க்கு நான்தான் போன் செய்தேன்.

'யெஸ்! ஆபீஸர் ஆஃப் த டே ஸ்பீக்கிங்."

"ஐ ஆம் எ ரிசர்விஸ்ட்." நான் கூறிவிட்டு நாங்கள் நால்வர் வந்திருப்பதைக் கூறி எங்களுக்கு ஒரு 'டிரான்ஸ் போர்ட்' வேண்டுமெனக் கூறினேன்.

"ஐ கேனாட் புரட்யூஸ் டிரேன்ஸ் போர்ட். ப்ளீஸ் ஃபைண்ட் யுவர் ஓன்...". டக்கென வைத்தார் அந்த அதிகாரி தனது போனை.

எந்தக் காரணம் என்னை கடற்படையை வெறுக்கத் தூண்டியதோ, எந்தக் காரணம் என் போன்ற பலர் கடற்படையைவிட்டு விலக தூண்டுகோலாய் அமைந்ததோ

அதே காரணம் அதிகாரி, அதிகாரி அல்லாதவர் என்ற விஷ உணர்வு. இது ஜாதி உணர்வைவிட மோசமானது. இப்போது தலைதூக்கியது. கடற்படையை விட்டபோது நான் அதிகாரி ஆகவில்லை. ஆகையால், துறைமுகத்தில் அதிகாரியாய் இருப்பினும், கடற்படையால் நான் அதிகாரி அல்லாதவன் என்ற முறையில்தான் நடத்தப்பட்டேன். அந்த ஒரு உணர்வே எவ்வளவு சிறந்த தேச பக்தனையும் நாட்டன்பை மறக்கச் செய்துவிடும். வயதில் மிகவும் குறைந்து இருப்பினும் சூழ்நிலையால் அதிகாரி ஆகிவிட்டவர், வயதில் நிறைந்த அதிகாரி அல்லதவரிடம் நடக்கும் முறை அருவருக்கத்தக்கது. இது கடற்படையின் ஒரு பொல்லாத வியாதி. அதிகாரிகள் பலவிதமான சலுகைகள் பெறும்போது, அதிகாரிகளல்லாதவர்கள் கீழ்ச் சாதியினர் சென்ற நூற்றாண்டில் நடத்தப்பட்டது போலவே இன்னும் நடத்தப்படுகின்றனர் என்று சொன்னால் மிகையாகாது!

பம்பாயின் 'அங்க்ரே' தளத்தில் சுமார் ஐம்பது பேர் இருக்கவேண்டிய இடத்தில், நாங்கள் அதுபோல் நான்கு மடங்கினர் இருந்தோம். ஆனால், பழைய நண்பர்கள் இனிமேல் என்றுமே சந்திக்கமாட்டோம் என்று நினைத்தவர்கள் சேர்ந்தோம்.

காஷ்மீரின் வட எல்லையினின்று வந்திருந்த மோகன் சிங்கிலிருந்து, தென்னகத்தின் தெற்கு முனையின் பிள்ளை வரை எல்லா வகையினரும் வந்திருந்தனர்.

ஆனால், எல்லோருமே ஒன்றையே எதிர்நோக்கியிருந்தனர் போர்!

35 லிருந்து 45 வரை வயதில் குறிப்பிடப்பட வேண்டிய நாங்கள் எல்லோரும், வாழ்க்கையில் நன்கே இடம் பெற்றிருந்தோம். 'அங்க்ரே'யின் எல்லா தொல்லைகளையும் மறந்து, போரை ஒன்றே மையமாகக் கொண்டு எங்கெல்லாம் செல்லலாம் எனத் திட்டமிட்டுக் கொண்டு, போரில் பணிபுரிய சிறிதும் தயங்காதவாறு சிரித்து விளையாடிக் கொண்டிருந்தோம். எங்களுக்கு எல்லாவிதமான காப்பு ஊசிகளும் போடப்பட்டன. உடல் பரிசோதனை தெளிவுற நடத்தப்பட்டது.

நவம்பர் நடுவில் போர் வருவது திண்ணமென எல்லோராலும் ஏற்றுக்கொள்ளப்பட்டது. படையினரின் தேசப்பற்று திடீரென மேலெழும்பியது. போர்புரிய எல்லோருமே

சித்தமடைந்தனர். புதிதாக இந்திய கடற்படையைச் சேர்ந்த நீர்மூழ்கிக் கப்பல்களின் மாலுமிகள், போரைப் பற்றித் தீவிரமாக எண்ணலாயினர்.

எல்லோருமே, கப்பற்படை போரிட நேருமாயின், சோவியத் நாட்டிடமிருந்து சமீப வருடங்களில் வந்த கப்பல்களே துணைபுரியும் எனத் தீவிரமாக நம்பினர். அதிலும் எல்லோர் பேச்சிலும், சோவியத் நாட்டிலிருந்து இந்தியா வாங்கியுள்ள 'மிஸைல் போட்'டுகள் அடிபட்டன. இவைகள் சுமார் 50 மைல் வேகத்தில் செல்லக்கூடியவை. 40கி. மீட்டர் தூரத்தில் உள்ள கப்பல்களை நாசமாக்கக்கூடியவை. உருவத்தில் மிகச் சிறியவையான இவை, பழைய நாசகாரிக் கப்பல்களின் அருகில் பொம்மைகளாகக் காணப்பட்டன. ஆனால், நாசம் விளைபிப்பதில் இவை பழைய பல நாசகாரிக் கப்பல்களின் கூட்டுத் திறனைவிடச் சிறந்தவை!

'மார்பை முன் செலுத்தி, மோவாயைப் பின்னிழுத்து, நேராக நிமிர்ந்து நட' என்று, எங்களுக்குப் பயிற்சி சொல்லிக் கொடுக்கையில் அடிக்கடி கூறுவார்கள். அதை இப்போது நேரில் கண்டேன். நீர்மூழ்கிக் கப்பல், பேடியா (Petia) என்றவகையைச் சேர்ந்த, சோவியத்தில் கட்டப்பட்ட ஒருவகை நாசகாரிக் கப்பல்கள், மிஸையல் போட்டுகள் இவற்றைச் சேர்ந்த மாலுமிகள் ராஜ நடை கம்பீரமாகப் போட்டுச் சென்றபோது, எம்போன்ற பழைய மாலுமிகளுக்கு சற்று பொறாமையாகத் தான் இருந்தது. நாட்டுணர்ச்சி பெரிதா, ஒருவனின் தன்மான உணர்ச்சி பெரிதா என்று என்னால் நிர்ணயிக்க இயலவில்லை. ரிசர்விஸ்டுகளின் மனப்போக்கும், நிலையும் படிப்புக்குரியனவாக அமைந்தன. சுமார். ரூ. 2500 மாதச் சம்பளம் வாங்கும் பெரிய எஞ்சினியர்களிலிருந்து, சொந்தத்தொழில் நிலையங்கள் அமைத்து நடத்தியவர்கள் வரை யாவருமே இருந்தனர். சிலர் வந்தமைக்கு வருந்தினர். சிலர் அதிக மகிழ்ச்சியில் திளைத்திருந்தனர். நாங்கள் பெரியவர்களாக, மற்ற மாலுமி களால் கருதப்பட்டோம். பல கருத்து வேற்றுமைகள் பேச்சில் வந்தன.

"போர் புரிவதால் இந்தியாவுக்கு மட்டுமே நஷ்டம். பாகிஸ்தான்தான் நன்மையடையும்" என்று தீவிரவாதிகள் அல்லாதார் பேசினர்.

சிறு வயதிலிருந்து காந்தீயத்தையே மதமாகக் கொண்ட

சிலர் கட்சியில் நான் சேர்ந்தேன். "போர் முடிவு காண இயலாத வழி. ஒரு வழியே அல்ல அது" என்று நான் வாதாடினேன். "அன்பு, தெய்வீகம் இவற்றால் மட்டும் மனித குலம் வாழவேண்டும்" என்று வழிகாட்டிய காந்தியடிகள் நாடு போரில் எவ்வாறு ஈடுபட இயலும்?" என்று கேட்டேன்.

1947ல் துன்பப்பட்ட குடும்பத்தைச் சேர்ந்த மோகன் சிங் தனது மீசையை முறுக்கிக்கொண்டே, "போர்தான் ஒரே வழி. இப்போரில் பாகிஸ்தானை ஒரேயடியாக ஒழித்து விடவேண்டும்" என்று கூறியபொழுது என் கண்ணில் நீர் நிறைந்தது. "கடவுள்தான் மோகன்சிங் மனத்துள் புகுந்து இவ்வாறு எண்ணுகிறார்" என்று கூறும் என் தோழர் கீதையைக் குறிப்பிடுகிறார்.

"தர்ம ஷேத்திரத்தில், குரு ஷேத்திரத்தில் சங்குகள் முழங்க படைத்தளங்கள் இருமருங்கும் அணிவகுத்து நிற்க தளர்வுற்ற பார்த்திபன், கண்ணன் வழிகாட்ட பல நூறு மனிதர்கள் மாண்டுவிட தர்மம் வெற்றி பெற..."

தர்மம் வெற்றி பெறப் போர் தேவைதானா? போரின்றி தர்மம் வெல்ல வழி செய்ய இயலாத கடவுளால் நாம் ஆளப்படுகிறோமா என்றெல்லாம் மனம் வாட, 'போர் வராது' 'போர் வராது' என்று திரும்பித் திரும்பிச் சொல்வதால் போர் வரவே இயலாது என்று திட்டவட்டமாக நம்பிய தோழர் ஒருவர் அவ்வாறே கூறிக்கொண்டிருக்க மனவேதனையின் நடுவில், நாங்கள் எங்கு செல்லவேண்டும் என்று நிர்ணயம் செய்ய முனைந்தனர் அதிகாரிகள்.

"அவரவர்கள் தம் தம் வீட்டிற்கு அருகிலுள்ள நிலையங்களில் பணிபுரியலாம்" என்று செய்தி அறிந்தவுடன் நான் விசாகை, கிழக்கு கமாண்டின் 'பேஸ் ரிபேர் ஆர்கனைஸேஷன்' செல்ல விரும்புவதை அறிவித்தேன்.

நவம்பர் மாதம் 17ந்தேதி பம்பாயைவிட்டு நான் புறப்படுகையில், போரின் அருகாமையை யாரும் தீவிரமாக நினைக்கவில்லை.

'கூபே' ஒன்றில் பிரயாணம் செய்த எனக்கு விமானப் படை அதிகாரி ஒருவர்கூட இருந்தது, போரைப் பற்றியே பேச ஏதுவாய் அமைந்தது.

"விமானப்படையில் இந்தியாவைவிட பாகிஸ்தான் சிறந்திருப்பதாகக் கூறினார்கள் உண்மையா?"

“அப்படியொன்றுமில்லை. ஆனால், ஈரான் அமெரிக்காவிலிருந்து பெற்றுள்ள புதிதான விமானங்கள் பாகிஸ்தானுக்களிக்கப்பட்டால், விமானப்படை பலமுள்ளதாய் அமையும். ஆனால், நமது 'Gnat' விமானங்களும், 'Mig 21 ' விமானங்களும் நம் பைலட்டுகளால் நன்கு, பயிற்சியில் பயன்பட்டவை. அப்பயிற்சிகளைப் பார்த்த எனக்கு நமது பைலட்டுகளின் மீது மிகுந்த நம்பிக்கையுள்ளது. சாதாரணமாக நாம் விமானப்படையினரால் (பாகிஸ்தானின்) பாதிக்கப்பட மாட்டோம். ஆனால், வேறு எந்த நாடாவது, முக்கியமாக சீனாவாவது அல்லது அமெரிக்காவாவது குறுக்கிடின் போர் நீளலாம்..”

அவர் பேச்சிலிருந்து போர் சில நாட்கள் தூரத்திலேயே உள்ளது என்பது திண்ணமாகத் தெரிந்தது. விமானப்படையினர் போரை எதிர்நோக்கி உள்ளனர் என்றும் பாதுகாப்பு மந்திரி ஜகஜீவன்ராமின் கூற்றான, ‘இத்தடவை போர்வரின் அது பாகிஸ்தான் பூமியில்தான் நடத்தப்படும்; இந்தியாவின் மண் மீதல்ல’’ என்பது உண்மையாக எல்லோராலும் ஏற்றுக்கொள்ளப்பட்டுள்ளது என்பதையும் தெரிந்து கொண்டேன்.

“கப்பற்படையின் பங்கு அதிகமிருக்காது ஆனால் ஏன், எல்லோரையும் திருப்பி அழைத்துள்ளனர் என்றுதான் எனக்கு விளங்கவில்லை பயனற்ற வேலை என்றே நினைக்கிறேன்” என்று கூறிய என்னை, அவரது சிரிப்பு சற்று வெட்கமடையச் செய்தது.

“எப்படையினரின் பங்கு எவ்வாறமையும் என்று கூற இயலாத நிலையில் உள்ளோம். இந்த தடவை, படை தளபதிகள் மூவரும், அரசினால் ஏதும் செய்ய உரிமையளிக்கப்பட்டிருக்கின்றனர். முதல் தடவையாக, போர் படையினரது என்றும், போர் வரவேண்டுமா இல்லையா என்பதே அரசியல்வாதிகள் தீர்வு என்றும், அரசு தெரிந்துகொண்டுள்ளது. போர் தவிர்க்கமுடியாதது என்று இப்போது தெரிந்துகொண்டாய்விட்டது. இனி படையினர் கையில் அவரவர் வேலையை ஒப்புவிப்பதுதான் புத்திசாலித்தனம். இது சரியாக செய்யப்பட்டுள்ளது. இந்த நிலையில், போர்வரின், பிறகு ரிசர்விஸ்டுகளைக் கூப்பிடுவது என்பது, வெள்ளம் வந்த பிறகு அணைகட்டுவதை ஒக்கும்.

மனிதர்கள் மிருக நிலையில் இருந்து, மனிதர்களாய் நடந்து ஒருவரை ஒருவர் தமது பலத்தால் மட்டும் புரிந்துகொள்ளும் கட்டம்தான் போர். போர் ஒரு விளையாட்டல்ல சரித்திரத்தின் திருப்பம் பொருளாதாரத்தின் ஒரு சரிவு. திட்டங்களின் தோல்வி கிட்டத்தட்ட விஷ வைத்தியம், ஆனால், அது தேவையா இல்லையா என்பதைவிட, அத்தேவையை எவ்வளவு வேகமாக செய்து முடித்துவிட வேண்டும் என்பதுதான் முக்கியம். வேகமாக செய்து முடிக்கத்தான் வருடக்கணக்கில், கோடிக்கணக்கில் செலவழித்து, பயிற்சிகள் அளிக்கப் படுகின்றன. அரசியல்வாதிகள் திறமை, போர் வராது தடுப்பதில் உள்ளது. ஆனால், அதற்காக, தன்மானத்தை விட்டுவிடக் கூடாது. நாம் இங்கு எதற்காகப் போர் என்று கேட்பதைவிட, நமது கடமையைத் திறமையாகச் செய்து முடிப்பதையே நினைவுறுத்திக் கொள்ளவேண்டும்..”

அவர் பேச்சு எனக்கு விருந்தாய் அமைந்தது. பல வேறுபட்ட காரணங்களால் வருந்தியிருந்த என் உள்ளம் சற்று பெருமிதப்பட்டது. சரித்திரத்தின் ஒரு திருப்பத்தில் பங்கு கொண்டுள்ளேன் என்ற நினைவு, வாழ்வின் சூனியத்தை அகற்றி அதற்கு ஒரு அர்த்தத்தை அளித்தது.

‘சோனார் பங்களா’; தங்கமான வங்கம். தாகூரின் பாட்டு தனது ஜாதீய கீதமாயமைய, தேசிய உணர்வே உணவாய் அமைய, மெலிந்த உருவங்கள் பலத்த உள்ளங்களுடன்கூடி, ‘முக்தி பாஹினி’ என்ற படையை அமைத்து வங்க நாட்டினர் தமது சுதந்திரப் போரைத் தீவிரமாக்கினர்.

உலகத்தின் பல தலைவர்கள் யாஹ்யாகானை எச்சரித்தனர். யாஹ்யாவோ தனது முட்டாள்தனமான வழிகளை விடாது தொடர்ந்தான். பங்கபந்து சிறையில் வாடினார்.

நான் விசாகையில் கிழக்குக் கமாண்டில் சேர்ந்தேன். முக்கியமான பல வேலைகளில் பங்கேற்றேன்.

கிழக்குப் பகுதியில் அடிக்கடி நம் நாட்டினுள் புகுந்து கொண்டிருந்த மூன்று விமானங்கள், ஒருநாள் நமது மூன்று இளம் விமானிகளால் சுட்டு வீழ்த்தப்பட்ட செய்தி முதலில் கிழக்குக் கமாண்டுக்குக் கிடைத்தவுடன்

"The baloon is up.." என்று என்னைக் கூப்பிட்டழைத்த என் அதிகாரி ஒருவர் கூறினார். எங்கள் ‘ஆர்கனைசேஷன்’

வேகமாக வேலை செய்ய ஆரம்பித்தது. திடீரென ஒருநாள் கப்பல்களெல்லாம் கடலுக்குச் செலுத்தப்பட்டன.

டிசம்பர் மாதம் 3ந்தேதி ஒரு முக்கியமான நாள். தனது படைபலத்தை வெகுவாக நம்பிவிட்ட பாகிஸ்தான், சற்றும் காரணமின்றி இந்தியாவைத் தாக்கியது. இந்தத் தாக்குதல் இஸ்ரேல் எகிப்து நாட்டைத் தாக்கியதுபோல அமையவேண்டும் என்றெண்ணி, தனது விமான, தரை, கடற்படைகளைத் திட்டமிட்டு ஏவியது.

அத்திட்டத்தின்படி, விமானப்படை மேற்கரங்கில் முக்கியமான எல்லா இந்திய விமான தளங்களையும் தாக்க வேண்டுமென்றும், கடற்படையின் மிகப் பெரிய நீர்மூழ்கிக் கப்பலான 'காஸி' (GHAZI) விசாகப்பட்டினத்தைத் தாக்க வேண்டுமென்றும், அதே நேரத்தில் தரைப்படை முன்னேற வேண்டுமென்றும் ஏற்பாடாயிற்று. பாகிஸ்தானின் சதிகாரத் திட்டம் புதிதல்ல என்பது 'காஸி' நவம்பர் மாதம் 13ந் தேதியே கராச்சியினின்றும் புறப்பட்டதிலிருந்து அறியப்படும்.

'காஸி' ('நம்பிக்கையைக் காப்போன்') என்ற பெயரைக்கொண்ட இந்த நீர்மூழ்கிக் கப்பல் 1964ல் பாகிஸ்தானுக்கு அமெரிக்காவால் பயிற்சிக்கென அளிக்கப்பட்டது. 'டெஞ்ச்' வகுப்பைச் சேர்ந்த இந்த நீர்மூழ்கிக் கப்பல் அமெரிக்காவின் போர்ட்ஸ்மத் நேவல் டாக்யார்டில் கட்டப்பட்டது. 2410டன் எடையுள்ள இக்கப்பல் கடற்பரப்பில் 20 நாட்டுகள் வேகத்திலும் நீரினுள் 10 நாட்டுகள் வேகத்திலும் செல்லக்கூடியது. பத்து டார்பிடோக்களை உடைய 'காஸி' 89 பேரைத் தன்னுள் கொண்டது.

"விக்ராந்தை மூழ்கடிக்காமல் திரும்பேன்" என்று சத்தியமேற்றுக்கொண்டதாகக் கூறப்படும் இக்கப்பலின் கேப்டன் விசாகப்பட்டினத் துறைமுகத்தில் கண்ணி வைக்கவும், விக்ராந்தைத் தாக்கவும் போர் ஆரம்பிக்கு முன்னரே, விசாகையின் அருகில் காத்திருந்தான். சதிகாரத் திட்டமொன்று உருவாகி உள்ளதென அறிந்திருந்த நமது கடற்படை, 3ந்தேதி இரவு தனது கப்பல்களையெல்லாம் வெளியில் அனுப்பிவிட்டது. விக்ராந்த் இருந்த திசையை நோக்கிச் சில கப்பல்கள் செல்ல, மற்ற இரு கப்பல்கள் வேறு ஒரு இரகசியப் பணியின்கீழ் மற்ற திசையை நோக்கின.

அவற்றில் ஒன்றுதான் 'காஸி'யின் அருகில் சென்ற போது

ஒரு நீர்மூழ்கிக் கப்பல் இருப்பதாகக் கண்டு, அதன் மேல் 'டெப்த் சார்ஜ்'களை வீசிவிட்டு, திரும்பிக் காணநேரமின்மையால் வேகமாகச் சென்றுவிட்டது.

பிரதம மந்திரி திருமதி இந்திராகாந்தி தனது பேச்சை நடு இரவில் ஆல் இந்தியா ரேடியோவில் அளிப்பதற்கு சற்று முன்னர் ஒரு வெடிச் சத்தம் விசாகையின் கிழக்கில் கேட்டது. வெளித் துறைமுகத்தின் கட்டடவேலை நடந்து கொண்டிருக்கும் அந்நேரத்தில் இந்த சத்தம், பாறைகள் வெடிக்கப்படும் 'யாரடா' என்ற மலையிலிருந்து வருவதாகவே எல்லோராலும் கருதப்பட்டது. கடலருகில் இருக்கும் வீடுகளின் கதவுகள்கூட அதிர்ந்தன. ஆனால் எல்லோரும் இதை ஒரு கப்பலின் முடிவெனக் கருதவில்லை.

விசாகப்பட்டினத்தின் கரை பாதுகாப்புக் குழுவினர் (Coast battery) துறைமுகத்தினின்றும் மீன்பிடிக்கச் செல்லும் ஆயிரக்கணக்கான செம்படவர்களுக்கு, கரையோரமாக ஏதேனும் பொருள் மிதந்து வந்தால் உடனே, தமக்குத் தெரிவிக்குமாறு சொல்லியிருந்தனர்.

கதை எழுதுவது போலவே, செம்படவர்கள் இருவர், தாம் மீன்பிடிக்கச் செல்கையில் கண்டெடுத்ததாகக் கூறி கடற்படையினருக்கு அளித்த பொருள், ஒரு 'லைப் ஜாக்கட்' டாக அமைந்தது. டிசம்பர் நாலாம் தேதியன்று கடற்படைக்களிக்கப்பட்ட அப்பொருள், அதாவது 'லைப் ஜாக்கட்', கடற்படையையே ஒரு கலக்கு கலக்கியது. அந்த உயிர் காக்கும் ஜாக்கட்டின்மீது அமெரிக்காவில் செய்யப்பட்டது என எழுதியிருந்தமையே இதற்குக் காரணம்.

ஐ.என்.எஸ். நிஸ்தார் என்னும் கப்பல், நீர்மூழ்கிக் கப்பல்களைக் காப்பதற்காக, அவற்றிற்கு ஆபத்து நேரும் சமயம் துணைபுரிவதற்காக, இந்திய கப்பற்படையால் சோவியத் நாட்டினின்றும் வாங்கப்பட்ட கப்பல். இக்கப்பலில் மூழ்கிவிட்ட நீர்மூழ்கிக் கப்பல்களுக்கு உதவிபுரிய வேண்டிய பல சாதனங்கள் இருக்கின்றன. இக்கப்பல் உடனே செம்படவர்கள் காட்டிய இடம் நோக்கி அனுப்பப்பட்டது. இதில் உள்ள 'Divers' நீரினுள் சென்று ஆராய்ந்தபிறகு 'காஸி' தான் மூழ்கடிக்கப்பட்டதென தீர்மானிக்கப்பட்டது. நான்கு நாட்கள் கடுமையாக உழைத்த பிறகு, 'காஸி' யினின்று மூன்று

சடலங்கள், அக்கப்பலின் கொடி, இன்னும் பல முக்கிய சாமான்கள் எடுக்கப்பட்டன.

அச்சடலங்கள், கடலில் செல்லுவோருக்கு அளிக்கப்படவேண்டிய முழு மரியாதைகளுடன் கடலில் அடக்கம் செய்யப்பட்டன.

பல சாமான்கள் பிறகு வெளி வந்தன. எல்லாவற்றாலும் 'காஸி'யின் கதை நிர்ணயிக்கப்பட்டது. எல்லாவற்றிலும் முக்கியமாக அவர்களது 'சார்ட்'டுகள் மூலம், 'காஸி '13ந்தேதி நவம்பர் 19-30 மணிக்கு (மாலை 7 1/2) கராச்சியைவிட்டுப் புறப்பட்டதும், பிறகு சென்னையைச் சுற்றி விக்ராந்துக்காக வட்டமிட்டதும், பிறகு நீரில் சமாதியடையும் முன்னர் விசாகப்பட்டினம், கலிங்க பட்டினம் இவற்றிற்கிடையில் இரண்டு நாட்கள் ரோந்து சுற்றியதும் தெரிந்தது.

எடுக்கப்பட்ட சடலம் ஒன்றின்மீது ஒரு உருது பாடல் எழுதப்பட்ட காகிதத் துண்டு இருந்தது. 'வீட்டைவிட்டு வெகுதூரம் செல்கிறோம்; திரும்புவோமா என்று அறியோம்' என்று எழுதப்பட்டிருந்தது.

'நம்பிக்கையைக் காப்போன்' என்று நாமகரணமிடப்பட்ட இக்கப்பல் தனது சதிகாரச் செயலால் தானே புதைக்கப்பட்டுவிட்டது. தர்மத்தின் வெற்றிக்கு அடையாளமாக அமைந்தது.

கிழக்குக் கமாண்டின் விக்ராந்த், சிட்டகாங் துறைமுகத்தில் தனது விமானங்களால், கைவரிசையைக் காட்டிற்று. தப்பியோடவிருந்த பல 'Gun Boat' களை இவ்விமானங்கள் மூழ்கடித்தன. கிழக்கரங்கில் தரைப்படை தனது சாகஸங்களை நன்கு புரிய துணையாய் அமைந்தது கிழக்குக் கடற்படை. விமானப்படை முன்னரேயே தனது திறத்தைக் காட்டிவிட்டது. பதினாலு நாட்களில் முன்னேறி பாகிஸ்தான் படையினரைச் சரணாகதி அடையவைத்த பெருமை முப்படைகளையும் சாரும். முப்படையினரும் ஒரே தருணத்தில் சிறிதும் தளர்வின்றி செய்த சாதனையே இவ்வெற்றி.

நடுவில், அமெரிக்காவின் ஏழாவது கப்பற்படை வங்காள விரிகுடாவைநோக்கி வருவதாகத் தெரிந்தபோதுதான் நம் கடற்படையின் வீரம் வெளிப்பட்டது. ஏழாவது குழுவின் தலைமைக் கப்பலான 'எண்டர்பிரைஸ்' அணுசக்தியால்

இயக்கப்படுவது. இது மிகப் பெரிய விமானந்தாங்கிக் கப்பலாகும். இதன் முன்னர் விக்ராந்த் மிகச் சிறியதாகும். எனினும் விக்ராந்தின் மாலுமிகளும், அதிகாரிகளும் எதற்கும் தயாராயினர். விக்ராந்தைக் காத்துவந்த மற்ற கப்பல்களும் தயாராயின.

இந்நேரத்தில்தான், விக்ராந்தைத் தாக்கவந்த மற்றொரு பாகிஸ்தானின் நீர்மூழ்கிக் கப்பல் (டாப்னே கிளாஸைச் சேர்ந்தது) வங்காள விரிகுடாவில் மூழ்கடிக்கப்பட்டது. கிழக்குக் கமாண்டின் கப்பல்கள் ஒன்றுகூடப் பழுதடைய வில்லை. பல வணிகக் கப்பல்கள், பாகிஸ்தானின் படைப் பொருளை எடுத்துச் செல்பவை, மூழ்கடிக்கப்பட்டன.

மேற்கரங்கில் நிலவரம் சற்று வேறு விதமாக அமைந்திருந்தது. அங்கு பாகிஸ்தானின் முழு கப்பற்படையும் இருந்தது. தரைப்படையும் பாகிஸ்தானின் முழு பலத்தையும் எதிர்க்க வேண்டியதாயிற்று.

கடற்படையின் தீவிரமான போர் முதல் வாரத்திலேயே தெரிந்துவிட்டது. பம்பாயினின்றும் புறப்பட்ட மேற்கு கமாண்டின் கப்பல்கள், நல்ல தலைமையின்கீழ், வீரத்துடன் கராச்சி துறைமுகத்தையே தாக்கின. வெளிவந்த பாகிஸ்தானின் கப்பல்களில் இரண்டு நாசகாரிக் கப்பல்கள், ஷாஜஹான், கைபர் என்பவை மூழ்கடிக்கப்பட்டன! இரண்டாவது உலகப்போரில்கூட இவ்வளவு குறுகிய நேரத்தில் இத்தனை நாசகாரிகள் மூழ்கடிக்கப்பட்டதில்லை யெனலாம். மேற்கு கமாண்டின் திறமைமிக்க 'மிஸைல்போட்டு'கள் இதற்குக் காரணமாயமைந்தன. 'ஷாஜஹான்' என்ற நாசகாரிக் கப்பல், இந்தியாவின் பழைய நாசகாரிக் கப்பல்களான ராணா, ரஞ்சித் முதலியவை போன்றது. பாபர் என்ற 'க்ரூய்ஸர்' கூட சேதமடைந்தது. இவற்றால், பாகிஸ்தானின் கப்பற்படை தலைமையகத்தில் குழப்பமேற்பட்டது.

இந்நிலையில்தான் இந்திய கப்பற்படையின் முதல் நஷ்டம் விளைந்தது. ஐ.என்.எஸ்.குக்ரி எனப்படும் ஒரு Anti Submarine frigate, நீர்மூழ்கிக் கப்பலொன்றால் மூழ்கடிக்கப்பட்டது. மாலை நேரத்தில், அன்றெல்லாம் திறம்பட ஓடி, சற்றே குறைந்த வேகத்துடன் சென்று கொண்டிருந்த குக்ரீயின் கதை மூன்று நிமிடங்களில் முடிந்துவிட்டது.

தனதுள் சுமார் நூறுக்கும்மேலான மாலுமிகளுடன்

ஐ.என்.எஸ். குக்ரி அரபுக்கடலால் ஐக்கியம் செய்து கொள்ளப்பட்டபோது, அதனுள் இருந்த ஒரு ஈ.ஆர்.ஏ. கூட வெளிவர இயலவில்லை. எனக்குத் தெரிந்த நண்பரொருவர் அதனுடன் சென்றுவிட்டார். காப்பாற்றப்பட்ட பல மாலுமிகள் தமது நண்பர்களின் துயரக் கதையை இன்னும் கூறிக்கொண்டுள்ளனர்.

மூன்று டார்பிடோக்களால் நாசமாக்கப்பட்ட 'குக்ரீயைச் சுற்றியிருந்த மற்ற கப்பல்கள், எவ்வளவோ முயன்றும் அந்த நீர்மூழ்கிக் கப்பலைக் காண இயலவில்லை. குக்ரியின் காப்டன், முல்லா என்பவர், கப்பலுடன் மூழ்கிவிட்டார். அவருக்குக் கப்பல் மூழ்கிய பின்னர் தான் மட்டும் வாழ விருப்பமிருக்கவில்லை.

நான் தினமும் காலை 'பேஸ் ரிபேர் ஆர்கனைசேஷனுக்'குச் சென்று கடலிலிருந்து திரும்பிவரும் கப்பல்களின் ரிப்பேர் முதலியவற்றைப் பார்த்து கொண்டிருந்தேன். ஏதோ ஒருவிதத்தில் கடற்படையில், இந்தப் போரில் சேவை புரிய நேர்ந்தமைக்கு மகிழ்கிறேன். மாலுமிகள், சிவிலியன்கள் எல்லோருமே, சற்றும் தயக்கமின்றி, எந்த விதப் பணியும் செய்யத் தயாராய் இருந்ததை நேரில் கண்டேன். அதேபோல, போர்புரியும்போது, கட்டுப்பாட்டுடன் கப்பல்கள் நடந்தமை, கேட்பதற்கு விருந்தாய் இருந்தது.

நடுவில் அவசரப் பழுதுபார்க்க, சில மணி நேரங்களே விசாகைத் துறைமுகத்திற்கு வந்திருந்த கப்பலொன்றின் மாலுமிகள், விரைவில் திரும்பி, போர்க்களத்திற்குச் செல்ல விழைவதைக் கண்டபோது எனக்கு ஒரு மனநிறைவு ஏற்பட்டது. நமது கப்பற்படை போர்புரியும் திறமை வாய்ந்ததா என்ற எனது பழைய கேள்வி ஒன்றுக்கு விடை எனக்குக் கிடைத்துவிட்டது.

தங்கமான வங்கம் விடுவிக்கப்பட்டவுடன், நகர பாதுகாப்புப்பணி தனது தீவிரத்தை விசாகையில் குறைத்துக் கொண்டது.

கிழக்கு கமாண்ட் தனது காவல் பணியையும் தொடர்ந்து சிட்டகாங் சால்னா துறைமுகங்களைப் பாதுகாத்து, செய்யவேண்டிய பணிகளையும் செய்து வந்தது. கிழக்கு கமாண்டின் தலைவர் வைஸ் அட்மிரல் கிருஷ்ணனுக்கு, பாகிஸ்தானின் ரியர் அட்மிரல் தனது ரிவால்வரை அளித்துச்

சரணாகதி அடைந்தார். அத்துடன் பாகிஸ்தான் கிழக்கில் வைத்திருந்த கடற்படை அணி, பங்களா தேசத்திற்கு அளிக்கப்பட்டது. சிறு குழு ஒன்று, இந்தியாவின் அதிகாரிகளும் மாலுமிகளும் கொண்டது சிட்டகாங்கில், வங்க தேசத்திற்கு உதவி புரிய அமைக்கப்பட்டு மூன்று மாதங்களுக்கு அங்கு முகாமமைத்தது.

ஜனவரி மாதம் 6-ந்தேதி பம்பாயிலிருந்து எனக்குத் தந்தியொன்று வந்தது. அதன்படி உடனே, ரிலீஸூக்கு பம்பாய் வர விதித்திருந்தது.

பம்பாய் திரும்பவும் அங்ரே - ஹிப்பிகளின் தயவால் 'பாட்' புகைபிடிக்கும் புது தலைமுறை மாலுமிகளைக் கண்டேன். பல வகைப்பட்ட மாலுமிகள் - பாதுகாப்பு மந்திரி ஜகஜீவன்ராமுடன் பகலுணவு - எல்லாமே மிக வேகமாக முடிந்துவிட்டன.

ஜனவரி 15-ந்தேதி கடைசியாக கடற்படையினின்றும் (இரண்டாவது தடவையாக) ரிலீஸ் ஆகி வீடு திரும்புகிறேன். பம்பாயின் வி.டி.நிலையம் அதே உணர்வுகள், அதே நினைவுகள்.

இன்னும் எனக்குப் புரியவில்லை. கப்பற்படையை வெறுக்கிறேனோ அல்லது விரும்புகிறேனோ என்று. அதிகாரிகள் அதிகாரிகளல்லார் உறவை நினைக்கும்போது வெறுப்புதான் அதிகமாகிறது. ஆனால் எல்லாவற்றிற்கும் மேலாக நாம் இந்தியாவின் புகழை நிலைநாட்டிய திருப்பணியில் ஒரு சிறு பங்காவது ஏற்றுக்கொண்டோமே என்ற உணர்வு மேலிடும்போது, வேறாகி விடுகிறேன் பெருமையுடன் கடற்படையைப் பற்றிச் சொல்லிக் கொள்கிறேன்.

திரும்பும்போது முதல் வகுப்பில் இரண்டு பிரயாணிகளுக்கு நான் சொல்லி வந்ததுபோல:-

"ஹோமிங் டார்பிடோ தனது குறியை நோக்கிச் செல்லும். குறியைத் தேடிக்கொண்டு செல்லும் தன்மை வாய்ந்தது."

வாயைப் பிளந்து கொண்டு அவர்கள் கேட்கிறார்கள்.

"ராக்கட் என்பது ஒரு புரொஜக்டைல். அது சுடப்பட்ட பின்னரும், தனது சொந்த இயக்கு சக்தியால் செல்லவல்லது;

ஆகையால், அதன் சேதம் விளைவிக்கும் தன்மை அதிகமாகும்..”

“மிஸைல் போட் என்றால் என்ன?”

அதே கேள்விகள், அதே பதில்கள். வண்டியின் ‘தடக் தடக்’ என்ற சத்தத்துடன் எனது ‘நேவி நேவி’ என்ற சொற்கள் ஐக்கியமாகின்றன.

சிறிது நேரத்தில் என் வாய்மட்டும் பேசிவர, அதற்குக் கைகள் அபிநயம் பிடிக்க, வண்டியின் ‘தடக் தடக்’ சுருதி கூட்ட, ஒரு கச்சேரியே நடந்து கொண்டிருக்கிறது. சுவை கூட்ட சிறிது கற்பனையையும் சேர்த்துக் கொள்கிறேன்.

என் மனம் திடீரென்று அவ்வாறு கச்சேரி செய்து கொண்டிருக்கும் என்னுள்ளிருந்து தாவி, அவ்வண்டியின் வேகத்தையும் தூளென மதித்து, குளிர்நிறைந்த டிசம்பர் மாதத்தின் நாளொன்றில், கடலால் ஊஞ்சலாக ஆட்டப்பட்டு செல்லும் ‘குக்ரி’யின் இஞ்சின் ரூமுக்குள் சென்று விட்டது. ‘டர்பைனின் ஓவென்ற இரைச்சலின் நடுவில் ‘உஸ்’ஸென்று எங்கோ நீராவி வெளியேறும் சத்தம். நான் தான் ‘ட்யூடி ஈ.ஆர்.ஏ’ எஞ்சின் ரூமில் அத்தனை சத்தத்திற்கும் இடையில், சற்று அத்தனை இடைஞ்சலினின்றும் தப்பி, வீட்டையும் நண்பர்களையும் பற்றி நினைத்துக்கொண்டிருக்கும் ஈ.ஆர்.ஏ. ஆகிவிடுகிறேன். போரின் கதைகளைப் பற்றி வீட்டில் கூறலாம். இப்போது மணி மாலை ஆறு. பகலும் இரவும் கூடும் நேரம்.

இரணியனை நரசிம்மன் கொன்ற நேரம். ஏனோ சாவைப் பற்றி நினைக்கும் அந்த ஈ.ஆர்.ஏ. ஆகிவிடுகிறேன்.

திடீரென நண்பனொருவன் ‘பிரிமானிஷன்’ என்ற ஆங்கில வார்த்தைக்குப் பொருள் கேட்பான்.

“சீப், அங்கே எக்ஸ்ட்ராக்ஷன் பம்பு சற்று தொல்லை கொடுக்கிறது.”

என்னுடன் இருக்கும் ஒரே வாட்ச்கீப்பர். எனது தொப்பியை மறுபடி அணிந்துகொண்டு அங்கு செல்கிறேன். நீராவி நீராகி சொட்டும்போது, தலையில் விழுந்தால், என்ன செய்வது! அதற்குத்தான் தொப்பி. ஆனால், திடீரென ஒரு எண்ணம். சூடு, குளிர் இவை ஒரு உணர்வுதாமே - ஆனந்தம் வருத்தம் இவைகள் ஒரு தன்மைதாமே - உண்மை இவற்றைத் தாண்டி வருகிறது.

வெற்றி. நமக்கு வெற்றி கிடைப்பது நிச்சயம். இறந்துவிட்ட பின்னர் வெற்றியும் தோல்வியும் யாருக்கு வேண்டும்?

நல்ல காரியம் சாதித்து இறந்துவிடவேண்டும். அப்போது நம்மைப்பற்றி எல்லோரும் நன்கு பேசிக்கொள்வார்கள். ஆனால், நம்மைப் பற்றி நன்கு பேசிக்கொள்வதை நாம் கேட்க முடியாவிட்டால், அவர்கள் பேசி என்ன பயன்? முகஸ்துதியும் பொறாமையும் எல்லோரும் விரும்புவதுதான். சிலர் முகஸ்துதியை அதிகம் விரும்புகிறார்கள். சிலர் பெருமைக்காக எதுவும் செய்யத் தயங்குவதில்லை.

இவ்வெற்றியில் பங்குகொண்டு நாம் வீடு செல்லும் போது எத்துணை பெருமை நம் வீட்டாருக்கு!

இவையெல்லாம் நாம் நினைப்பவை. ஆனால், பெருமையும் சிறுமையும் யாரால் முடிவு செய்யப்படுபவை?

'தம்!' ஒரு பெரிய அதிர்ச்சி! அந்த ஈ.ஆர்.ஏ. கையில் பிடித்த ஸ்பானருடன் மேலேயும் கீழேயும் நோக்குகிறான். அவன் மனத்தில் நான், என்னை வெளியே தள்ளிவிடும் அளவுக்கு பீதி; மனம் நிறைய பீதி. ஒரே தாவில் அங்கிருந்த ஒரே வாட்ச்கீப்பர் இரும்பு ஏணியை நோக்கிச் சென்றுவிட்டான்.

அந்த ஈ.ஆர்.ஏ. அவன் மனதில் நான். பயமும் பீதியும். அந்த வாட்ச்கீப்பர் மேல்நோக்கிச் சென்று மறையும் தருணம். ஓட விழைகிறது அவன் மனம்.

ஆனால், ஒரு கண்கொள்ளாக் காட்சி.

திடீரென எஞ்சின் ரூமில் ஒரு Whirl pool. சுழன்று சுழன்று மேலேறும் தண்ணீரின் அழகு. மடங்கி ஒடிந்து விழும் இரும்பு ஏணிகள், பைப்புகள், காது செவிடாகும்படி, திடீரென குளிர்நீர் பட்டதால் வெடிக்கும் டர்பைனின் ஒரு பகுதி. காற்றில் இரும்புத் தகடுகள் பறக்கின்றன. விளக்குகள் இப்போதுதான் அணைகின்றன. என் காலுக்கடியில்இருக்கும் இரும்புத் தகடுகள் பிரிகின்றன.

இறக்கப்போவதற்கு இன்னும் ஓரிரு கணங்களே இருக்கின்றன. அந்த ஈ.ஆர்.ஏயின் மனத்துள் இருந்து அவன் எண்ணங்களை வேடிக்கை பார்க்கிறேன். நேரத்துக்கும் எண்ணுவதற்கும் சம்பந்தமேயில்லை. ஏனெனில்,

அச்சிறுநேரத்தில் அம்மனம் எவ்வளவு நிகழ்ச்சிகளை நினைத்துவிட்டது!

அம்மம்மா! எவ்வளவு குளிர். உலர்ந்த உடல் ஈரமாக்கப்படுகிறது. சொம்பினால் மொண்டு ஊற்றிக்கொள்வது போலல்ல. குற்றாலத்தில் குளிப்பதுபோல. ஆனால், அந்த நீர் வீழ்ச்சி மட்டும் தலைகீழாக இப்போது உள்ளது! நீர் வீழ்ச்சி எவ்வாறு தலைகீழாக மாறும்!

வீட்டிற்கு செய்தி அனுப்புவார்கள். 'மிஸ்ஸிங்' என்று தான் எழுதுவார்கள். இறந்துவிட்டதாக என்றுமே எழுத மாட்டார்கள். சடலம் கிடைத்தால்தான் அவ்வாறு எழுதுவார்களாம். குக்ரி தன்னுள் அடக்கம் செய்துகொண்டு விடும்போது சடலம் எவ்வாறு கிடைக்கும்? குக்ரி 'மிஸ்ஸிங்' என்றா எழுதுவார்கள்?

வீட்டில் சகோதரர்கள் கண்ணீர் வடிப்பார்கள்.

திடீரென ஒரு பெரிய அழுத்தம். 'தம்'மென்று மற்றொரு சப்தம்.

பயமும் பீதியும் மிகுந்துவிட, அந்த ஈ.ஆர்.ஏ. தனது குடும்பக் கடவுளை நினைக்க விட்டுவிட்டு வருகிறேன். ஒரே ஈரம். இருட்டு. கடலுள் இருட்டைத் தவிர வேறென்ன இருக்கும். அந்த ஈ.ஆர்.ஏ. உடும்புப்பிடியாக ஒரு கம்பியைப் பிடித்துக் கொள்வதைப் பார்க்கிறேன். அந்த இரும்பு மிதக்காது. கடலுள் சென்று கொண்டிருக்கிறது என்று எவ்வாறு அவனுக்குச் சொல்வது?

சில கணங்களுள் ஆண்டவன் திருப்தி அடைந்து விட்டான். அரபுக்கடலின் பசி தீர்ந்துவிட்டது.

லோனவாலாவில் இத்தடவை இரயில் நின்றபோது நான் பின்னோக்கி ஓடவில்லை. நினைவுகளையும் ஓட்டவில்லை.

மாறாக, நிகழ்காலத்தில் வாழ நிச்சயம் செய்துகொண்டு லோனவாலாவின் பிரசித்தி பெற்ற மகன்லால் சிக்கியின் இரண்டு பாக்கட்டுகளை வாங்கிக்கொண்டேன்.

திரும்பி வண்டியில் ஏறியபோது ஒருவர் சுவாரஸ்யமாக தனது தாய்லாந்து அனுபவத்தைப் பற்றிக் கூறிக் கொண்டிருந்தார். அதை அனுபவிப்பதுபோல் பாசாங்கு செய்துகொண்டேன்.